ശിവകുമാർ

ഒന്നര പതിറ്റാണ്ടിലേറെയായി പ്രവാസ ലോകത്ത്, പ്രത്യേകിച്ച് UAEയിൽ, ആനുകാലികങ്ങളിൽ കോളമെഴുത്ത്, മാനേജ്മെന്റ് നൈപുണ്യ പരിശീലനം, വ്യക്തിത്വ വികസന പരിശീലനം, പ്രചോദനാത്മക പ്രഭാഷണം, സംരംഭകത്വ പരിശീലനം, കരിയർ ഡെവലപ്മെന്റ്, സാമൂഹ്യ മാധ്യമ ഇടപെടൽ, സന്നദ്ധ സേവാ സംഘടനാ പ്രവർത്തനം തുടങ്ങിയ മേഖലകളിൽ സജീവ സാന്നിദ്ധ്യവും വ്യക്തിമുദ്ര പതിപ്പിച്ചയാളുമായ ശ്രീ. ശിവകുമാർ പാലക്കാട് ജില്ലയിലെ ചിറ്റൂർ സ്വദേശിയാണ്. മെക്കാനിക്കൽ എൻജിനീയറിംഗിൽ പോളിടെക്നിക്ക് ഡിപ്ലോമയും തുടർന്ന് യൂണിവേഴ്സിറ്റി ബിരുദവും കരസ്ഥമാക്കിയതിന് ശേഷം, സപ്ലൈ ചെയിൻ മാനേജ്മെന്റിലും ഓപ്പറേഷൻസ് മാനേജ്മെന്റിലും MBA ബിരുദങ്ങളും, പ്രൊഡക്ഷൻ & ക്വാളിറ്റി കൺട്രോൾ മാനേജ്മെൻറിൽ ബിരുദാനന്തര ഡിപ്ലോമയും മെറ്റീരിയൽസ് മാനേജ്മെന്റ്, ലോജിസ്റ്റിക് മാനേജ്മെന്റ് എന്നിവയിൽ ഡിപ്ലോമയും നേടി, സപ്ലൈ ചെയിൻ മാനേജ്മെന്റ് മേഖലയിൽ UAE യിൽ ജോലി ചെയ്യുന്നു.

ഭാര്യ: ജിൽഷ (സിവിൽ എൻജിനീയർ)

മക്കൾ: അദ്വിക, ധൻവിൻ (വിദ്യാർത്ഥികൾ)

Malayalam Language
Sadhyathakalude Lokam
(Motivation)
by
Sivakumar

♦

Published in October 2022
by Kairali Books Private Limited
Thalikkavu Road, Kannur.
Ph : 0497-2761200
E-Mail : kairalibooksknr@gmail.com

♦

Cover Design
Prasanth Mangad

♦

59/22-23/Sl.No.1367/300/NS 18.6
ISBN 978-93-94472-13-6

സാദ്ധ്യതകളുടെ ലോകം

ശിവകുമാർ

കൈരളി ബുക്സ്

ഉള്ളടക്കം

ഈ ചിത്രം നമ്മുടെ ജീവിതത്തിന്റെ ഐശ്വര്യം!

ചില ചിത്രങ്ങൾ ആയിരം വാക്കുകളെക്കാൾ വാചാലമാകാറുണ്ട്. ഈ കാണുന്ന ചിത്രം, നമ്മുടെ പ്രവൃത്തിയുടെ, അല്ലെങ്കിൽ ജീവിതത്തിന്റെ പ്രതിഫലനമാണെന്ന് തോന്നുന്നുവെങ്കിൽ, നിങ്ങൾ തീർച്ചയായും വിജയിച്ചിരിക്കും, നേട്ടങ്ങൾ കൊയ്തിരിക്കും.

വിജയിക്കാത്തതിന്റെ, അഥവാ ആഗ്രഹിച്ച ജീവിതം നമുക്ക് കിട്ടാത്തതിന്റെ കാരണം നമ്മൾ മാത്രമാണ്, നമ്മുടെ മനോഭാവമാണ്, അല്ലെങ്കിൽ നമ്മുടെ കംഫർട്ട് സോണാണ് എന്നറിയണം. സഹപ്രവർ

ത്തകരെയോ, അയൽക്കാരനെയോ, മാതാപിതാക്കളെയോ, സമൂഹത്തെയോ, ദൈവത്തെയോ ഒന്നും ഇക്കാര്യത്തിൽ പഴി പറഞ്ഞിട്ട് കാര്യമില്ല.

ഉദാഹരണമായി, ജീവിതത്തിലെ നേട്ടങ്ങളെ നമുക്ക് സ്വാദൂറുന്ന മാമ്പഴമായെടുക്കാം. ഒരു മാവിൽ ധാരാളം മാമ്പഴമുണ്ടെങ്കിൽ, അതിൽ നിന്നും വല്ലപ്പോഴും വീഴുന്ന മാമ്പഴത്തിനായി, ഒരു ഭാഗത്ത് ചുമ്മാ ചടഞ്ഞിരിക്കുന്നവർ ആണ് മിക്കവരും. ഒരു കമ്പ് ഉപയോഗിച്ച് മാമ്പഴം പറിച്ചാൽ, താഴെയുള്ള കുറച്ചെണ്ണം കിട്ടിയേക്കും. മരത്തിൽ കയറി പറിക്കുകയാണെങ്കിൽ, ഏറ്റവും മികച്ചത് ആവശ്യമുള്ളത്രയും തന്നെ പറിച്ചെടുക്കാം. പക്ഷേ മരത്തിൽ കയറുന്നതിന്, ചടഞ്ഞിരിക്കുമ്പോഴുള്ള സുഖം നഷ്ടപ്പെടുത്തണം എന്നു മാത്രമല്ല റിസ്കുമുണ്ട്.

പക്ഷേ ചടഞ്ഞിരിക്കുന്നവർക്കല്ല, മറിച്ച് മരത്തിൽ കയറുന്നവർക്കാണ് മികച്ച ഫലം ലഭിക്കുക എന്ന് നമ്മൾ ഓർക്കാറില്ല. ചടഞ്ഞിരിക്കുന്നവർക്കാകട്ടെ, പഴുത്ത് പുഴുവരുന്നതോ, അല്ലെങ്കിൽ അണ്ണാനോ വവ്വാലോ കടിച്ചതോ കൊണ്ട് ജീവിതം ജീവിച്ച് തീർക്കേണ്ടി വരും എന്ന തുറപ്പാണ്. അപൂർവ്വമായി വരുന്ന കാറ്റിൽ ആർക്കെങ്കിലും കുറച്ച് നല്ല മാമ്പഴം വീണു കിട്ടിയാലായി എന്നു മാത്രം. അങ്ങിനെ, അണ്ണാനെയോ, വവ്വാലിനെയോ, കാറ്റിനെയോ പ്രതീക്ഷിച്ച്, കാത്തിരുന്ന് കാത്തിരുന്ന് പാഴാക്കേണ്ടതാണോ, ഒരിക്കൽ മാത്രം കിട്ടുന്ന നമ്മുടെ വിലയേറിയ ജീവിതം? ഒരിക്കലുമല്ല.

ഓർക്കുക...

പ്രവർത്തിച്ചാലേ ഫലമുണ്ടാവു, മത്സരിച്ചാലേ വിജയിക്കാൻ കഴിയൂ, പൊരുതിയാലേ നേടാൻ കഴിയൂ. നേട്ടങ്ങൾ ഉണ്ടാക്കിയവർ ജീവിതത്തോടും പ്രതിസന്ധികളോടും പൊരുതിയവരാണ്. നമ്മൾ ഒരു കംഫർട്ട് സോണിലാണെങ്കിൽ, നമ്മുടെ വളർച്ച മുരടിച്ചിരിക്കുന്നു എന്നതാണ് യാഥാർത്ഥ്യം. നമ്മുടെ കഴിവുകൾ പൂഴ്ത്തി വച്ച്, തട്ടിമുട്ടി ജീവിച്ചു പോകുന്നു, എന്നാണതിനർത്ഥം.

ഇപ്പോഴെവിടെയാണോ നാം നിൽക്കുന്നത്, അതിന്റെ മുകളിലേക്ക് നോക്കുക, അടുത്ത പടവിലേക്ക് കയറാൻ ശ്രമിക്കുക, ശ്രമിച്ചു കൊണ്ടേയിരിക്കുക. നമ്മുടെ സ്വപ്നങ്ങൾ, ആഗ്രഹങ്ങൾ ഒന്നും തന്നെ ഒരു സുപ്രഭാതത്തിൽ ആരെങ്കിലും സാധിച്ചുതരികയില്ല. അത് നാം നേടേണ്ടതാണ്. നേടിയെടുക്കേണ്ടത്, നമ്മുടെ ഉത്തരവാദിത്തമാണ്. ലക്ഷ്യത്തിലേക്കുള്ള യാത്രയിൽ തണൽമരങ്ങൾ ഉണ്ടെങ്കിൽ അവിടെ വിശ്രമിക്കാം. പക്ഷേ ആ തണലിൽ താമസം തുടങ്ങിയാൽ, എങ്ങിനെ ലക്ഷ്യത്തിലെത്തും എന്നോർക്കുക.

ചുരുക്കത്തിൽ കംഫർട്ട് സോൺ എന്നത്, നമ്മുടെ നേട്ടങ്ങളുടെ മുന്നിലുള്ള തടസ്സമാണ്. നമ്മൾ അതിനെ മറികടന്നേ പറ്റൂ.

മാത്രമല്ല, അത്, നമ്മുടെ വിജയത്തിന്റെ ശത്രുവാണ്. അതിനെ കീഴ്പ്പെടുത്തണം. ഓരോ വ്യക്തിയിലും അപാരമായ എന്നാൽ വ്യത്യസ്ഥമായ കഴിവുകൾ ഉണ്ടായിരിക്കും. അത് നമ്മൾ ഉപയോഗിക്കാത്തതിന്റെ പ്രധാന കാരണവും, നമ്മുടെ കംഫർട്ട് സോൺ തന്നെയാണ്.

ചുരുക്കത്തിൽ നമ്മുടെ എതിരാളി നമ്മൾ തന്നെയാണ്, നമ്മുടെ മനോഭാവമാണ്, നമ്മുടെ കംഫർട്ട് സോണാണ്. വിജയിക്കാൻ ഈ എതിരാളിയെ നമ്മുക്ക് തോൽപ്പിച്ചേ മതിയാവൂ. കാരണം വിജയം എന്നത്, ഏതൊരാളെയും പോലെ നമ്മുടെയും ജന്മാവകാശമാണ്. നമ്മൾ വിജയിച്ചേ തീരൂ...

കൂലിപ്പണിയിൽ നിന്നും CEO പദവിയിലേക്ക്

ആന്ധ്രയിലെ, വാറങ്കൽ ജില്ലയിലുള്ള ഒരു ഗ്രാമത്തിൽ, ദരിദ്ര കുടുംബത്തിൽ ജനിച്ച ജ്യോതിയെ, നിവൃത്തികേട് കൊണ്ട് വീട്ടുകാർ സർക്കാർ അനാഥാലയത്തിലാക്കി. അവിടെ പഠിച്ച് പത്താം തരം പാസ്സായ ജ്യോതി, തിരിച്ച് ഗ്രാമത്തിലെത്തി തുന്നൽ പഠിക്കാൻ തുടങ്ങി. പക്ഷേ, വീട്ടുകാർ 16 വയസ്സിൽ തന്നെ കല്യാണം കഴിച്ചയച്ച ജ്യോതിക്ക്, 18 വയസ്സായപ്പോഴേക്കും 2 കുഞ്ഞുങ്ങളുമായി. നാട്ടുനടപ്പനുസരിച്ച് കുടുംബം പുലർത്താൻ ദിവസം 5 രൂപ കൂലിക്ക് കൂലിപ്പണിക്ക് പോയിത്തുടങ്ങി.

സാധാരണ അച്ഛനമ്മമാരെപ്പോലെ, കഷ്ടപ്പെട്ട് കുട്ടികളെ പഠിപ്പിച്ച്, വയസ്സുകാലത്ത് അവരെ ആശ്രയിച്ചു ജീവിക്കാം എന്നല്ല ജ്യോതി ചിന്തിച്ചത്. മറിച്ച് സ്വപ്രയത്നം കൊണ്ട് വളർന്ന്, സമ്പാദിച്ച്, മക്കൾക്ക് വളരാനുള്ള മാതൃക കാട്ടണമെന്നായിരുന്നു. നമ്മളോരോരുത്തരും ഓർക്കേണ്ടതായ മഹത്തായ മാതൃക.

അതിനാദ്യം ചെയതത്, മാസം 150 രൂപയോളം കിട്ടിയിരുന്ന കൂലിപ്പണി ഉപേക്ഷിച്ച്, വെറും 120 രൂപ ശമ്പളത്തിൽ, നെഹ്റു യുവകേന്ദ്രയുടെ സാക്ഷരതാ മിഷന്റെ ഭാഗമാവുക എന്നതായിരുന്നു. അതും ഒരു വർഷത്തെ താൽക്കാലിക നിയമനം മാത്രം. പക്ഷേ ഗ്രാമത്തിൽ നിന്നും പട്ടണത്തിലേക്ക് രണ്ടരയും മൂന്നരയും വയസ്സുള്ള കുഞ്ഞുങ്ങളെയും കൊണ്ട്, എന്നും വളരെ തുച്ഛമായ വേതനത്തിന് ജോലിക്കായി പോകുന്നത്, സ്വസ്ഥജീവിതം തകർക്കുന്നതായിരുന്നു. ഒപ്പം ജീവിതത്തിലെ വലിയൊരു റിസ്ക്കും. പക്ഷേ അവരത് ഏറ്റെടുത്തു. വിജയത്തിലേ

ക്കുള്ള ആദ്യപടി തന്നെ റിസ്ക് എടുക്കുന്നതാണല്ലോ.

പക്ഷേ കിട്ടുന്ന ശമ്പളം, വാടക കൊടുക്കാൻ പോലും തികയാതെ വന്നതോടെ, കെട്ടുതാലി വരെ വിറ്റ് കുഞ്ഞുങ്ങൾക്ക് ഭക്ഷണം വാങ്ങേണ്ടി വന്നു. ജീവിതം പൊരുതാനുള്ളതാണ് എന്നറിയാവുന്ന അവർ തിരിച്ച് ഗ്രാമത്തിലേക്ക് പോയില്ല.

പകരം, സുഹൃത്തിന്റെ സഹായത്തോടെ ഒരു പഴയ തയ്യൽ മെഷീൻ സംഘടിപ്പിച്ച്, രാത്രിയിൽ, ഒരെണ്ണത്തിന് 1 രൂപ നിരക്കിൽ പെറ്റിക്കോട്ടുകൾ തയ്ച്ചു തുടങ്ങി. ശരാശരി 20 രൂപ രാത്രിയിൽ സമ്പാദിക്കാൻ തുടങ്ങിയ ജ്യോതി, ഓപ്പൺ യൂണിവേർസിറ്റിയിൽ ചേർന്ന് പഠിച്ച് ബിരുദം കരസ്ഥമാക്കി. തുടർന്ന് മാസം 398 രൂപ ശമ്പളത്തിൽ താൽക്കാലിക ടീച്ചറായി 72 കി. മീ. അകലെ ജോലി നേടുകയും ചെയ്തു.

പക്ഷേ, പുതിയ ജോലിക്ക് പോകാനായി, വണ്ടിക്കൂലി മാത്രം മാസം 600 രൂപയാകും. എന്നാൽ ശമ്പളം 398 മാത്രവും. ഇപ്പോഴുള്ള ജോലിയും തയ്യലും കൊണ്ട് കാര്യങ്ങൾ നടന്നു പോവുന്നുണ്ട്. ഇതുപേക്ഷിച്ച് ജോലിക്ക് പോയാൽ തയ്യലിന് സമയം കിട്ടില്ല, മാത്രവുമല്ല വണ്ടിക്കൂലിക്ക് പണം വേറെ കണ്ടെത്തണം.

പക്ഷേ കംഫർട്ട് സോണിൽ നിന്നും പുറത്ത് കടന്നാലേ നേട്ടമുണ്ടാവൂ എന്നറിയാവുന്ന അവർ, വീണ്ടും ജീവിതത്തോട് പൊരുതാനുറച്ച് പുതിയ ജോലി തിരഞ്ഞെടുത്തു. ജോലിക്കായി, ട്രെയിനിൽ യാത്ര ചെയ്യുന്ന സമയം സഹയാത്രക്കാർക്ക് സാരി വിൽക്കാനായി അവർ വിനിയോഗിച്ചു. ഒരു സാരി വിറ്റാൽ 20 രൂപയോളം കിട്ടുമായിരുന്നു. ദിവസേന 5-6 സാരിയൊക്കെ വിൽക്കാൻ തുടങ്ങിയതോടെ ജീവിതം വീണ്ടും പച്ച പിടിച്ചു.

ജോലിക്കൊപ്പം പഠനം തുടർന്ന അവർ ബിരുദാനന്തര ബിരുദവും കരസ്ഥമാക്കി, അങ്ങിനെ, മാസം 2700 രൂപ ശമ്പളത്തിൽ സർക്കാർ സ്കൂൾ അധ്യാപികയായി. അന്തസ്സുള്ള ജോലി, മികച്ച ശമ്പളം, ജീവിതത്തിൽ സെറ്റിൽഡ് ആയി എന്നു പറയാം.

ശുഭം എന്ന് പറയാനായില്ല.

സാധാരണക്കാർ ചിന്തിക്കുന്നത് പോലെയല്ലല്ലോ ജീവിതത്തിൽ വിജയം ആഗ്രഹിക്കുന്നവർ ചിന്തിക്കുന്നത്?. കാരണം സർക്കാർ ജോലി ഒരു കംഫർട്ട് സോണാണെന്ന് ജ്യോതിക്ക് നന്നായി അറിയാമായിരുന്നു.

ജീവിതത്തിൽ ഉയരങ്ങൾ നേടിയെടുക്കാനുള്ള ജ്യോതിയുടെ ആഗ്രഹത്തിന്, ചൂണ്ടുപലകയായത് അമേരിക്കയിൽ നിന്നും വന്ന അകന്ന ഒ

രു ബന്ധുവിനെ കാണാനിടയായതാണ്. അമേരിക്കൻ ജീവിതം സ്വപ്നം കാണാൻ തുടങ്ങിയ ജ്യോതി, പിന്നീടുള്ള രണ്ടു വർഷങ്ങളിലെ ഒഴിവു സമയങ്ങൾ, അമേരിക്കയിൽ ജോലി കിട്ടാനായി കമ്പ്യൂട്ടർ കോഴ്സ് പഠിക്കുന്നതിൽ മുഴുകി.

അവസാനം, രണ്ടു മക്കളെയും ഒരു മിഷണറീസ് ഹോസ്റ്റലിൽ നിറുത്തി, വിസിറ്റ് വിസയിൽ ജ്യോതി അമേരിക്കയിലെത്തി. പക്ഷേ പ്രശ്നങ്ങളുടെ പെരുമഴയായിരുന്നു, ജ്യോതിയെ അവിടെ കാത്തിരുന്നത്. ലോഡിംഗ് തൊഴിലാളി, പെട്രോൾ പമ്പിൽ ജോലി, ബേബി സിറ്റർ, കാസറ്റ് കടയിൽ ജോലി, തുടങ്ങിയ തൊഴിലുകൾ ചെയ്തുകൊണ്ട് അക്ഷരാർത്ഥത്തിൽ ജ്യോതി ജീവിതത്തോട് പൊരുതി. അവസാനം ഒരു സ്ഥാപനത്തിൽ ജോലി കിട്ടി H1 വിസയ്ക്കായി ശ്രമിച്ചെങ്കിലും തുടരെ പരാജയപ്പെട്ടു.

തോൽവി എന്നത് വെറും അന്ധവിശ്വാസമാണെന്നും, വിജയമാണ് പരമമായ സത്യമെന്നും കരുതുന്നവർ ഒരിക്കലും തോറ്റ് പിൻമാറില്ലല്ലോ. വിസാ നടപടികൾക്കായുള്ള അലച്ചിലിൽ അവരൊരു കാര്യം മനസ്സി

ലാക്കി. തന്നെപ്പോലെ ഒരു പാട് പേർ വിസാ നടപടികളിൽ നട്ടം തിരിയുന്നുണ്ട്. അവർക്കായി, അതുവരെയുള്ള സമ്പാദ്യം വച്ച് ഒരു കൺസൾട്ടൻസി സ്ഥാപനം Key സോഫ്റ്റ്‌വെയർ സൊലൂഷൻസ് എന്ന പേരിൽ തുടങ്ങി. ജ്യോതിയുടെ അക്ഷീണ പ്രയത്നത്താൽ സ്ഥാപനം പെട്ടെന്ന് വളർന്നു.

അങ്ങിനെ 1986 ൽ 5 രൂപയ്ക്ക് കൂലിപ്പണി ചെയ്തിരുന്ന ജ്യോതി റെഡ്ഡി എന്ന പെൺകുട്ടി, 2001 ൽ അമേരിക്കയിലെ ഒരു സ്ഥാപനത്തിന്റെ CEO ആയി മാറി. സ്ഥാപനം നല്ല രീതിയിലായപ്പോൾ, മക്കളെല്ലാം അമേരിക്കയിൽ എത്തി, പഠനവും വിവാഹവും കഴിഞ്ഞ് അവിടെത്തന്നെ താമസമാക്കി. എന്നിരുന്നാലും അനാഥാലയത്തിൽ വളർന്ന ജ്യോതി റെഡ്ഡി, ഇന്ത്യയിലെ അനാഥാലയങ്ങളുമായി ബന്ധപ്പെട്ട് ധാരാളം ജീവകാരുണ്യ പ്രവർത്തനങ്ങളും നടത്തുന്നുണ്ട്.

അന്ന് വീടിനടുത്തുള്ള, സൗകര്യമുള്ള കൂലിപ്പണിയിൽ നിന്നും അവർ മാറാതിരുന്നെങ്കിൽ, ഒരു പക്ഷേ ഇപ്പോൾ തൊഴിലുറപ്പ് പണിക്ക് പോകുന്നുണ്ടായിരിക്കണം.

ജീവിതം പൊരുതാനുള്ളതാണ്. അലസതയും, അലംഭാവവും, സമയം കൊല്ലി പ്രവർത്തനങ്ങളും നമ്മുക്ക് ഒരിക്കലും നേട്ടങ്ങൾ സമ്മാനിക്കുകയില്ല എന്നറിയുക. നമ്മുടെ വളർച്ചയുടെ അതിരുകൾ ആകാശമാണ്. പക്ഷേ വളരേണ്ടത് നമ്മളാണ്.

ഒറ്റയടിപ്പാലത്തിലൂടെ നടക്കുമ്പോൾ വീഴുമോ എന്ന് പേടിക്കുന്നവരാണ് വീഴാറുള്ളത്. തോൽവിയെക്കുറിച്ചല്ല, വിജയത്തെക്കുറിച്ച് മാത്രം ചിന്തിക്കുക. വിജയിക്കാൻ തീരുമാനിച്ചുറപ്പിച്ചയാളെ തോൽപ്പിക്കാൻ, ഒരു ശക്തിക്കുമാവില്ല...

ഈ ചിത്രം, മൊബൈലിൽ വാൾപേപ്പറാക്കുക. പ്രിന്റെടുത്ത് വീട്ടിലോ ഓഫീസിലോ വയ്ക്കുക. നഷ്ടപ്പെടുത്തിയ വർഷങ്ങളെ ഓർക്കാതെ, പുതിയ ജീവിതത്തിനായി ശ്രമിക്കുക. കംഫർട്ട് സോണിൽ നിന്നും പുറത്ത് കടക്കുക. വിജയം നിങ്ങളുടേതാണ്.

അസൂയയുടെ വിപരീതപദം

അസൂയ എന്ന പദത്തിന്റെ വിപരീതപദം, മൂന്നാം ക്ലാസ്സിൽ തന്നെ നമ്മളെല്ലാവരും പഠിച്ചിട്ടുണ്ടാവും. ആ ഉത്തരം എഴുതിയാൽ ക്ലാസ്സ് പരീക്ഷയിൽ വിജയിക്കുകയും ചെയ്യാം. പക്ഷേ, ജീവിതത്തിൽ വിജയിക്കാൻ, അസൂയയുടെ യഥാർത്ഥ വിപരീതം എന്താണെന്ന് അറിഞ്ഞിരിക്കുന്നത് തീർച്ചയായും സഹായകരമാവും.

വർഷങ്ങൾക്ക് മുൻപുള്ള ഒരു വിഷുത്തലേന്ന്, രാവിലെ കണി വെയ്ക്കാനുള്ള സാധനങ്ങളും പാതി വാടിയ ഒരൽപം കൊന്നപ്പൂവുമായി വീട്ടിലെത്തുന്ന സമയത്താണ്, അയൽ വീട്ടിലെ ചേട്ടൻ കൈ നിറയെ ഫ്രഷായ കൊന്നപ്പൂവുമായി വരുന്നത് കണ്ടത്. കുറച്ചു ആവശ്യപ്പെട്ടാലോ എന്ന് കരുതിയാവണം, നാലഞ്ച് കുടുംബങ്ങൾക്ക് വീതം വയ്ക്കാനുള്ളതാണ്, എന്ന് ചോദിക്കാതെ തന്നെ ഇങ്ങോട്ട് പറഞ്ഞത്.

ആ ചേട്ടന്റെ കയ്യിലിരുന്ന കനകപ്രഭ ചൊരിയുന്ന കർണികാരം മനസ്സിൽ നിന്നും മായുന്നേയില്ല. വാഴയിലയിൽ പൊതിഞ്ഞ് കയ്യിലിരിക്കുന്ന കൊന്നപ്പൂവ്, ചുള്ളിക്കമ്പിൽ മഞ്ഞൾ തളിച്ചത് പോലെയിരിക്കുന്നത് കണ്ടപ്പോൾ, സ്വാഭാവികമായും അസൂയ തലപൊക്കി. ആ കുടുംബം മനോഹരമായ വിഷുക്കണി കാണുമെന്നോർത്തപ്പോൾ വയറിൽ നിന്നും ഒരാന്തൽ മുകളിലോട്ട് കയറി. സ്വയം നശീകരിണിയായ അസൂയയാണ് ബാധിച്ചതെന്ന് നിമിഷങ്ങൾക്കകം തിരിച്ചറിഞ്ഞതോടെ, അവി

ടെ ഗുണപ്രദമായ, അസൂയയുടെ വിപരീതത്തെ ബോധപൂർവ്വം കൊണ്ടുവന്നു.

അതാണ് പ്രചോദനം, അസൂയയുടെ വിപരീത പദം. ആ ചേട്ടന് ലഭിച്ചത്, എന്ത് കൊണ്ട് എനിക്കും നേടിയെടുത്തുകൂടാ എന്ന ചിന്തയാണ്, പ്രചോദനം. അതാണ് എന്നിൽ, അസൂയയുടെ നൈരാശ്യത്തിനും നിഷ്ക്രിയത്വത്തിനും പകരം, എങ്ങിനെയും നല്ല പൂവ് സമ്പാദിക്കാനുള്ള ആവേശമുണർത്തിയത്.

പൂവ് കിട്ടിയ സ്ഥലം ചോദിച്ചു മനസ്സിലാക്കി, ഒന്നര കിലോമീറ്ററിനപ്പുറം തോട്ടുവക്കത്ത് നിൽക്കുന്ന മരത്തിനടുത്തേക്ക്, പാഞ്ഞെത്തുമ്പോൾ താഴെയുള്ളവ മിക്കവയും ആളുകൾ പറിച്ചു കഴിഞ്ഞിരുന്നു. സാഹസപ്പെട്ട് കയറിയാണെങ്കിലും ആവശ്യമുള്ളതിലും നാലിരട്ടി പൂക്കളും അതിലിരട്ടി സന്തോഷവും സംതൃപ്തിയുമായാണ് അന്ന് വീട്ടിലേക്ക് മടങ്ങിയത്.

അതൊരു പാഠമായിരുന്നു. അസൂയ കൊണ്ട് നാം ഒന്നും നേടുന്നില്ല, എന്നു മാത്രമല്ല, ഉണ്ടായിരുന്ന സമാധാനം നഷ്ടപ്പെടുകയും ചെയ്യുന്നു എന്ന തിരിച്ചറിവ്.

മറ്റൊരാളുടെ നേട്ടത്തെ, നമുക്കും, നേടിയെടുക്കാവുന്ന, സാധിക്കാവുന്ന, സമ്പാദിക്കാവുന്ന, കാര്യങ്ങളുടെ ചൂണ്ടുപലകയായി കാണാൻ കഴിഞ്ഞാൽ അസൂയ എന്ന അധമ വികാരം, നമ്മെ വിജയത്തിലേക്കുയർത്തുന്ന പ്രചോദനവും വഴികാട്ടിയുമായി മാറുന്ന അത്ഭുതം കാണാം, അനുഭവിച്ചറിയാം.

നമുക്കില്ലാത്ത, നമുക്ക് ചെയ്യാൻ കഴിയാത്ത കാര്യം മറ്റൊരാൾ ചെയ്യുമ്പോൾ, നാം മനസ്സിലാക്കേണ്ടത് നമുക്കും അതും അതിലപ്പുറവും ചെയ്യാൻ കഴിയുമെന്നാണ്. ചിലപ്പോൾ അതേ രീതിയിൽ തന്നെ ആവണമെന്നില്ല എന്നു മാത്രം.

പഠിച്ച് നല്ലൊരു ജോലി നേടി, നല്ലൊരു കാറ് അയൽവാസി വാങ്ങിയാൽ, ജോലി ചെയ്തോ അല്ലെങ്കിൽ ബിസിനസ്സിലൂടെയോ സമ്പാദിച്ച് അതിലും നല്ലൊരു കാർ വാങ്ങാൻ നമുക്കും സാധിക്കും എന്ന വിശ്വാസമാണ് നമ്മളിൽ ഉണ്ടാവേണ്ടത്. അതിന് വേണ്ടി പ്രയത്നിക്കുകയാണ് നാം ചെയ്യേണ്ടത്.

മറിച്ച്, ആരും കാണാതെ അയൽവാസിയുടെ പുതിയ കാറിൽ പോറലുണ്ടാക്കി സന്തോഷിക്കുന്നവരും, കാറിന് ആക്സിഡന്റ് ഉണ്ടാവാൻ പ്രാർത്ഥിക്കുന്നവരും ഒന്നും തന്നെ നേടുന്നില്ല, എന്നു മാത്രമല്ല സമാധാനവും സ്വജീവിതവും നഷ്ടപ്പെടുത്തുകയും ചെയ്യുന്നു എന്നതാണ്

യാഥാർത്ഥ്യം. അപരന്റെ നേട്ടത്തിൽ അസൂയ പൂണ്ട് ഉറക്കം നഷ്ടപ്പെടുത്തുന്നവർക്ക് നഷ്ടങ്ങൾ മാത്രമേ ഉണ്ടാകുന്നുള്ളു.

മറ്റൊരാൾക്ക് ഉള്ള എല്ലാ നല്ല കാര്യവും, അത് മികച്ച ജോലിയോ, നല്ല വീടോ, വില കൂടിയ കാറോ, ആഭരണമോ, വസ്ത്രമോ എന്തുമാവട്ടെ അതെല്ലാം നമ്മുക്കും നേടാവുന്നതേ ഉള്ളു എന്നു മനസ്സിലാക്കുക, അതിനായി പ്രയത്നിക്കുക. ജീവിതത്തിൽ വിജയങ്ങളും നേട്ടങ്ങളും സമ്പത്തും നമ്മെ തേടി വരും.

ഇന്ന് ലോകത്തുള്ള അതിസമ്പന്നരിൽ ഭൂരിഭാഗത്തിന്റെയും, ചെറുപ്പകാലത്ത് അവർക്ക് സമ്പത്ത് ഒട്ടുമുണ്ടായിരുന്നില്ല, എന്നു മാത്രമല്ല പലരും ദാരിദ്ര്യത്തിലുമായിരുന്നു, എന്ന വസ്തുത നാം മനസ്സിലാക്കേണ്ടിയിരിക്കുന്നു. നമ്മളെപ്പോലെ തന്നെ കണ്ണും മൂക്കും കൈകാലുകളുമുള്ള മനുഷ്യർ തന്നെയാണ് സമ്പന്നരും, ജീവിതത്തിൽ നേട്ടങ്ങൾ കൊയ്തവരും ആയിത്തീർന്നത്. അവർക്കതിന് കഴിഞ്ഞെങ്കിൽ തീർച്ചയായും നമുക്കും കഴിയും. നേട്ടങ്ങളും ജീവിത വിജയവും നമ്മുടെയും ജന്മാവകാശമാണ്. അത് നേടിയെടുക്കാനായി പ്രയത്നിക്കുക എന്ന ഉത്തരവാദിത്തം നാം ഏറ്റെടുക്കണം എന്നു മാത്രം.

ഒരു പക്ഷേ, അവരിലും വലിയ കാര്യങ്ങൾ നേടാൻ കഴിവുള്ളവർ നമുക്കിടയിലും ഉണ്ടാവാം അങ്ങിനെയുള്ളവർ ഈ കുറിപ്പ് രണ്ടിലധികം പ്രാവശ്യം വായിക്കുമെന്നാണ് എന്റെ പക്ഷം.

അസൂയയെ നമ്മുക്ക് ബോധപൂർവ്വം മറികടക്കാം ഒപ്പം മറക്കുകയും ചെയ്യാം. ഓരോ കാഴ്ചകളും അറിവുകളും നമ്മുക്ക് പ്രചോദനവും നമ്മുടെ നേട്ടങ്ങൾക്ക് ചവിട്ട് പടിയുമായിത്തീരട്ടെ.

അസൂയ വേണ്ട ഇനി മുതൽ, മറിച്ച് പ്രചോദനം മാത്രം മതി എന്ന് തീരുമാനിക്കാം. അപ്പോൾ ഇനി മുതൽ 'അസൂയപ്രചോദനം'.

മക്കൾ ബിരിയാണി കഴിച്ചാൽ അച്ഛന്റെ വിശപ്പ് മാറുമോ?

"എന്റെ വിശപ്പ് മാറാൻ മോന് ബിരിയാണി കൊടുത്താൽ മതിയോ" എന്ന ചോദ്യം ചോദിച്ചത് അരവിന്ദേട്ടനാണ്. സ്വാശ്രയ കോളേജുകൾ വരുന്നതിന് മുൻപുള്ള കാലം. ITI പഠനം കഴിഞ്ഞ് സർക്കാർ സർവ്വീസിൽ ഓവർസീയറായി ജോലി നോക്കുന്ന ചേട്ടൻ, പോളിടെക്നിക്കിലെ ഈവനിംഗ് ക്ലാസ്സിൽ ചേർന്ന് എൻജിനീയറിംഗിൽ ഡിപ്ലോമ കരസ്ഥമാക്കി. അതിന് ശേഷം B.Techന് എൻജിനീയറിംഗ് കോളേജിൽ ഈവനിംഗ് ക്ലാസ്സിൽ ചേർന്നു എന്നറിഞ്ഞപ്പോൾ, നാട്ടു നടപ്പനുസരിച്ചുള്ള എന്റെ ചോദ്യത്തിന് ചേട്ടനിൽ നിന്നും കിട്ടിയ മറുപടി ചോദ്യമാണ് മേൽ പറഞ്ഞത്.

എട്ടാം ക്ലാസ്സിൽ പഠിക്കുന്ന മകനുള്ള, ചേട്ടന് മകനെ പഠിപ്പിച്ച് എൻജിനീയറാക്കിയാൽ പോരേ? എന്നായിരുന്നു എന്റെ ചോദ്യം. നമ്മുടെ ആഗ്രഹങ്ങളും സ്വപ്നങ്ങളും ഒക്കെ, ബലം പ്രയോഗിച്ചോ ഭീഷണിപ്പെടുത്തിയോ മക്കളിലൂടെ സാക്ഷാത്ക്കരിക്കുക എന്നതാണല്ലോ, കേരളത്തിലെ നാട്ടുനടപ്പ്.

പക്ഷേ ചേട്ടൻ പറഞ്ഞത് മറ്റൊന്നാണ്. "എന്റെ ആഗ്രഹങ്ങൾ സാ

ക്ഷാത്ക്കരിക്കാനുള്ള, ഉത്തരവാദിത്തം എന്റേത് മാത്രമാണ്. മക്കൾക്ക് അവരവരുടേതായ ആഗ്രഹങ്ങളും സ്വപ്നങ്ങളുമുണ്ടാവും. അത് സാക്ഷാത്ക്കരിക്കാനുള്ള ഉത്തരവാദിത്തം അവർക്കുള്ളതാണ്. അതിനവരെ സപ്പോർട്ട് ചെയ്യുക എന്ന കടമ മാത്രമേ മാതാപിതാക്കൾക്കുള്ളു. സാമ്പത്തിക പ്രശ്നങ്ങൾ കാരണം നടക്കാതെ പോയ എന്റെ സ്വപ്നമായിരുന്നു, എഞ്ചിനീയറാവുക എന്നത്. ഒരു എഞ്ചിനീയറുടെ കസേരയിൽ ഇരിക്കുന്നതും, ഡിപ്പാർട്ട്മെന്റ് ജീപ്പ് ഉപയോഗിക്കുന്നതും എന്റെ സ്വപ്നമാണ്. ഒരു പക്ഷേ, ആ സ്ഥാനത്ത് മകൻ എത്തിയാൽ സന്തോഷവും അഭിമാനവുമുണ്ടാവും. പക്ഷേ അത് എന്റെ ആഗ്രഹപൂർത്തീകരണമായിരിക്കില്ല. എന്റെ വിശപ്പ് മാറാൻ മോന് ബിരിയാണി കൊടുത്താൽ മതിയോ? ഇന്നെനിക്ക് സാമ്പത്തികവും സൗകര്യവുമുണ്ട്. ആഗ്രഹിച്ചത് പോലെ, ഞാൻ എൻജിനീയറാവുക തന്നെ ചെയ്യും." അദ്ദേഹം പറഞ്ഞ കാര്യങ്ങൾ, ശരിയായ അർത്ഥത്തിൽ ഗ്രഹിച്ചത്, പിന്നീടാണ്.

ജീവിതത്തിൽ, നമുക്കെല്ലാവർക്കും നടക്കാതെ പോയ സ്വപ്നങ്ങളും ആഗ്രഹങ്ങളുമുണ്ടാവും. പക്ഷേ, ഒന്നു ശ്രമിച്ചാൽ, അതിൽ പലതും ഇപ്പോഴും കൈപ്പിടിയിലൊതുക്കാവുന്നതാണ്.

നിങ്ങൾ തീവ്രമായി ആഗ്രഹിക്കുന്നുവെങ്കിൽ, പ്രയത്നിക്കാനുള്ള മനസ്സുണ്ടെങ്കിൽ, നിങ്ങൾ തീർച്ചയായും അത് നേടിയെടുത്തിരിക്കും എന്നതിന് നമുക്ക് ചുറ്റും ധാരാളം ഉദാഹരണങ്ങളുണ്ട്.

തമിഴ്നാട്ടുകാരനായ കൃഷ്ണമൂർത്തിക്ക് ഡോക്ടറാവാനായിരുന്നു ആഗ്രഹം. പക്ഷേ അഡ്മിഷൻ കിട്ടിയില്ല. പ്ലസ്ടുവിന് കണക്ക് കൂടെ പഠിച്ചത് കൊണ്ട് എഞ്ചിനീയറിംഗ് പൂർത്തിയാക്കി. എഞ്ചിനീയറായി ജോലി നോക്കവെ, ഒരു ലേഡി ഡോക്ടറുമായുള്ള കല്യാണം കഴിഞ്ഞതോടെ ഡോക്ടറാവാനുള്ള ആഗ്രഹം കൂടിവന്നു. അതോടെ ജോലി ഉപേക്ഷിച്ച് റഷ്യയിൽ ചെന്ന് മെഡിക്കൽ ബിരുദം കരസ്ഥമാക്കി, അദ്ദേഹവും ഡോക്ടറായി മാറി.

സർക്കാർ സർവ്വീസിൽ നിന്നും റിട്ടയർ ചെയ്തതിനു ശേഷം, നിയമപഠനം കഴിഞ്ഞ് പ്രാക്ടീസ് ചെയ്യുന്ന ധാരാളം അഭിഭാഷകർ കേരളത്തിലുമുണ്ട്. വീട്ടിലും നാട്ടിലും മാന്യതയുള്ള ഇത്തരക്കാരെ വൃദ്ധസദനത്തിലയയ്ക്കാൻ മക്കൾ ധൈര്യപ്പെടുമോ? പല സ്വപ്ന സാക്ഷാത്ക്കാരങ്ങളും നമ്മുടെ ജീവിതം തന്നെ മാറ്റിമറിക്കുന്നവയാണ്. ന്യായമായി ആഗ്രഹിക്കുന്നതെന്തും നമുക്ക് തന്നെ നേടിയെടുക്കാം, മനസ്സുണ്ടെങ്കിൽ.

ഉദ്യോഗം, പദവി, പഠനം, അധിക യോഗ്യത, ബിസിനസ്സ്, യാത്ര, തു

ടങ്ങിയവയെല്ലാം കൈയെത്തിപ്പിടിക്കാൻ പ്രായം ഒരു തടസ്സമേയല്ല. വിദേശത്ത് യൂണിവേഴ്സിറ്റികളിൽ പഠിക്കുന്ന വിദ്യാർത്ഥികളിൽ 60 വയസ്സിന് മുകളിലുള്ളവരുണ്ടാകുന്നത് സാധാരണയാണ്.

ഇനിയും വൈകിയിട്ടില്ല.

ജീവിതം ഒന്നേയുള്ളു. നമ്മുടെ സമയം അനഭിലഷണീയമായ കാര്യങ്ങൾക്കായി പാഴാക്കാനുള്ളതല്ല. സ്വന്തം ജീവിതം, ഭാവി എന്നിവ മെച്ചപ്പെടുത്താനായി, നമ്മുടെ സമയവും പ്രയത്നവും ഉപയോഗപ്പെടുത്താം. തുടർ പഠനം നടത്താം, ബിസിനസ്സ് ചെയ്യാം, നൃത്തമോ സംഗീതമോ അഭ്യസിക്കാം. കലാമണ്ഡലത്തിൽ പഠിക്കാനെത്തുന്ന വിദേശികൾ ആരുംതന്നെ കുഞ്ഞുങ്ങളല്ല എന്നോർക്കുക. ഇന്ന് തന്നെ നല്ലൊരു തീരുമാനമെടുക്കുക. നടക്കാതെ പോയ ഒരു സ്വപ്നമെങ്കിലും സാക്ഷാത്ക്കരിക്കാൻ.

നമ്മൾ ആരാവണമെന്നും, എന്താവണമെന്നും ആഗ്രഹിക്കുന്നുവോ, അത് പോലെ നാം ആയിത്തീരണം. അങ്ങിനെയാണ്, നമ്മൾ മക്കൾക്ക് മാതൃക കാണിക്കേണ്ടത്. ഒപ്പം നമ്മുടെ സ്വപ്നങ്ങൾ മക്കളിൽ അടിച്ചേൽപ്പിക്കാതിരിക്കാം.

നമുക്ക് കഴിക്കാൻ പറ്റാതെ പോയ ബിരിയാണി, അൽപ്പം വൈകിയാലും, നമുക്ക് തന്നെ കഴിക്കാം. മക്കൾക്ക് ഇഷ്ടമുള്ളത് അവരെ കഴിക്കാനനുവദിക്കാം. ഒപ്പം, മക്കൾക്ക് വേണ്ടതെല്ലാം നമുക്ക് ചെയ്ത് കൊടുക്കാം. നേട്ടങ്ങൾ കൊയ്യാനും, സ്വപ്നങ്ങൾ കൈയെത്തിപ്പിടിക്കാനും, നമുക്കവരെ പ്രാപ്തരാക്കാം. അതിനായി, മക്കൾക്ക് സ്വന്തമായി ഒന്നും വാങ്ങിക്കൊടുക്കാതിരിക്കാം. പകരം, നമ്മുടെ വീട്, സാധനങ്ങൾ, ഉപകരണങ്ങൾ, വാഹനങ്ങൾ ഒക്കെ അവർക്ക് ഉപയോഗിക്കാൻ നൽകാം. സ്വയം സമ്പാദിച്ച്, സ്വന്തമായി ഓരോന്നും വാങ്ങാനുള്ള ആഗ്രഹം അവരിലുണ്ടാക്കാം.

പ്രത്യേകിച്ച് മൊബൈൽ, ലാപ്ടോപ്പ് പോലുള്ളവ സമ്മാനമായി കൊടുക്കാതിരിക്കാം. മറിച്ച് അച്ഛന്റെ/അമ്മയുടെ മൊബൈൽ കൊടുക്കാം. അവരത് നശിപ്പിക്കാതെ, ഉത്തരവാദിത്തത്തോടെ ഉപയോഗിക്കട്ടെ. കേടാവുമ്പോൾ തിരിച്ചു വാങ്ങി പുതിയത് നൽകാം. പഠിച്ച് ജോലി കിട്ടിയിട്ട്, സ്വന്തമായി ഇവയെല്ലാം വാങ്ങാൻ പ്രേരിപ്പിക്കാം, പ്രോത്സാഹിപ്പിക്കാം.

അച്ഛന്റെ ബൈക്ക്, അനുവാദത്തോടെ ആവശ്യമുള്ള സമയത്ത്, മക്കൾക്ക് ഉപയോഗിക്കാം. ഇഷ്ടപ്പെട്ട മോഡൽ ബൈക്ക് വേണമെങ്കിൽ,

പഠിച്ച് ജോലി നേടി, സ്വന്തം സമ്പാദ്യത്തിൽ നിന്നും വാങ്ങട്ടെ. അതൊക്കെ അവർ സ്വപ്നം കാണട്ടെ, ആഗ്രഹിക്കട്ടെ, ഒപ്പം അതിനുവേണ്ടി പ്രയത്നിക്കുകയും ചെയ്യട്ടെ.

മക്കളുടെ ആഗ്രഹങ്ങൾ സാധിച്ചു കൊടുക്കുന്ന മാതാപിതാക്കളല്ല, മറിച്ച് ആഗ്രഹങ്ങൾ നേടിയെടുക്കാൻ, മക്കളെ പ്രാപ്തരാക്കുന്ന മാതാപിതാക്കളാണ് നല്ല മാതാപിതാക്കളെന്നറിയണം.

ജോലി പോയോ? കൺഗ്രാറ്റ്സ്...!

ജോലി നഷ്ടപ്പെട്ട ഏതൊരാളോടും ഇങ്ങിനെ സംസാരിച്ചു തുടങ്ങുന്നത് തികച്ചും അനുചിതവും മര്യാദകേടുമാണ്. ജോലി നഷ്ടപ്പെട്ടവർക്ക് മാത്രമേ ആ പ്രശ്നത്തിന്റെ ആഴം ശരിക്ക് മനസ്സിലാവുകയുള്ളു. എന്നിട്ടും ഒരാളോട് അങ്ങിനെ പറയേണ്ടതായി വന്നു. അറിയാതെ പറഞ്ഞു പോയതല്ല. മനഃപൂർവ്വം തന്നെ പറഞ്ഞതാണ്.

ദുബായിലുള്ള സുഹൃത്തിന്റെ ഫ്ളാറ്റിൽ വച്ചാണ് അദ്ദേഹത്തിന്റെ നാട്ടുകാരനും സുഹൃത്തുമായ അനിലിനെയും, ഭാര്യയെയും പരിചയപ്പെടുന്നത്. അഥവാ, സുഹൃത്ത് എന്നെ വിളിച്ച് പരിചയപ്പെടുത്തുന്നത്. അവരുടെ ഒരു ചെറിയ പ്രശ്നത്തെക്കുറിച്ച് സംസാരിക്കുവാനായി മാത്രം ഒരുക്കിയ ഒരു കൂടിക്കാഴ്ചയായിരുന്നു അത്. അനിലിന്റെ ഭാര്യയുടെ ജോലി നഷ്ടപ്പെട്ടു എന്നതായിരുന്നു വിഷയം. അതിലെ പ്രശ്നമെന്താണെന്ന് വച്ചാൽ ജോലിക്ക് കയറി 22 ദിവസം കഴിഞ്ഞപ്പോൾ തന്നെ കമ്പനി പറഞ്ഞു വിടുകയായിരുന്നു. ഫിസിക്സിൽ മാസ്റ്റർ ബിരുദമുണ്ടായിട്ടും ഏറെ ശ്രമിച്ചതിനു ശേഷം, ഒരു ചെറിയ ഇലക്ട്രോണിക്സ് സ്ഥാപനത്തിൽ സർവ്വീസ് കോർഡിനേറ്ററിന്റെ ജോലിയായിരുന്നു കിട്ടിയത്. കോളുകൾ അറ്റൻഡ് ചെയ്ത്, വിവരങ്ങൾ രേഖപ്പെടുത്തി, സർവ്വീസ് ടെക്നീഷ്യൻമാർക്ക് കൈമാറുക എന്നത് മാത്രമായിരുന്നു ഉത്ത

രവാദിത്തം.

ജോലി കിട്ടിയപാടെ, ഫേസ്ബുക്കിലും വാട്ട്സാപ്പിലുമൊക്കെ ഓഫീസിലിരിക്കുന്ന ഫോട്ടോസഹിതം, പുതിയ ജോലി പരസ്യപ്പെടുത്തുകയും ചെയ്തു.

പക്ഷേ, ഇംഗ്ലീഷാണവർക്ക് കരിയറിലെ തടസ്സമായത്. സ്ഥാപനത്തിന്റെ ക്ലയന്റ് ബേസാവാട്ടെ, ബ്രിട്ടൻ, യൂറോപ്പ്, അമേരിക്ക തുടങ്ങിയ രാജ്യക്കാരും, അറബ് രാജ്യങ്ങളിൽ നിന്നുള്ളവരുമായിരുന്നു.

ക്ലയൻറ് പറയുന്ന കാര്യങ്ങൾ മനസ്സിലാക്കാനോ, മറുപടി പറയാനോ കഴിയാതെ, അവർ കുഴങ്ങി. കാര്യങ്ങളുടെ അവസ്ഥ മനസ്സിലാക്കിയ സ്ഥാപനം രണ്ടാഴ്ചക്കകം പുതിയ ആളെ ജോലിക്കെടുത്തു. പുതിയ ആൾ വരുന്നത് വരെയുള്ള 22 ദിവസം ചെയ്ത ജോലിക്ക് ഒരു മാസത്തെ ശമ്പളം മുഴുവൻ നൽകി അവർ പിരിച്ചു വിടപ്പെട്ടു. കല്യാണം കഴിഞ്ഞ് വന്നതിന് ശേഷം ആദ്യമായി കിട്ടിയ ജോലിയാണ് നഷ്ടപ്പെട്ടത്. കൂട്ടുകാരും നാട്ടുകാരുമറിഞ്ഞാലോ എന്ന ഭയവും ഒക്കെയായി, രണ്ടു മാസത്തിലധികമായി അവർ പുറത്തിറങ്ങാറേയില്ല.

ഇത്രയും കാര്യങ്ങൾ അറിഞ്ഞപ്പോഴാണ് അവരെ ഞാൻ അഭിനന്ദിച്ചത്. സ്വാഭാവികമായും സുഹൃത്തും, അനിലും, ഒപ്പം ശ്രീമതി അനിലും ഒരുപോലെ ഞെട്ടി. പിന്നീടവർക്ക് കാര്യങ്ങൾ വിശദമാക്കി കൊടുത്തു. ജോലി പോയതിനല്ല അഭിനന്ദനം, മറിച്ച് ജോലിനഷ്ടം എന്ന പ്രശ്നം കിട്ടിയതിനാണ്. പ്രത്യേകിച്ച് ഒരു കഴിവ് കുറവായതിന്റെ പേരിൽ.

നമ്മുടെ ഓരോ പ്രോബ്ലംസും നമ്മുടെ മുന്നിൽ ഓരോ പോസിബിലിറ്റികൾ തുറന്നിടുകയാണ്, യഥാർത്ഥത്തിൽ ചെയ്യുന്നത്. ഓരോ പ്രതിസന്ധികളും നമ്മുടെ ജീവിതത്തെ വഴിതിരിച്ചു വിടുന്ന വഴികാട്ടികളുമാണ്. പ്രശ്നങ്ങൾ ഉണ്ടാവുമ്പോൾ അതിലെ സാദ്ധ്യതകൾ തിരിച്ചറിയാൻ ശ്രമിക്കുകയാണ് വേണ്ടത്. പ്രശ്നത്തെക്കുറിച്ചല്ല പരിഹാരത്തെക്കുറിച്ചാണ് ചിന്തിക്കേണ്ടതെന്ന് സാരം.

ഇപ്പോൾ ഒരു പ്രശ്നം കിട്ടിയിരിക്കുന്നു. അതിനർത്ഥം നമ്മുടെ മുന്നിൽ ഒന്നിലധികം സാദ്ധ്യതകൾ തെളിയുന്നു എന്നതാണ്. നന്നായി ഇംഗ്ലീഷ് കൈകാര്യം ചെയ്യാനറിയാത്തതാണ് പ്രശ്നമെങ്കിൽ ആ കുറവ് നികത്താനൊരു സുവർണ്ണാവസരം ഇപ്പോൾ കൈവന്നിരിക്കുന്നു. നമ്മളിൽ മിക്കവരും ഡു ഓർ ഡൈ എന്ന സാഹചര്യം വന്നാലല്ലാതെ മിക്ക കാര്യങ്ങളും ചെയ്യാറില്ലല്ലോ?

ഒരു ജോലിക്ക് ഡ്രൈവിംഗ് അറിഞ്ഞിരിക്കണമെന്നു വന്നാൽ നാം എന്തുചെയ്യും? അറിയില്ല എന്നു പറഞ്ഞ് വിഷമിച്ചിരിക്കുമോ? അതോ

ഡ്രൈവിംഗ് പരിശീലനം നേടുമോ? നമുക്ക് ഒരു കാര്യം അറിയില്ല എന്നു വരുന്നത് ഒരു കുറവേയല്ല. കാരണം ലോകത്ത് എല്ലാമറിയുന്നവരായി ആരും തന്നെയില്ല. പക്ഷേ നമ്മുക്ക് ആവശ്യമുള്ള ഒരു കാര്യം അറിയില്ല എന്നു നമുക്ക് ബോധ്യപ്പെടുമ്പോൾ ആ സാഹചര്യം, അക്കാര്യം പഠിക്കാനുള്ള, കഴിവ് നേടാനുള്ള അവസരമായി ഉപയോഗിക്കുകയാണ് വേണ്ടത്. ഇപ്പോൾ നന്നായി ഇംഗ്ലീഷ് പഠിക്കാനുള്ള അവസരമാണ് കൈവന്നിരിക്കുന്നത്.

ദുബായിൽ എത്തിയതിന് ശേഷം ഏഴുമാസം വെറുതെയിരുന്നിട്ടും ഇംഗ്ലീഷോ അറബിയോ പോലുള്ള ഭാഷ പഠിക്കാൻ തോന്നിയില്ലല്ലോ? ഇംഗ്ലീഷുകാർ തന്നെ ഇംഗ്ലീഷ് പഠിപ്പിക്കുന്ന ധാരാളം സ്ഥാപനങ്ങളുണ്ട്, ദുബായിൽ. അവിടെ ചേർന്നു പഠിക്കാവുന്നതാണ്, പ്രത്യേകിച്ചും നാട്ടിലുള്ളവർക്ക് ലഭിക്കാത്ത സവിശേഷ സാഹചര്യം.

ഇംഗ്ലീഷ് മാതൃഭാഷയായിട്ടുള്ളവരോട് സംസാരിക്കുമ്പോൾ നേരിടുന്ന പ്രശ്നം അവരുടെ ഉച്ചാരണം നമുക്ക് മനസ്സിലാവാത്തതാണ്. ഉച്ചാരണം മനസ്സിലാക്കാനുള്ള എളുപ്പവഴി ധാരാളം ഇംഗ്ലീഷ് സിനിമ കാണുക എന്നതുമാണ്.

ഇയർഫോൺ വച്ച് കമ്പ്യൂട്ടറിൽ നല്ല (സംസാരം കൂടുതലുള്ള) ഇംഗ്ലീഷ് സിനിമകൾ സബ്ടൈറ്റിൽ വായിക്കാതെ കാണുക. ദിവസം രണ്ടു സിനിമകൾ വീതം ഒരു മാസം 60 സിനിമകൾ കണ്ടതിനു ശേഷം നിങ്ങൾക്ക് ഡയലോഗ് മനസ്സിലാക്കാൻ സബ്ടൈറ്റിൽ വേണ്ടി വരില്ല. ഒപ്പം ഇംഗ്ലീഷ് ടോക്ക് ഷോകളും സീരിയലുകളും സമയമുണ്ടെങ്കിൽ കാണുക.

ഇംഗ്ലീഷുകാരുടെ തന്നെ വിവിധ ഉച്ചാരണരീതികൾ മനസ്സിലാക്കാനായാൽ, ഒപ്പം നിത്യജീവിതത്തിൽ ഉപയോഗപ്പെടുത്തുന്ന വാചകങ്ങൾ മനസ്സിൽ പതിഞ്ഞാൽ, ഇംഗ്ലീഷ് ഭാഷ നിഷ്പ്രയാസം നമുക്ക് വഴങ്ങും. ഇത്രയുമായാൽ സംസാരിക്കാൻ പരിശീലിക്കാനായി ഏതെങ്കിലുമൊരു സ്ഥാപനത്തിൽ ചേരാവുന്നതാണ്. പ്രത്യേകം ശ്രദ്ധിക്കേണ്ടത്, ഗ്രാമറും ടെൻസും ഒന്നും പഠിക്കാൻ നിൽക്കരുത് എന്നതാണ്. മലയാളിക്ക്, ഇംഗ്ലീഷ് വഴങ്ങാത്തതിന്റെ പ്രധാന പ്രശ്നം, കണക്കും രസതന്ത്രവും പഠിക്കുന്ന ശാസ്ത്രത്തിന്റെ അതേ രീതിയിലാണ് ഭാഷയായ ഇംഗ്ലീഷും പഠിക്കുന്നത്, അഥവാ പഠിപ്പിക്കുന്നത് എന്നതാണ്. ഇത്രയുമായിരുന്നു, അവരോട് പിന്നീട് സംസാരിച്ചതിന്റെ രത്നച്ചുരുക്കം. ഒരു പക്ഷേ സാഹചര്യം നൽകിയ സമ്മർദ്ദം മൂലമാവാം, മറ്റുള്ളവരിൽ നിന്നും വ്യത്യസ്തമായി, ഞാൻ പറഞ്ഞ കാര്യങ്ങൾ അവർ അക്ഷരംപ്രതി ചെ

യ്തു എന്നു മാത്രമല്ല, പറഞ്ഞതിനപ്പുറം, ഫ്രഞ്ച് ഭാഷ കൂടെ പഠിക്കാനാരംഭിച്ചു. ഭാഷാ ഇൻസ്റ്റിറ്റ്യൂട്ടിന്റെ ബസ്സിനായി, ഒരു മണിക്കൂർ ഇൻസ്റ്റിറ്റ്യൂട്ടിൽ കാത്തിരിക്കേണ്ടതായി വന്നപ്പോൾ ആ സമയത്തെ ഫ്രഞ്ച് കൂടെ പഠിക്കാനായി ഉപയോഗപ്പെടുത്തുകയായിരുന്നു.

വർഷം മൂന്ന് കഴിഞ്ഞപ്പോൾ ഒരു യൂറോപ്യൻ കമ്പനിയുടെ ദുബായ് ഓഫീസ്സിൽ മിഡിൽ ഈസ്റ്റ് ആന്റ് നോർത്ത് ആഫ്രിക്ക റീജിയന്റെ സെയിൽസ് വിഭാഗത്തിൽ എക്സിക്യൂട്ടീവാണ് ഇന്ന് ശ്രീമതി അനിൽ. ഇംഗ്ലീഷ് സംസാരിക്കുന്നത് കേട്ടാൽ, ഇന്ത്യക്കാരിയാണെന്ന് പോലും തിരിച്ചറിയില്ല ഇപ്പോൾ.

നമുക്ക് വേണ്ടതായ ഒരു കാര്യം അറിയാത്തത് ഒരു കുറവല്ല. പക്ഷേ, ആ കുറവ് നികത്താൻ ശ്രമിക്കാത്തത് വലിയ കുറവ് തന്നെയാണ്. കുറവുകൾ നികത്തിയും പരിഹരിച്ചുമാണ് നാം ജീവിതത്തിൽ മുന്നേറുന്നത്.

പ്രശ്നങ്ങൾ ചിലതരം... പരിഹാരം പലതരം..!

പ്രശ്നങ്ങൾ ഇല്ലാത്തവരായി ആരും തന്നെയുണ്ടാകില്ല. മാത്രമല്ല, പ്രശ്നങ്ങൾ ജീവിതത്തിന്റെ ഭാഗം തന്നെയാണ്. എന്നാൽ പ്രശ്നങ്ങൾ വരുമ്പോൾ, തളരാതെ, അവ പരിഹരിച്ച് മുന്നോട്ട് പോവുന്നവരാകട്ടെ, നമുക്കിടയിൽ വളരെ കുറവുമാണ്.

പ്രശ്നവും പരിഹാരവും

പ്രശ്നം 1

രാവിലെ 8 മണിക്ക് തന്നെ, പൂട്ടിയിട്ടിരിക്കുന്ന വെയർ ഹൗസിലെ, ചില ഉപകരണങ്ങൾ പരിശോധിച്ചിട്ട് വരാൻ, രണ്ട് അസിസ്റ്റന്റ്മാരോടൊപ്പം പോയ സൂപ്പർവൈസർ ഉച്ചയായിട്ടും തിരിച്ചെത്തിയില്ല. പത്തു മിനുട്ട് വീതം യാത്രയ്ക്കും 15 മിനുട്ട് പരിശോധനയ്ക്കുമായും വേണ്ടി വന്നാലും 8.45ന് മുൻപ് അവർ തിരിച്ചെത്തേണ്ടതാണ്.

ഫോണിൽ വിളിച്ചന്വേഷിച്ചപ്പോഴാണ് പ്രശ്നം മനസ്സിലായത്. മാസ്റ്റർ കീ മുതൽ കാറിന്റെ കീ വരെ സകലതും ഉപയോഗിച്ച് നോക്കിയിട്ടും ഷട്ടറിന്റെ പൂട്ട് തുറക്കാൻ കഴിയുന്നില്ല. ഇത്രയും സമയം ആന്റി റസ്റ്റ് സ്പ്രേ ഒക്കെ അടിച്ച്, തട്ടിയും മുട്ടിയും പലതവണ ശ്രമിച്ചു നോക്കി. ഇ

പ്പോഴും ശ്രമം തുടരുകയാണ്. ഇനിയും തുറക്കാൻ സാധിക്കുന്നില്ലെങ്കിൽ പൂട്ട്തന്നെ പൊളിക്കേണ്ടി വരും. വിലപിടിച്ച സാധനങ്ങൾ സൂക്ഷിച്ചിട്ടുള്ള വെയർഹൗസിന്റെ പൂട്ട് പൊളിക്കണമെങ്കിൽ നീണ്ട ഫോർമാലിറ്റികളുണ്ട്. അതു കൊണ്ട് ഉദ്ദേശിച്ച പരിശോധന ഉടനെ ഒന്നും നടക്കില്ല. ഇത്രയുമാണ് അദ്ദേഹം പറഞ്ഞതിന്റെ ചുരുക്കം!.

ഷട്ടറിന്റെ പൂട്ട് തുറക്കാനാവുന്നില്ല എന്ന പ്രശ്നം സൂപ്പർവൈസറുടെ മുന്നിൽ ഒരു വലിയ മല പോലെ, വഴിമുടക്കി നിൽക്കുകയാണ് എന്ന് മനസ്സിലായി. അദ്ദേഹം കഴിവിന്റെ പരമാവധി ശ്രമിച്ചിട്ടും, പ്രശ്നപരിഹാരം സാദ്ധ്യമാവുന്നില്ല. കൂടാതെ, ശ്രമങ്ങളൊക്കെ, വീണ്ടും വീണ്ടും പരാജയപ്പെടുന്നതിന്റെ മാനസിക സമ്മർദ്ദവുമുണ്ടായിരുന്നു വാക്കുകളിൽ. ഷട്ടർ തുറക്കുന്ന കാര്യം ഉപേക്ഷിച്ച്, ഉടനെ ഓഫീസിൽ വന്ന്, എമർജൻസി എക്സിറ്റ് ഡോറിന്റെ കീ എടുക്കാൻ ഏർപ്പാട് ചെയ്തു. വെയർ ഹൗസിനകത്ത് തീപ്പിടുത്തം പോലെയുള്ള അത്യാഹിതം ഉണ്ടായാൽ, രക്ഷപ്പെടാനുള്ള വഴികളാണ് എക്സിറ്റ് വാതിലുകൾ. അകത്ത് നിന്ന് ഹാൻഡിൽ ബാറിൽ അമർത്തിയാൽ തുറക്കുന്ന വാതിൽ, പക്ഷേ പുറത്ത് നിന്ന് താക്കോലുപയോഗിച്ച് മാത്രമേ തുറക്കാനാവൂ. തൽക്കാലം ആളുകൾക്ക് അകത്ത് കയറാൻ ആ വഴി ധാരാളം മതിയാകും.

അടുത്ത അരമണിക്കൂറിനകം, അകത്ത് കയറി പരിശോധന നടത്തി സൂപ്പർവൈസറും സംഘവും തിരിച്ചെത്തി. ഒരു പക്ഷേ നിങ്ങൾ ചിന്തിക്കുന്നുണ്ടാവാം, സൂപ്പർവൈസർ ഒരു മണ്ടനാണോ എന്ന്. അങ്ങനെയല്ല എന്നു മാത്രമല്ല, അദ്ദേഹം നമ്മുടെയൊക്കെ പ്രതിബിംബവുമാണ് എന്നതാണ് വാസ്തവം. നമ്മളും, ജീവിതത്തിലെ പല സാഹചര്യങ്ങളിലും, ഇതുപോലെ ചെറുതും വലുതുമായ പ്രശ്നങ്ങളുടെ മുന്നിൽ പതറി നിന്നിട്ടുണ്ടാവാം. നമ്മുടെ കയ്യിലുള്ള കാര്യങ്ങളും, ശക്തിയും മുഴുവനുമുപയോഗിച്ചിട്ടും പരിഹരിക്കാൻ പറ്റാതെ വന്നിട്ടുമുണ്ടാവാം.

എന്തുകൊണ്ടാണ് അങ്ങിനെ സംഭവിക്കുന്നത് എന്നറിയാൻ, മറ്റൊരു സാഹചര്യം കൂടി, നമുക്ക് നോക്കാം.

പ്രശ്നം 2

ഒരു ഗ്രാമത്തിലെ ഇടവഴിയുടെ വശത്തായി, ഒരു പാറ കിടപ്പുണ്ടായിരുന്നു. പിന്നീട് ഗ്രാമം വലുതായി വന്നപ്പോൾ, ഇടവഴിക്കിരുപുറവും വീടുകൾ വന്നു തുടങ്ങി, ചെറിയ ഇടവഴിയാകട്ടെ പൊതുവഴിയായി മാറുകയും ചെയ്തു. പക്ഷേ പാതയുടെ നടുവിലെ പാറയാകട്ടെ, സുഗമമായ യാത്രക്ക് തടസ്സമായിത്തീർന്നു. എങ്ങിനെയും പാറ മാറ്റാതെ, ഗ്രാമപാത വികസിപ്പിക്കാനാവാത്ത സ്ഥിതിയിലായി കാര്യങ്ങൾ. ചുരുക്ക

ത്തിൽ അത് ഗ്രാമത്തിന്റെ ഒരു പൊതുപ്രശ്നം ആയി മാറി.

പാറ അവിടെ നിന്നും മാറ്റാൻ പല വഴികളും നിർദ്ദേശിക്കപ്പെട്ടതിൽ, ക്രെയിൻ കൊണ്ടുവന്ന് പാറ എടുത്തുമാറ്റുന്നതും, ഡൈനാമിറ്റ് ഉപയോഗിച്ച് തകർക്കുന്നതും വീടുകളുടെ സാമീപ്യം കാരണം ഉപേക്ഷിക്കേണ്ടി വന്നു.

കുറെയധികം കല്ലാശാരിമാരെ കൊണ്ടുവന്ന് പാറ പൊട്ടിച്ചെടുക്കാനുള്ള ശ്രമവും പാറയുടെ കടുപ്പം കാരണം നടന്നില്ല. അങ്ങിനെ പ്രശ്നം പരിഹരിക്കപ്പെടാതെ, റോഡ് നിർമ്മാണം തടസ്സപ്പെട്ട് നിൽക്കുമ്പോഴാണ് അയൽഗ്രാമത്തിൽനിന്നും ഒരാൾ തന്റെ സുഹൃത്തിനെ കാണാനായി അവിടെയെത്തിയത്. ഗ്രാമത്തിലെ കീറാമുട്ടിയായ പ്രശ്നത്തിന്, വളരെ ലളിതമായി അദ്ദേഹം പരിഹാരമുണ്ടാക്കി.

അദ്ദേഹം ചെയ്തത്, പാറയുടെ അടുത്ത് തന്നെ, പാതയിൽ ഒരു വലിയ കുഴിയുണ്ടാക്കി, അതിലേക്ക് ആളുകൾ ചേർന്ന് പാറയെ തള്ളിയിട്ട് മണ്ണിട്ട് മൂടുകയായിരുന്നു. ചിലവും അദ്ധ്വാനവും വളരെ കുറവ്. മാത്രമല്ല, കുഴിയിൽ നിന്നെടുത്ത മണ്ണ് പാത വികസിപ്പിക്കാനായി ഉപയോഗിക്കുകയും ചെയ്തു.

പരിഹാരങ്ങൾ

പ്രശ്നമുണ്ടെങ്കിൽ പരിഹാരവുമുണ്ട്. പക്ഷേ അതെപ്പോഴും നമ്മൾ ചിന്തിക്കുന്ന, ആഗ്രഹിക്കുന്ന, അറിയാവുന്ന രീതിയിൽ തന്നെ ആവണമെന്നില്ല. നമ്മുടെ കയ്യിൽ ഒന്നോ രണ്ടോ പഴയ താക്കോലുകളുണ്ട്. അത് മാത്രം ഉപയോഗിച്ച്, മുന്നിലുള്ള പൂട്ട് തുറക്കണമെന്ന് വാശി പിടിക്കുന്നതിൽപ്പരം അബദ്ധം വേറെയുണ്ടോ? എന്നാൽ നമ്മളിൽ ഭൂരിപക്ഷവും, ജീവിതത്തിൽ അങ്ങിനെയാണ് ചെയ്യുന്നത് എന്നതാണ് വാസ്തവം.

ഏതൊരു പ്രശ്നത്തിനും, ഒന്നിലധികം പരിഹാരങ്ങളുണ്ടാവും. അത് മനസ്സിലാക്കുക എന്നതാണ്, പ്രശ്ന പരിഹാരത്തിന്റെ പ്രാഥമിക ഘടകം. ഇത് മനസ്സിലാക്കിയാൽ തന്നെ നമ്മൾ പകുതി പ്രശ്നം പരിഹരിച്ചു എന്നു കരുതാം. രണ്ടാമതായി ഒരു പ്രശ്നമുണ്ടാവുമ്പോൾ, നമ്മൾ ലക്ഷ്യത്തിൽ നിന്നും പ്രശ്നത്തിലേക്ക് ശ്രദ്ധ കേന്ദ്രീകരിക്കുന്നതാണ്, പരിഹാര മാർഗ്ഗങ്ങൾ അടയുന്നതിന്റെ പ്രധാന കാരണം.

ഉദാഹരണമായി, സൂപ്പർവൈസറുടെ കാര്യമെടുത്താൽ, പൂട്ട് തുറക്കാതായതോടെ, അകത്ത് കയറി പരിശോധന നടത്തുക എന്നതിൽ നിന്നും എങ്ങിനെയെങ്കിലും പൂട്ടു തുറക്കുക എന്ന ലക്ഷ്യത്തിലായി ശ്രദ്ധ മുഴുവൻ. ആലോചിച്ച് നോക്കിയാൽ, ഇതുപോലെ യഥാർത്ഥ ല

ക്ഷ്യം മറന്ന് പ്രശ്നങ്ങളുടെ പുറകെ പോയ ധാരാളം സാഹചര്യങ്ങൾ നമ്മുടെ ജീവിതത്തിലും കാണാൻ കഴിയും.

വ്യത്യസ്തമായി ചിന്തിക്കുക, വ്യത്യസ്ത ആംഗിളുകളിൽ നിന്നും പ്രശ്നത്തെ നിരീക്ഷിക്കുക, പരിഹാരമായേക്കാവുന്ന കുറെയധികം സാദ്ധ്യതകൾ പരീക്ഷിക്കുക എന്നതൊക്കെയാണ്, പ്രശ്നങ്ങൾ പരിഹരിക്കാനുള്ള പ്രധാനവഴികൾ.

വ്യത്യസ്ത സാദ്ധ്യതകളെപ്പറ്റി ചിന്തിക്കുമ്പോൾ, മനസ്സിൽ വരുന്ന എല്ലാ കാര്യങ്ങളും പരിഗണിക്കുക, അവ എത്ര തന്നെ മണ്ടൻ/ഭ്രാന്തൻ ആശയമായാൽപ്പോലും തള്ളിക്കളയരുത്. പലപ്പോഴും, ഒറ്റനോട്ടത്തിൽ ഒരിക്കലും നടപ്പാകില്ല എന്നുറപ്പുള്ള കാര്യങ്ങളിൽ നിന്നായിരിക്കും, എളുപ്പത്തിൽ നടപ്പാക്കാനാവുന്ന കാര്യങ്ങളുടെ വഴി തെളിയുന്നത്. അതുകൊണ്ട് ഒരു സാദ്ധ്യതയേയും വിശകലനം ചെയ്യാതെ ഉപേക്ഷിക്കാതിരിക്കുക. കഴിയുമെങ്കിൽ ഒരു പേപ്പറിൽ എഴുതി വച്ച്, നടപ്പാകാത്തവ ഓരോന്നായി വെട്ടിക്കളയാം.

ഇക്കാര്യങ്ങൾ നിസ്സാരമായി ആർക്കും ചെയ്യാവുന്നയാണ്. എന്നിരുന്നാലും, മറ്റുള്ളവരുടെ അഭിപ്രായം തേടുന്നതും മിക്കപ്പോഴും ഗുണകരമാവും. കാരണം, നമ്മുടെ മനസ്സിൽ തോന്നാത്ത കാര്യങ്ങളാവും, പലപ്പോഴും മറ്റുള്ളവരിൽ നിന്നും കിട്ടുന്നത്. പ്രശ്നങ്ങൾ ഓരോരുത്തർക്കും വ്യത്യസ്തമായിരിക്കുമെങ്കിലും, അവയിൽ നിന്നൊരു ഒളിച്ചോട്ടം സാദ്ധ്യമല്ലാത്തതിനാൽ, നമുക്കവയെ ബുദ്ധിപൂർവ്വം നേരിടാം, യുക്തിപരമായി പരിഹരിക്കാം. പ്രശ്നങ്ങൾ പരിഹരിക്കാനുള്ള കഴിവ് എല്ലാവർക്കുമുണ്ട്. പക്ഷേ മിക്കവരും തങ്ങളുടെ ഈ കഴിവ് കാണാതെ പോകുന്നു എന്ന് മാത്രം.

സ്വന്തം കാര്യം സിന്ദാബാദ് !

നമ്മുടെ നിയന്ത്രണത്തിലല്ലാത്ത, പൊതുവായ പ്രശ്നങ്ങൾ വരുമ്പോൾ, അവയുടെ പരിഹാരം എങ്ങിനെ കാണാം എന്നതിനെക്കുറിച്ച് കൂടി ചിന്തിച്ചു നോക്കാം. സ്വന്തം വീട്ടിൽ കറണ്ട് പോയാൽ പോലും, ആദ്യം പുറത്തിറങ്ങി മറ്റു വീടുകളിലും കറണ്ട് പോയോ എന്നു നോക്കുകയും, എല്ലാ വീട്ടിലും കറണ്ട് പോയിട്ടുണ്ടെങ്കിൽ, സമാധാനമായി എന്നു കരുതുന്നവരുമാണ്, ഭൂരിഭാഗം മലയാളികൾ എന്നു പറയുന്നതിൽ കുറെയൊക്കെ വാസ്തവമുണ്ട്.

എല്ലാവർക്കും പൊതുവായ പ്രശ്നം വരുമ്പോൾ, ഇതിലെനിക്കൊന്നും ചെയ്യാനില്ല എന്ന് ചിന്തിക്കുന്നതിന് പകരം 'പ്രശ്നമുണ്ടെങ്കിൽ പരിഹാരവുമുണ്ട്' എന്ന് നമ്മൾ നമ്മളോട് തന്നെ പറയണം. ഒപ്പം പരിഹാരത്തിന് ശ്രമിക്കുകയും വേണം. ശ്രമിച്ച് പരാജയപ്പെട്ടാൽ പോലും, അവ നമുക്ക് അറിവും, അനുഭവപരിചയവും ആയി മാറും എന്നത് ഏറെ പ്രധാനപ്പെട്ട കാര്യമാണ്.

നമുക്ക് നിയന്ത്രണമില്ലാത്ത പൊതുവായ പ്രശ്നങ്ങൾക്കിടയിലും, നമ്മുടെ സ്വന്തം പ്രശ്നങ്ങൾ പരിഹരിക്കപ്പെടുന്ന ചില സാഹചര്യങ്ങൾ കണ്ട് നോക്കാം.

1. പവർ കട്ട് തന്ന എട്ടിന്റെ പണി

ഇവിടത്തെ ട്രാൻസ്ഫോർമർ കേടായി, 24 മണിക്കൂർ എടുക്കും ശരിയാവാൻ, വേറൊരു ദിവസം കാണാം എന്ന് ഒരു മേയ്മാസ അവധിക്കിടയിൽ സുഹൃത്ത് വിളിച്ച് പറഞ്ഞപ്പോൾ വിഷമം തോന്നി. അത്രയും ചൂടിൽ ഫാൻ പോലുമില്ലാതെ ഒരു ദിവസം തള്ളിനീക്കുന്നത് ഏറെ ക്ലേശകരമാണെന്നറിയാമായിരുന്നു.

പക്ഷേ അദ്ദേഹം, തുടർന്നു പറഞ്ഞ കാര്യങ്ങളാണ് കൂടുതൽ വിഷമമുണ്ടാക്കിയത്. തൊട്ടയൽവക്കത്ത്, ഹോംനഴ്സിന്റെ പരിചരണത്തിലുള്ള അപ്പൂപ്പൻ, ചൂടു താങ്ങാനാവാതെ ബഹളമുണ്ടാക്കുന്നു. അപ്പുറത്തെ വീട്ടിൽ 17 ദിവസം മാത്രം പ്രായമുള്ള ഇരട്ടക്കുട്ടികൾ രാത്രി മുഴുവൻ കരച്ചിലായിരുന്നു. ഇനി ഒരു പകലും രാത്രിയും കൂടെ കഴിച്ചു കൂട്ടാനാവാത്തതിനാൽ, അവർ ഒരു ബന്ധുവിന്റെ വീട്ടിലേക്ക് മാറാൻ ആലോചിക്കുന്നു. ബോംബെയിൽ നിന്നും വന്ന, സുഹൃത്തിന്റെ സഹോദരിയും മക്കളും തിരിച്ചു ഭർത്താവിന്റെ വീട്ടിലേക്ക് പോകാൻ പാക്ക് ചെയ്യുന്നു. എന്തെങ്കിലും പരിഹാരം കണ്ടു പിടിക്കാനാവശ്യപ്പെട്ടപ്പോൾ, അത് KSEB ആണ് ചെയ്യേണ്ടത് എന്നായി സുഹൃത്ത്. സ്വാഭാവികമായും ആരും അങ്ങിനെയേ ചിന്തിക്കൂ.

കുറച്ച് പൈസ ചിലവഴിക്കാമോ എന്ന് ചോദിച്ചതിന് പണം പ്രശ്നമല്ല, കറണ്ട് വന്നാൽ മതിയെന്ന മറുപടിയും കിട്ടി.

പിന്നെല്ലാം ഒരു മണിക്കൂറിനകം നടന്നു. KSEBയിൽ വിവരമറിയിച്ചതിനു ശേഷം, ഒരു ഇലക്ട്രീഷ്യന്റെ സഹായത്തോടെ, മൂന്നു വീട്ടുകാരും ചേർന്ന് ഒരു ജനറേറ്റർ വാടകക്കെടുത്തു. മൂന്ന് വീടുകളിലും കണക്ഷൻ കൊടുത്ത് ഫാൻ, ലൈറ്റുകൾ, ഫ്രിഡ്ജ്, ടി.വി. എന്നിവ പ്രവർത്തിപ്പിച്ചു.

നാട്ടുകാരെ മുഴുവൻ ബാധിച്ച, പൊതുവായ പ്രശ്നങ്ങൾക്കിടയിലും അവരുടെ സ്വകാര്യ പ്രശ്നം അങ്ങിനെ പരിഹരിക്കപ്പെട്ടു.

2. ജോഷി (എയർ ഇൻഡ്യ) ചതിച്ചാശാനേ!

ഭാര്യയും ഭാര്യയുടെ സുഹൃത്തുക്കളും ഉൾപ്പെട്ട ഒരു വേദിയിൽ, പ്രശ്നങ്ങളെക്കുറിച്ച് 4 മണിക്കൂർ സംസാരിച്ചതിന്റെ രണ്ടാമത്തെ ആഴ്ചയിലാണ് എയർ ഇൻഡ്യ ഒരു മുട്ടൻ പണി തന്നത്. കുടുംബസമേതം ഒരാഴ്ചത്തെ അവധിക്ക്, നാട്ടിലേക്ക് പോകാനായി ഷാർജ അന്താരാഷ്ട്ര വിമാനത്താവളത്തിൽ രാവിലെ 11.15ന് എത്തി. ഷാർജ – കൊച്ചി എയർ ഇൻഡ്യാ എക്സ്പ്രസ് ഉച്ചയ്ക്ക് 1.30 ന് ആണ് പുറപ്പെടുന്നത്. ഏകദേ

ശം 11.30 ന് ബോർഡിംഗ് പാസ്സെടുക്കാൻ കൗണ്ടറിലെത്തിയപ്പോൾ ആൾക്കൂട്ടവും ബഹളവുമാണ് കണ്ടത്. കാരണം, ഫ്ളൈറ്റ് കാൻസൽഡ്!

രാത്രിയിലെ ഫ്ളൈറ്റിന് കൊച്ചി കോഴിക്കോട് എന്നിവിടങ്ങളിലേക്ക് പോകാൻ തയ്യാറായവർക്കും, രാത്രിയിലെ ദുബായ് – കൊച്ചി വിമാനത്തിൽ താൽപ്പര്യമെടുത്തവർക്കും അവയിലെ ഏതാനും ഒഴിവുള്ള സീറ്റുകൾ, എയർ ഇൻഡ്യാ ഉദ്യോഗസ്ഥർ പകുത്തു കൊടുക്കുന്നു. വേറെ ചിലർക്ക് അടുത്ത ദിവസത്തെ വിമാനത്തിൽ സീറ്റ് കിട്ടുന്നു.

ചുരുക്കത്തിൽ മുപ്പതോളം പേർക്ക് ടിക്കറ്റ് മാറിക്കൊടുത്തു. സ്വന്തം കുടുംബമടക്കം 140 ഓളം വരുന്ന മറ്റു യാത്രക്കാരുടെ കാര്യം കഷ്ടത്തിലായി.

നേരത്തെ തീരുമാനിച്ചുറപ്പിച്ച ചില പരിപാടികൾക്കായി, പിറ്റേദിവസം രാവിലത്തെ ട്രെയിനിന് ടിക്കറ്റ് ബുക്ക് ചെയ്തിട്ടുണ്ട്. ഈ വിമാനത്തിൽ പോയില്ലെങ്കിൽ എല്ലാ പരിപാടികളും തെറ്റുമെന്ന് മാത്രമല്ല, നാട്ടിൽ യാത്രയ്ക്കായി ലീവെടുത്ത് തയ്യാറായിരിക്കുന്ന മറ്റു കുടുംബാംഗങ്ങളും പ്രശ്നത്തിലാവും. പക്ഷേ വിമാനം റിപ്പയറായി കൊച്ചിയിൽ കിടപ്പാണ്. എങ്ങിനെ അതിൽ യാത്ര ചെയ്യാൻ കഴിയും എന്നത് കുഴക്കുന്ന പ്രശ്നമാണ്.

'ഇനി എന്താണ് ചെയ്യുക? എന്താണൊരു വഴി? എന്തെങ്കിലുമൊരു പരിഹാരം കാണണമല്ലോ?' പകുതി ആത്മഗതമായും പകുതി ഭാര്യയോടുമായി ചോദിച്ചു.

'ഇറ്റ് ഈസ് ഇൻക്യൂറബിൾ... ഇതിനു പരിഹാരം ഇല്യ' ഭാര്യ മണിച്ചിത്രത്താഴിലെ തിലകനായി മാറി. കൂടെ ഒരു ഒളിയമ്പും, 'വ്യത്യസ്തമായി ചിന്തിക്കുക, പരിഹാരം എപ്പോഴും നമ്മൾ പ്രതീക്ഷിച്ച വഴിയിലായിരിക്കണമെന്നില്ല' കഴിഞ്ഞ സെഷനിൽ ഞാൻ തന്നെ പറഞ്ഞ വാക്കുകൾ! ഇപ്പോൾ എനിക്കെതിരെ പ്രയോഗിക്കുന്നു. നാലു മണിക്കൂർ ക്ലാസ്സിൽ ഇരുത്തി വധിച്ചതിന്റെ പ്രതികാരം!

എന്തായാലും അടുത്ത പത്ത് മിനിട്ട് വ്യത്യസ്തമായി തന്നെ ചിന്തിച്ചു. പല വഴികളും, 140 പേർ ചേർന്ന് ഒരു വിമാനം ചാർട്ടർ ചെയ്യുന്നതുൾപ്പെടെ, പലതും കടന്നു വന്നു. പക്ഷേ ഒന്നും ക്ലിക്കായില്ല. അപ്പോഴാണ്, മുന്നിലേക്ക് മറ്റൊരാൾ കടന്നു വന്നത്. ഉച്ചയ്ക്ക് 1.05ന് കൊച്ചിയിലേക്കു പോകുന്ന എയർ അറേബ്യ വിമാനത്തിലെ ഒരു യാത്രക്കാരൻ. ബഹളം എന്താണെന്നറിയാൻ സമീപിച്ചതാണ്. കാര്യം അറിഞ്ഞപ്പോൾ എയർ ഇൻഡ്യ ഗഡികളെ നമ്പാൻ കൊള്ളൂല എന്നും പറഞ്ഞ്, കയ്യിലെ എയർ അറേബ്യയുടെ ബോർഡിംഗ് പാസ്കൊണ്ട് മീശ തടവി അ

യാൾ പോയി.

ആ ബോർഡിംഗ് പാസ്സ് കണ്ടപ്പോൾ, പെട്ടെന്ന് മുന്നിൽ ഒരുവഴി തെളിഞ്ഞു. എന്തായാലും ശ്രമിക്കുക തന്നെ. ശ്രമിച്ചിട്ട് പരാജയപ്പെട്ടാലും സാരമില്ല.

ഉടൻ തന്നെ, ടിക്കറ്റ് ബുക്ക് ചെയ്ത ഏജന്റിനെ വിളിച്ച് എയർ ഇന്ത്യയുടെ ടിക്കറ്റ് ക്യാൻസൽ ചെയ്യാനും, രാത്രി 9.30ന് ഉള്ള എയർ അറേബ്യയിൽ കുടുംബത്തിന് ടിക്കറ്റ് ബുക്ക് ചെയ്യാനും പറഞ്ഞു. 5 മിനിട്ടിനകം രാത്രിയിലെ വിമാനത്തിന്റെ ടിക്കറ്റ് PNR നമ്പർ ഏജന്റ് അയച്ചു തന്നു. അതു വച്ച്, വിമാനത്താവളത്തിനകത്തെ, എയർ അറേബ്യ ഓഫീസിൽ നിന്നും ടിക്കറ്റ് പ്രിന്റ് ചെയ്തെടുത്തു. അപ്പോഴേക്കും സമയം 12.10 ആയി. എയർ അറേബ്യയുടെ കൗണ്ടറുകൾ അടച്ചു കഴിഞ്ഞു. കയ്യിലുള്ള രാത്രിയിലെ വിമാനത്തിന് ടിക്കറ്റുമായി എയർ അറേബ്യയുടെ ഓഫീസ് മാനേജരെ കണ്ട് കാര്യം അവതരിപ്പിച്ചു.

എയർ ഇന്ത്യ കാൻസൽ ആയ വിവരവും രാത്രിയിലെ ഫ്ളൈറ്റിന്റെ ടിക്കറ്റുമായി ഞങ്ങൾ മൂന്നുപേർ വിമാനത്താവളത്തിനകത്തുള്ള കാര്യവും പറഞ്ഞു. ഇപ്പോൾ 1.05ന് പുറപ്പെടാൻ തയ്യാറായി നിൽക്കുന്ന ഫ്ളൈറ്റിൽ ബുക്ക് ചെയ്തവർ, ആരെങ്കിലും 3 പേർ വന്നിട്ടില്ലെങ്കിൽ, ആ സീറ്റ് ഞങ്ങൾക്ക് തന്നാൽ. രാത്രിയിലെ ഫ്ളൈറ്റിൽ, ഞങ്ങൾക്ക് പകരം വേറെ 3 പേർക്ക് യാത്ര ചെയ്യാമല്ലോ? പുതിയ 3 ടിക്കറ്റ് വിൽക്കുന്ന വകയിൽ, എയർ അറേബ്യക്ക് ധനലാഭം, ഞങ്ങൾക്ക് സമയലാഭം. പ്രൊപ്പോസൽ കേട്ടപ്പോൾ അദ്ദേഹത്തിന് വളരെ സന്തോഷം. അത് കണ്ടപ്പോൾ, ഞങ്ങൾക്ക് അതിലേറെ സന്തോഷം!

ഏതായാലും വിമാനത്തിൽ നാല് സീറ്റുകൾ ഒഴിവുണ്ടായിരുന്നു. അതിൽ 3 എണ്ണം ഞങ്ങൾക്ക് കിട്ടി. സമയം വൈകിയത് കൊണ്ട്, വിമാനത്തിലെത്തുന്നത് വരെ, ഒരു ഗ്രൗണ്ട് സ്റ്റാഫ് എല്ലാ സഹായത്തിനും കൂടെ ഉണ്ടായിരുന്നു.

ഞങ്ങൾക്കായി കാത്തു കിടന്ന വിമാനം, അന്ന് 4 മിനുട്ട് വൈകിയാണ് പുറപ്പെട്ടത്. ഏതായാലും ഉദ്ദേശിച്ചതിലും അരമണിക്കൂർ നേരത്തെ പുറപ്പെടാനും കൊച്ചിയിൽ എത്താനും സാധിച്ചു. നമുക്ക് ഒന്നും ചെയ്യാനില്ല എന്ന് പ്രത്യക്ഷത്തിൽ തോന്നുന്ന, പല പൊതുവായ പ്രശ്നങ്ങൾക്കും, ഇത് പോലെ വ്യത്യസ്തമായി ചിന്തിച്ചാൽ പരിഹാരമുണ്ടാക്കാം.

3. ട്രാഫിക്ക് കുരുക്ക് മുറുകിയപ്പോൾ

മുപ്പത്, നാൽപ്പത് കിലോമീറ്റർ ദൂരം വാഹനങ്ങൾ അരിച്ചരിച്ച് നീങ്ങുന്ന, ഷാർജ – ദുബായ് ട്രാഫിക്ക് പ്രശ്നങ്ങൾ ഏറെ പ്രസിദ്ധമാണ്.

താമസിക്കുന്ന റസിഡൻഷ്യൽ ഏരിയയുടെ രണ്ടു വശത്തുമായാണ്, ദുബായിലേക്കുള്ള രണ്ടു പ്രധാന റോഡുകൾ പോകുന്നത്. ഫ്ളാറ്റിൽ നിന്നും നടന്നാൽ വെറും മൂന്നു മിനിട്ടുകൊണ്ട് എത്താവുന്ന, മെയിൻ റോഡിലേക്ക് കയറാൻ രാവിലെ കാറിൽ പോകുമ്പോൾ 10-12 മിനിട്ട് സമയമെടുക്കാറുണ്ട്. ആ സമയം കൂടി കണക്കാക്കിയാണ്, എന്നും രാവിലെ ഇറങ്ങാറുമുള്ളത്. അതിനിടയിലാണ്, രണ്ട് പ്രധാന റോഡുകളിലൊരെണ്ണം, മേജർ അറ്റകുറ്റപ്പണികൾക്കായി അടച്ചത്.

ഏകദേശം പത്തു മാസത്തോളം നീണ്ടു നിന്ന നവീകരണ ജോലികൾ കുറച്ചൊന്നുമല്ല താമസക്കാരെ വലച്ചത്. ആയിരക്കണക്കിന് വാഹനങ്ങൾ റസിഡൻഷ്യൽ ഏരിയയുടെ വിവിധ ഭാഗങ്ങളിൽ നിന്നും, ഒരുമിച്ച് ആകെയുള്ള ഒരേയൊരു പ്രധാന റോഡിലേക്ക് കയറാൻ തുടങ്ങി. പ്രധാന റോഡ് ഒരെണ്ണം മാത്രമായതോടെ റസിഡൻഷ്യൽ ഏരിയക്കകത്ത് താമസിക്കുന്നവർക്ക്, പ്രധാന റോഡിലെത്തുക എന്നത് വളരെ സമയമെടുക്കുന്നതും ബുദ്ധിമുട്ടുമായി മാറി.

ട്രാഫിക്ക് പ്രശ്നം മുന്നിൽ കണ്ട് ആദ്യദിനം, 15 മിനിട്ട് നേരത്തെ യാത്ര തുടങ്ങി. പക്ഷേ, അതുകൊണ്ട് കാര്യമുണ്ടായില്ല. മെയിൻ റോഡിലെത്താൻ 50 മിനിട്ടെടുത്തു. അടുത്തതായി, സാധാരണയിലും അര മണിക്കൂർ നേരത്തെ ഇറങ്ങിയപ്പോൾ, ബിൽഡിംഗിന് പുറത്ത് കടക്കാൻ തന്നെ ബുദ്ധിമുട്ടായി. കാരണം, ആ സമയത്ത് തിരക്ക് അത്രയ്ക്കധികമുണ്ട്. പത്ത് ദിവസത്തിനകം, പതിവിൽ നിന്നും 55 മിനിട്ട് നേരത്തെയിറങ്ങിയാൽ, സമയത്തിന് ഓഫീസിലെത്താം എന്ന് മനസ്സിലായി. പക്ഷേ, രാവിലത്തെ ഒരു മണിക്കൂർ എന്നത് വളരെ വിലയേറിയതാണ്.

താമസിക്കുന്ന ഏരിയയിലെ തുല്യ ദുഃഖിതരായ പലരോടും സംസാരിച്ചെങ്കിലും പരിഹാരമൊന്നുമായില്ല. പൊതുവായി എല്ലാവരെയും ബാധിക്കുന്ന പ്രശ്നമല്ലേ? എന്തു ചെയ്യാൻ കഴിയും? അനുഭവിക്കുക തന്നെ, എന്നാണവരുടെ ചിന്ത.

വ്യത്യസ്തമായി ചിന്തിക്കാൻ തുടങ്ങിയത് അങ്ങനെയാണ്. പല മാർഗ്ഗങ്ങൾ ചിന്തിച്ചതിനൊടുവിൽ ഒരു പരിഹാരം തെളിഞ്ഞു കിട്ടി. രാവിലെ 5.30ന് ട്രാഫിക്ക് തുടങ്ങുന്നതിന് മുൻപായി കാറെടുത്ത്, പ്രധാന റോഡിലേക്ക് കയറുന്നതിനടുത്ത് എവിടെയെങ്കിലും പെയ്ഡ് പാർക്കിംഗിൽ (രാവിലെ 8 മണി വരെ സൗജന്യമാണ്) പാർക്ക് ചെയ്യുക.

ഓഫീസിലേക്ക് ഇറങ്ങുമ്പോൾ, മൂന്ന് മിനിട്ട് സമയം നടന്ന് ചെന്ന് കാറിലെത്തും. അവിടെ നിന്നും പ്രധാന റോഡിലേക്ക് കയറാൻ വെറും 5 മിനിട്ട് മതിയാകും. ഫലത്തിൽ, സാധാരണ ഗതിയിൽ ഇറങ്ങുന്നതിനെക്കാളും നാലഞ്ച് മിനുട്ട് ലാഭം!

നമുക്ക് യാതൊരു നിയന്ത്രണവുമില്ലാത്ത പൊതുവായ പ്രശ്നങ്ങളായാലും, വേറിട്ട പരിഹാരം അതിലുമുണ്ടാകും എന്നോർമ്മിക്കണം നമ്മൾ. കുറഞ്ഞപക്ഷം നമ്മുടെ പ്രശ്നങ്ങൾ എങ്കിലും പരിഹരിക്കാൻ നമുക്ക് സാധിക്കും.

സ്വന്തം കാര്യം സിന്ദാബാദ്. (സ്വന്തം കാര്യം മാത്രം സിന്ദാബാദ് എന്നു പറഞ്ഞാൽ, അത് സ്വാർത്ഥതയായി) പ്രശ്നങ്ങൾ ഉള്ളവർ ധാരാളം, എന്നാൽ പരിഹരിക്കാൻ ശ്രമിക്കുന്നവർ വിരളം എന്നതാണ് സാമൂഹ്യ യാഥാർത്ഥ്യം.

പുതിയ വർഷവും പഴയ മനുഷ്യരും

ആറാം തമ്പുരാൻ എന്ന സിനിമയിൽ നായക കഥാപാത്രത്തിന്റെ ഒരു ചോദ്യമുണ്ട്. നമ്മുടെ കയ്യിൽ വിൽക്കാനായി ഉള്ളത് ഒരു ചക്കയാണ്, പക്ഷേ അതിന് നമ്മൾ ആഗ്രഹിക്കുന്നത് വലിയൊരു തുകയുമാണ്. എങ്ങിനെ കിട്ടും എന്നതാണ് ചോദ്യം. അതായത് നമ്മൾ ആഗ്രഹിക്കുന്നത്, വലിയ വലിയ കാര്യങ്ങളാണെങ്കിൽ നമ്മുടെ മൂല്യം വർദ്ധിക്കാതെ അതൊക്കെ എങ്ങിനെ ലഭിക്കും എന്നതാണ് യഥാർത്ഥ ചോദ്യം.

ഉയർന്ന പ്രതീക്ഷകളും, സ്വപ്നങ്ങളുമായി ഓരോ പുതിയ വർഷത്തെയും സ്വാഗതം ചെയ്യുമ്പോൾ, അവ സാക്ഷാത്ക്കരിക്കുവാൻ, ഓരോന്നും നേടിയെടുക്കുവാൻ, അറിവിലും, കഴിവിലും അനുഭവ പരിചയത്തിലും, വൈദഗ്ധ്യത്തിലും, നിപുണതയിലും, പക്വതയിലും, പെരുമാറ്റത്തിലും, പ്രവൃത്തിയിലും, ചിന്തയിലും ഒക്കെ നമ്മളും ഉയരേണ്ടതല്ലേ? മാറേണ്ടതല്ലേ?

തീർച്ചയായും അതെ, എന്നെല്ലാവരും സമ്മതിക്കും. പക്ഷേ പുതിയ വർഷത്തെ റസല്യൂഷൻ ഉണ്ടാക്കാൻ അധികം ബുദ്ധിമുട്ടേണ്ടി വരില്ല മിക്കവർക്കും. മുൻവർഷങ്ങളിലെ റസലൂഷൻ പൊടിതട്ടിയെടുത്താൽ മാത്രം മതിയാകും. പലപ്പോഴും എടുത്താൽ പൊങ്ങാത്ത, പ്രായോഗികമല്ലാത്ത തീരുമാനങ്ങൾ എടുക്കുന്നതാണ് നടപ്പിലാക്കുന്നതിൽ പ്രശ്നമായി ഭവിക്കുന്നത് എന്ന് ശ്രദ്ധിച്ചാൽ മനസ്സിലാവും.

ചെറിയ ചെറിയ മാറ്റങ്ങൾ, പലപ്പോഴും ജീവിതത്തിൽ മികച്ച ഫലങ്ങൾ കൊണ്ടുവരാറുണ്ട് എന്നതിനാൽ അത്തരം ചെറിയ തീരുമാനങ്ങൾ എടുക്കുകയും നടപ്പാക്കുകയും ചെയ്യുക എന്നതാണ് മികച്ച പോംവഴി.

തൊഴിൽ/ ബിസിനസ്സ് ചെയ്യുന്നവർ, വിദ്യാർത്ഥികൾ, വീട്ടമ്മമാർ/ വിശ്രമ ജീവിതം നയിക്കുന്നവർ, എന്നിവർക്ക് ചെയ്യാവുന്ന ചില ചെറിയ കാര്യങ്ങൾ നമ്മുക്ക് നോക്കാം.

തൊഴിൽ/ ബിസിനസ്സ് മേഖലയിലുള്ളവർ

1. വരുന്ന വർഷത്തിൽ നമ്മുടെ തൊഴിൽ/വ്യാപാര മേഖലയുമായി ബന്ധപ്പെട്ട, പുതിയ വിഷയങ്ങൾ ഉൾക്കൊള്ളുന്ന നാലു പുസ്തകങ്ങൾ ഒറ്റയ്ക്കോ കൂട്ടുകാരുമായി ഒത്ത് ചേർന്ന് ചർച്ച ചെയ്തോ വായിക്കാം, ഒപ്പം അവയുടെ സംക്ഷിപ്തം ഉൾക്കൊള്ളുന്ന നോട്ട് തയ്യാറാക്കുകയും ചെയ്യാം.
2. നമ്മുടെ തൊഴിൽ/വ്യാപാര മേഖലയുമായി, ബന്ധപ്പെട്ട പരിശീലന പരിപാടികളിൽ, കുറഞ്ഞത് 3 എണ്ണത്തിലെങ്കിലും പങ്കെടുക്കാം.
3. നമ്മുടെ മേഖലയുമായി ബന്ധപ്പെട്ട, എക്സിബിഷനുകൾ, വ്യവസായ/വ്യാപാര സ്ഥാപനങ്ങൾ, തുടങ്ങിയവയിൽ കുറഞ്ഞത് രണ്ട് സന്ദർശനം എങ്കിലും ഈ വർഷം നടത്താം.
4. പ്രധാനമായി, നമ്മുടെ കർമ്മ മേഖലയുമായി ബന്ധപ്പെട്ട, ഒരു കോഴ്സെങ്കിലും ഈ വർഷത്തിൽ പഠിക്കാം.
5. ഇതുവരെ നമുക്കില്ലാതിരുന്ന, എന്നാൽ നമ്മുടെ മേഖലയിൽ സഹായമാവുന്ന കഴിവുകൾ, അതിൽ ഒരെണ്ണമെങ്കിലും, പുതിയ വർഷത്തിൽ വികസിപ്പിക്കാം.

വിദ്യാർത്ഥികൾ

1. നീയൊക്കെ എന്തിനാ പഠിക്കുന്നേ? എന്ന്, ഇന്നസെന്റിന്റെ കഥാപാത്രം ഗോഡ്ഫാദർ എന്ന സിനിമയിൽ ചോദിക്കുന്നുണ്ട്. ഈ വർഷം തുടങ്ങുമ്പോൾ, ആ ചോദ്യം നമുക്ക് നമ്മോട് തന്നെ ചോദിക്കാം. നമ്മൾ എന്തിനാണ് പഠിക്കുന്നത്? പഠിക്കുന്ന കാര്യങ്ങൾ, ജീവിതത്തിൽ എവിടെ, എങ്ങിനെ ഉപയോഗപ്പെടുത്താം. നമ്മുടെ ഭാവി ഈ മേഖലയിൽ എവിടെയായിരിക്കും? നമ്മെ പഠിപ്പിക്കുന്നതിന് പകരമായി കുടുംബത്തിന്, ഒപ്പം സമൂഹത്തിനും ഒക്കെ നമ്മൾ എന്താണ് തിരിച്ച് നൽകാൻ പോകുന്നത്? നമ്മളും, നമ്മൾ നേടുന്ന വിദ്യാഭ്യാസവും സമൂഹത്തിന്, ലോകത്തിന് എങ്ങിനെ പ്രയോജനപ്പെടും? നമ്മൾ ഭാവിയിൽ എങ്ങിനെ അറിയപ്പെടും, വിലയിരുത്തപ്പെടും? ഇത്തരം ചോദ്യങ്ങൾക്കുള്ള ഉത്തരം അതായത്, നമ്മൾ പഠിക്കുന്നതിന്റെ, ഒരു സ്റ്റേറ്റ്മെൻറ് ഓഫ് പർപ്പസ് (SOP) തയ്യാറാക്കാം.
2. നമ്മൾ പഠിക്കുന്ന വിഷയവുമായി ബന്ധപ്പെട്ട വിദഗ്ദരായ ആളുകളുമായി, നേരിട്ടോ അല്ലാതെയോ ബന്ധം/സൗഹൃദം ഉണ്ടാക്കാം.

നമ്മുടെ വീക്ഷണവും, ലക്ഷ്യവും, ഭാവിയും, രൂപപ്പെടുത്തുന്നതിൽ ഗണ്യമായ പങ്ക്, നമ്മളറിയാതെ തന്നെ അവർ വഹിക്കും.

3. നമ്മുടെ വിഷയം പഠിപ്പിക്കുന്ന, മികച്ച മറ്റു വിദ്യാഭ്യാസ സ്ഥാപനങ്ങൾ, തൊഴിൽ സാദ്ധ്യതയുള്ള വ്യവസായ സ്ഥാപനങ്ങൾ എന്നിവ കുറഞ്ഞത് രണ്ട് തവണ വീതം, മുൻകൂർ അനുമതി വാങ്ങി സന്ദർശിക്കാം. വളരെ പ്രയോജനം ചെയ്യുന്ന കാര്യമാണിത്. ഏറെക്കാലം കിടന്നിരുന്ന കിണറ്റിൽ നിന്നും പുറം ലോകത്തെത്തിയ അനുഭവമായിട്ടാണ് പലരും ഇതിനെ വിശേഷിപ്പിക്കുന്നത്!

4. പഠിക്കുന്ന വിഷയവുമായി ബന്ധപ്പെട്ട ജേർണലുകൾ, സിലബസ്സിന് പുറത്തുള്ള പുസ്തകങ്ങൾ എന്നിവ ചുരുങ്ങിയത് 6 എണ്ണം വരുന്ന വർഷത്തിൽ വായിക്കാം.

5. നമുക്ക് ബുദ്ധിമുട്ടായി തോന്നുന്ന, രണ്ട് വിഷയങ്ങൾ, നമ്മൾ തന്നെ, സുഹൃത്തുക്കൾക്ക് പഠിപ്പിച്ച് കൊടുക്കാം. ഇൻറർനെറ്റ്, അധ്യാപകർ, സീനിയേർസ് തുടങ്ങി എല്ലാവരിൽ നിന്നും സഹായം തേടി, നോട്ട്സ് തയ്യാറാക്കി, നമുക്ക് സുഹൃത്തുക്കളെ പഠിപ്പിക്കാം. സുഹൃത്തുക്കളോട് അതുപോലെ മറ്റു വിഷയങ്ങൾ തിരിച്ച് പഠിപ്പിക്കാൻ ആവശ്യപ്പെടുകയും ചെയ്യാം. പഠിപ്പിക്കുക എന്നതാണ് പഠിക്കാനുള്ള ഏറ്റവും മികച്ച വഴി!

6. കയ്യക്ഷരം മികച്ചതാക്കാൻ വെറും 30 മണിക്കൂർ മതിയാകും. ദിനം തോറും തുടർച്ചയായി കിട്ടുന്ന സമയം ക്രമീകരിച്ച് കയ്യക്ഷരം ഭംഗിയുള്ളതാക്കാം. പരീക്ഷയിൽ കൂടുതൽ മാർക്ക് നേടാം, ആത്മവിശ്വാസവും. ഒപ്പം മറ്റുള്ളവരുടെ അംഗീകാരവും നേടാം.

വീട്ടമ്മമാർ/വിശ്രമജീവിതം നയിക്കുന്നവർ

1. നമ്മൾ പഠിക്കാനാഗ്രഹിച്ചിരുന്ന, അല്ലെങ്കിൽ ഇടയ്ക്ക് വച്ച് നിർത്തിയ ഏതെങ്കിലും കാര്യങ്ങൾ, ഈ വർഷം പഠിക്കാം. സംഗീതം, നൃത്തം, ആർട്ട്സ് & ക്രാഫ്റ്റ്സ് തുടങ്ങിയ ഏത് കാര്യമാണെങ്കിലും, അവ, നമുക്ക് വേണ്ടി, നമ്മുടെ സന്തോഷത്തിനായി മാത്രം പൊടിതട്ടിയെടുക്കാം.

2. പുതിയ കഴിവുകൾ ഏതെങ്കിലും, കുറഞ്ഞത് ഒരെണ്ണമെങ്കിലും ഈ വർഷത്തിൽ നമുക്ക് സ്വായത്തമാക്കാം. യൂട്യൂബിൽ നിന്നുതന്നെ ഒത്തിരി കാര്യങ്ങൾ, മാജിക് പോലും പഠിച്ചെടുക്കാനാവും.

3. മ്യൂറൽ പെയിന്റിംഗ്/വെജിറ്റബിൾ കാർവിംഗ് മുതൽ ആപ്പ് ഡവലപ്പ്മെന്റ് വരെയുള്ള ഏതെങ്കിലും ഒരു പുതിയ കാര്യം ഈ വർഷം

പഠിക്കാം.

4. നമ്മുടെ ചിന്തയേയും, വിജ്ഞാനത്തെയും പരിപോഷിപ്പിക്കുന്ന സെമിനാറുകൾ, സിമ്പോസിയങ്ങൾ, പ്രദർശനങ്ങൾ, ട്രേഡ് ഫെയറുകൾ തുടങ്ങിയവയിൽ കുറഞ്ഞത് 6 എണ്ണത്തിലെങ്കിലും ഈ വർഷത്തിൽ പങ്കെടുക്കാം.

5. ശുഭാപ്തി വിശ്വാസം കൂട്ടുന്ന, മറ്റുള്ളവർക്ക് മാർഗ്ഗനിർദ്ദേശം നൽകാൻ സഹായിക്കുന്ന പുസ്തകങ്ങൾ ധാരാളം വായിക്കാം, അല്ലെങ്കിൽ അത്തരം പ്രോഗ്രാമുകൾ കാണാം.

6. നമ്മുടെ കഴിവുകൾ, എന്തു തന്നെയായാലും അവ സമൂഹത്തിലെ മറ്റുള്ളവർക്ക് ഉപകാരമാവുന്ന വിധത്തിൽ പങ്കുവെയ്ക്കാം. അതിനായി കുറച്ചു സമയം മാറ്റിവയ്ക്കാം. ഏതെങ്കിലും സോഷ്യൽ കമ്യൂണിറ്റിയുടെ ഭാഗമാവാം.

മേൽപ്പറഞ്ഞവ ഓരോന്നും, പരസ്പര ബന്ധമില്ലാത്തതായതിനാൽ, ഏതെങ്കിലും ഒന്നോ രണ്ടോ കാര്യങ്ങൾ നടത്താൻ സാധിച്ചില്ലെങ്കിലും, പ്രശ്നമാവുകയില്ല. പുസ്തകവായന, തടി കുറയ്ക്കൽ എന്നിവയിൽ തുടങ്ങി യാത്രകൾ വരെയുള്ള മറ്റു തീരുമാനങ്ങൾ ഉണ്ടെങ്കിൽ അവയെല്ലാം അതുപോലെ തന്നെ നടക്കട്ടെ. ആർക്കും ചെയ്യാവുന്ന ഒരു കാര്യം കൂടിയുണ്ട്. മാസത്തിൽ ഒരു തവണയെങ്കിലും, ആരെങ്കിലും ഒരാളുടെ ഹൃദയം നിറഞ്ഞുള്ള സന്തോഷത്തിന്, നമ്മൾ കാരണമാവുക. അതിന് പണം വേണമെന്നില്ല. നമ്മുടെ പ്രവൃത്തി, വാക്കുകൾ, സാമീപ്യം, വിവരങ്ങൾ, സാമ്പത്തികമല്ലാത്ത സഹായങ്ങൾ തുടങ്ങി എന്തുമാവാം

ജീവിതം നമ്മുടേതാണ്, അത് മെച്ചപ്പെടുത്തേണ്ടതും തിളക്കമാർന്നതാക്കേണ്ടതും, അതിന്റെ മൂല്യം വർദ്ധിപ്പിക്കേണ്ടതും നമ്മുടെ ഉത്തരവാദിത്തമാണ്... നമ്മുടെ മാത്രം.

സ്വപ്നങ്ങൾ യാഥാർത്ഥ്യമാക്കാൻ...

സ്വപ്നം കാണാത്തവരുണ്ടാവില്ല, പ്രത്യേകിച്ചും ദിവാസ്വപ്നങ്ങൾ. വലിയ വീട്, കാറ്, ഉയർന്ന ബിരുദം, ഉദ്യോഗം, പണം, പ്രശസ്തി, വിദേശ ജോലി, യാത്രകൾ തുടങ്ങിയ ധാരാളം സ്വപ്നങ്ങൾ ഏവർക്കുമുണ്ടാകും. പക്ഷേ മിക്കവരുടെയും സ്വപ്നങ്ങൾ, വെറും സ്വപ്നങ്ങളായിത്തന്നെ അവശേഷിക്കുകയാണ് പതിവ്. അതുകൊണ്ടാണ് സ്വപ്നങ്ങൾ എങ്ങിനെ യാഥാർത്ഥ്യമാക്കാം, എന്നതിനെക്കുറിച്ചുള്ള ചിന്തക്ക് പ്രാധാന്യമേറുന്നത്.

സ്വപ്നങ്ങൾ എന്തുമാവട്ടെ, അത് നമ്മുടെ ലക്ഷ്യമായി മാറുമ്പോഴാണ്, അവ യാഥാർത്ഥ്യത്തിന്റെ പാതയിലേക്ക് വരുന്നത്. അവ നേടിയെടുക്കാൻ, പിന്നീടുള്ള നമ്മുടെ പ്രയത്നങ്ങൾ മുഴുവൻ ആ ഒരു ലക്ഷ്യത്തിലെത്താനായുള്ളതാവണം.

വെറുതെ പ്രയത്നിച്ചാൽ മാത്രം പോര, കൂടെക്കൂടെ പെൻസിലിനെ ഓർക്കുകയും വേണം. കാരണം, വിജയത്തിന് വേണ്ടി എങ്ങിനെ പ്രയത്നിക്കണം എന്ന് പെൻസിൽ നമ്മോട്, പറയാതെ പറയുന്നുണ്ട്. കൂർപ്പിക്കാത്ത പെൻസിൽ കൊണ്ട്, കടലാസിൽ സുഷിരം വീഴ്ത്തുന്നത് എളുപ്പമല്ല. എന്നാൽ മുന കൂർപ്പിച്ച പെൻസിലാണെങ്കിൽ നിഷ്പ്രയാസം സാധിക്കുകയും ചെയ്യും. നമ്മൾ പ്രയോഗിക്കുന്ന മുഴുവൻ ശക്തിയും, അഥവാ പ്രയത്നവും ഒരു ചെറിയ ബിന്ദുവിൽ കേന്ദ്രീകരിക്കുന്ന

ത് കൊണ്ട് കടലാസിനെ തുളച്ചുകയറാൻ പെൻസിലിന് എളുപ്പം കഴിയുന്നു.

അതുപോലെ, നമ്മുടെ ശക്തിയും, ഗുണങ്ങളും, കഴിവുകളും, അറിവുകളും, ബന്ധങ്ങളും, ഒരു കാര്യത്തിനു വേണ്ടി, ഒരു ലക്ഷ്യത്തിന് വേണ്ടി ഉപയോഗിച്ചാൽ, തീർച്ചയായും ലക്ഷ്യത്തിലെത്തുകയും സ്വപ്നങ്ങൾ യാഥാർത്ഥ്യമാവുകയും ചെയ്യും.

സൂര്യപ്രകാശം കൊണ്ട് കടലാസിന് തീ പിടിക്കുകയില്ല. എന്നാൽ സൂര്യപ്രകാശത്തെ ഒരു ലെൻസ് ഉപയോഗിച്ച് ഒരു ബിന്ദുവിൽ കേന്ദ്രീകരിച്ചാൽ കടലാസ് കത്തുന്നത് കാണാം.

പ്രയത്നിക്കാതെ, ശരിയായ രീതിയിൽ പ്രവൃത്തിക്കാതെ, ഒരു സുപ്രഭാതത്തിൽ നമ്മുടെ സ്വപ്നങ്ങൾ യാഥാർത്ഥ്യമാവും എന്നു കരുതി കാത്തിരിക്കുന്നവർ, ജീവിതാവസാനംവരെ കാത്തിരിക്കാൻ മാത്രം വിധിയുള്ളവരാണ് എന്ന വസ്തുത, നമ്മൾ ഉൾക്കൊള്ളുക തന്നെ വേണം. പ്രയത്നത്തിലൂടെ മനുഷ്യന് അസാദ്ധ്യമായ കാര്യങ്ങൾ കുറവാണെന്ന് പറയാം. ഗോളാന്തര യാത്രകൾ വരെ നടത്താൻ ശേഷിയുള്ള മനുഷ്യന്, മറ്റു ചെറിയ കാര്യങ്ങൾ ഒക്കെ നിസ്സാരമാണ്. ആദ്യം തന്നെ, എനിക്കതിന് കഴിയില്ല എന്ന ചിന്ത മാറി, തീർച്ചയായും എനിക്ക് സാധിക്കും എന്ന് മനസ്സിലാക്കണം, ഉറച്ച് വിശ്വസിക്കണം. ആ വിശ്വാസമാണ് നമുക്ക് മുന്നോട്ട് പോകാനുള്ള ഊർജ്ജമായി മാറുന്നത്.

പലപ്പോഴും പലരും നമ്മെ, നിരുത്സാഹപ്പെടുത്തിയെന്നോ, പിന്തിരിപ്പിച്ചെന്നോ വരാം. പക്ഷേ ജീവിതം, ഒന്നേയുള്ളു, അത് നമ്മുടേതാണ്. നമ്മളാരാവണം, എന്താവണം, എന്തൊക്കെ നേടണം എന്ന് തീരുമാനിക്കുന്നത് നമ്മളാണ്.

നേട്ടങ്ങളും വിജയങ്ങളും നമ്മുടെ ആവശ്യവും അവകാശവുമാണ്. ഇത്തരത്തിൽ ചില നിരുത്സാഹപ്പെടുത്തലുകൾ തൃണവൽഗണിച്ച്, ലക്ഷ്യം നേടിയ ചെറുപ്പക്കാരനാണ്, കോട്ടയം ജില്ലയിൽ നിന്നും കഴിഞ്ഞ വർഷം സിവിൽ സർവ്വീസിലെത്തിയ ജോസഫ് കെ. മാത്യു. കഴിഞ്ഞവർഷം, പത്രങ്ങളുടെയും ചാനലുകളുടെയും ശ്രദ്ധ പിടിച്ചുപറ്റിയ ജോസഫ് ഇപ്പോൾ സിവിൽ സർവ്വീസ് ട്രെയിനിംഗിലാണ്. ട്രോമാ കെയറിൽ നിന്നും സിവിൽ സർവ്വീസിലേക്ക്, നഴ്സിംഗ് ജോലിയിൽ നിന്നും സിവിൽ സർവ്വീസിലേക്ക്, തോൽക്കാൻ തയ്യാറാവാത്ത മനസ്സുമായി, ഉയരങ്ങൾ എത്തിപ്പിടിക്കുന്ന ജോസഫ്, എന്നൊക്കെയായിരുന്നു പത്രങ്ങൾ എഴുതിയ തലക്കെട്ടുകൾ.

തികച്ചും സാധാരണ കുടുംബത്തിൽ ജനിച്ച്, സാധാരണ സ്കൂളുകളിൽ പഠിച്ച് കോട്ടയം മെഡിക്കൽ കോളേജിൽ BSc. നഴ്സിംഗ് കഴി

ഞ്ഞ്, ദൽഹി എയിംസിൽ സ്റ്റാഫ് നഴ്സായി ജോലി ചെയ്യുമ്പോഴാണ്, സിവിൽ സർവ്വീസ് എന്ന സ്വപ്നം ജിജോ എന്നു വിളിക്കുന്ന ജോസഫി ന്റെ ലക്ഷ്യമായി മാറിയത്. 12 മണിക്കൂറോളം നീണ്ടു നിൽക്കുന്ന, മിനു ട്ടുകൾ പോലും വിശ്രമമില്ലാത്ത അത്യാഹിത വിഭാഗത്തിലെ ജോലി, ആഴ്ചകൾ തോറും മാറിമറിയുന്ന രാത്രി പകൽ ഷിഫ്റ്റുകൾ എന്നിവ കാരണം, ഏതെങ്കിലും സിവിൽ സർവ്വീസ് അക്കാഡമിയെപ്പോലും ആ ശ്രയിക്കാൻ കഴിയാതെയായി. പക്ഷേ, തന്റെ സ്വപ്നത്തെ വെറും സ്വപ് നമായി അവശേഷിപ്പിക്കാൻ ജോസഫ് തയ്യാറല്ലായിരുന്നു. കിട്ടുന്ന സമ യം മുഴുവൻ റൂമിലിരുന്ന് തന്നെ പഠിച്ചു.

ആദ്യ തവണ, പ്രിലിമിനറിയും മെയിനും ജയിച്ചു കയറി, പക്ഷേ ഇന്റർവ്യൂവിൽ തട്ടി സ്വപ്നം പൊലിഞ്ഞു. രണ്ടാമതും ശ്രമിച്ചു, പക്ഷേ കിട്ടിയില്ല. മൂന്നാമതും ശ്രമിച്ചിട്ടും, സിവിൽ സർവ്വീസിന്റെ വാതിൽ തുറ ന്നില്ല. അപ്പോഴാണ് പലരും നിരുത്സാഹപ്പെടുത്താൻ തുടങ്ങിയത്. വിദേ ശത്ത് നല്ല ജോലി തരപ്പെടുത്തിയ കൂട്ടുകാർ പലവട്ടം ക്ഷണിച്ചെങ്കി ലും തന്റെ ലക്ഷ്യത്തിൽ നിന്നും പിൻമാറാൻ ആ ചെറുപ്പക്കാരൻ തയ്യാ റായിരുന്നില്ല. ജോലിയിലെ മികച്ച പ്രവർത്തനം മൂലം ലഭിച്ച അധിക ഉത്തരവാദിത്തങ്ങളും ഈ കാലഘട്ടത്തിൽ അദ്ദേഹത്തിന്റെ സമയം അ പഹരിച്ചു. പുറ്റിങ്ങൽ വെടിക്കെട്ടപകടമുണ്ടായ സമയത്ത് പ്രധാനമ ന്ത്രിയോടൊപ്പം കേരളത്തിലെത്തിയ വിദഗ്ദ്ധ മെഡിക്കൽ സംഘത്തി ലും ജിജോയുണ്ടായിരുന്നു. പ്രതികൂലമായ സാഹചര്യങ്ങളിൽ നിന്നു കൊണ്ട്, ലക്ഷ്യത്തിലെത്താൻ പ്രയത്നിച്ച ജോസഫ്, സ്വപ്നം യാഥാർ ത്ഥ്യമാക്കാനുള്ള, തന്റെ കഴിവിൽ ഉറച്ചു വിശ്വസിച്ചു.

പക്ഷേ നാലാമതും തോൽവിയറിഞ്ഞ, ജിജോയുടെ ചുണ്ടിൽ കിട്ടാ ത്ത മുന്തിരി പുളിക്കുമെന്നു പറഞ്ഞ് തിരിഞ്ഞു നടന്ന കുറുക്കന്റെ കഥ യല്ല, മറിച്ച് 'പരിശ്രമിച്ചീടുകിലെന്തിനേയും, കരഗതമാക്കാൻ കഴിവുള്ള വണ്ണം...' എന്ന ഗാനമാണുണ്ടായിരുന്നത്. തന്റെ സർവ്വകഴിവുകളും പ്ര യത്നവും ഒരേയൊരു ലക്ഷ്യത്തിലേക്ക് ചുരുക്കിയ ജോസഫ് എന്ന ചെറുപ്പക്കാരന് മുന്നിൽ, ഇന്ത്യൻ സിവിൽ സർവ്വീസിന്റെ വാതിൽ മലർ ക്കെ തുറന്നു. ഒരു അക്കാദമിയിലും പഠിക്കാതെ, പ്രതികൂല സാഹചര്യ ത്തിൽ നിന്നു കൊണ്ട് ജോസഫ് നേടിയ സിവിൽ സർവ്വീസ്, പത്തരമാ റ്റ് തിളക്കമുള്ളതാണ്. സാമൂഹിക മാധ്യമങ്ങളിൽ സജീവമല്ലെങ്കിലും, സിവിൽ സർവ്വീസിന് ശ്രമിക്കുന്നവർക്ക് മാർഗ്ഗ നിർദ്ദേശവും പ്രോത്സാ ഹനവും നൽകാൻ സമയം കണ്ടെത്തുന്ന വ്യക്തി കൂടിയാണദ്ദേഹം.

സ്വപ്നസാക്ഷാത്ക്കാരവും നേട്ടങ്ങളും വിജയങ്ങളും നമ്മുടെ അവ കാശമാണ്. അതിനെ ഉപേക്ഷിക്കാതിരിക്കുക. ജീവിതം, പൊരുതാനു

ള്ളതാണ്, പൊരുതി നേടാനുള്ളതാണ്. സ്വപ്ന സാക്ഷാത്കാരത്തിനായി, ലക്ഷ്യം നേടാനായി പൊരുതുന്ന, യത്നിക്കുന്ന ഏവർക്കും വിജയാശംസകൾ!. നിങ്ങൾ ഉറപ്പായും ലക്ഷ്യം നേടിയിരിക്കും.

ജീവിതത്തിൽ നല്ല മാറ്റങ്ങൾ ഉണ്ടാവാൻ

ജീവിതത്തിൽ നല്ല മാറ്റങ്ങൾ വേണമെന്നാഗ്രഹിക്കാത്തവരുണ്ടാവില്ല. പക്ഷേ എങ്ങിനെയാണ് നല്ല മാറ്റങ്ങൾ നമ്മുടെ ജീവിതത്തിൽ ഉണ്ടാക്കാനാവുക? 'നമ്മൾ മാറണം' എന്നതാണുത്തരം.

മാറ്റമാണഖിലസാരമൂഴിയിൽ

താമസസ്ഥലം മാറാൻ, തൊഴിൽ മാറാൻ, കലാലയം മാറാൻ, വീട്ടിൽ നിന്നും മാറി നിൽക്കാൻ, വാഹനം മാറാൻ, ചെയ്യുന്ന ബിസിനസ്സ് മാറാൻ, നാട്‌വിട്ട് പുറംനാട്ടിൽ പോകാൻ തുടങ്ങി, ഓഫീസിലോ ക്ലാസ്സിലോ ഇരിക്കുന്ന സീറ്റ് മാറാൻ പോലും പലർക്കും മടിയാണ്, വളരെ പ്രയാസമാണ്. മാറാനുള്ള മടി കൊണ്ട്, അല്ലെങ്കിൽ മാറ്റങ്ങളോടുള്ള പേടി കൊണ്ട്, അവസരങ്ങൾ നഷ്ടപ്പെടുത്തുന്നവർ അനവധിയുണ്ട്.

പക്ഷേ, സാഹചര്യങ്ങൾക്കനുസരിച്ച് മാറുന്നവരുടെ ജീവിതത്തിൽ മാത്രമാണ് നല്ല മാറ്റങ്ങൾ ഉണ്ടാവുന്നത് എന്ന് ശ്രദ്ധിച്ചാൽ മനസ്സിലാവും. മാത്രമല്ല, മാറ്റം എന്നത് അത്രയൊന്നും ബുദ്ധിമുട്ടുള്ള കാര്യമല്ല എന്നതാണ് വാസ്തവം.

ജീവിതത്തിൽ നമ്മൾ അറിഞ്ഞും അറിയാതെയും മാറിക്കൊണ്ടിരിക്കുകയാണ്. പ്രായത്തിനും, ഭൗതിക സാഹചര്യങ്ങൾക്കും, സമൂഹത്തിനനുസരിച്ചും, സാങ്കേതിക മുന്നേറ്റത്തിനനുസൃതമായും ഒക്കെ നമ്മൾ

മാറിക്കൊണ്ടിരിക്കുന്നുണ്ട്.

എന്ത് കാരണം കൊണ്ടായാലും മാറ്റത്തിന് മുഖംതിരിച്ച് നിൽക്കുന്നത്, ജീവിതത്തിൽ പിന്നോട്ട് നടക്കുന്നതിന് സമമാണ്.

ജീവിതത്തിൽ വിജയിച്ചിട്ടുള്ളവർ എല്ലാവരും തന്നെ, മാറ്റങ്ങൾ പെട്ടെന്ന് ഉൾക്കൊള്ളാൻ കഴിഞ്ഞവരാണ് എന്നത് വസ്തുതയാണ്. അന്യനാട്ടിൽ പോയി പഠിച്ചവർ, നാടും വീടും വിട്ട് വിവിധ ദേശങ്ങളിൽ ചേക്കേറിയവർ, പുതിയ സംരംഭങ്ങൾ നടത്തി വിജയിച്ചവർ, തുടങ്ങി എല്ലാവരും തന്നെ ജീവിതത്തിൽ മാറ്റങ്ങൾ കൊണ്ടുവന്നവരായിരിക്കും.

സാഹചര്യങ്ങൾക്കനുസരിച്ച് മാറുന്നവർക്ക് മാത്രമുള്ളതാണീ ലോകം. ജീവനുള്ള എന്തിന്റെയും, അതിജീവനത്തിന്റെ ആണിക്കല്ല് മാറ്റം തന്നെയാണ്. മനുഷ്യനായാലും മൃഗമായാലും, സസ്യങ്ങളായാലും മാറാൻ തയ്യാറാകാത്ത ഒന്നിനും ഈ ലോകത്ത് നിലനിൽപ്പില്ല. അഥവാ പരാജയത്തിന്റെ ചവറുകൂനയിലായിരിക്കും അവയുടെ സ്ഥാനം. ഒരു ചെടിക്ക്, അല്ലെങ്കിൽ തെങ്ങിന് വേണ്ടതായ സൂര്യപ്രകാശം കിട്ടാതെ വന്നാൽ അത് സൂര്യപ്രകാശം ഉള്ളിടത്തേക്ക് ചായുകയോ വളയുകയോ ചെയ്യുന്നത് കാണാം. വരൾച്ചയുണ്ടാവുമ്പോഴും മഞ്ഞുകാലത്തും പക്ഷികളും മൃഗങ്ങളും ഒക്കെ അനുകൂലമായ സ്ഥലത്തേക്ക് മാറാറുണ്ട്.

പക്ഷേ മനുഷ്യൻ മാത്രമാണ്, മാറ്റത്തെ പേടിച്ച് മാറാതിരിക്കുന്ന പ്രധാന ജീവി എന്നു പറയാം. നമ്മുടെ ജീനുകളിലുള്ള, പൂർവ്വികരുടെ ഗോത്രവർഗ്ഗ സംസ്കാരത്തിൽ തന്നെ, ഇത്തരം മാറ്റത്തിനെതിരായ നിലപാടുകൾ കാണാം. മിക്കവാറും ആദിവാസി ഗോത്രങ്ങളിലെല്ലാം അവരുടെ ആവാസമേഖല വിട്ട് പുറത്ത് പോവുന്നതിനും, പുതിയ കാര്യങ്ങൾ ഉപയോഗിക്കുന്നതിനും വിലക്കുണ്ട്. അട്ടപ്പാടിയിലെ ഒരു ആദിവാസിയെ ജില്ലാ ആശുപത്രിയിൽ കൊണ്ടുവന്ന് ചികിത്സിക്കാൻ കലക്ടർക്ക് ബലം പ്രയോഗിക്കേണ്ടി വരികയും, പിന്നീട് ചികിത്സ കിട്ടിയ വ്യക്തി ആദിവാസി സമൂഹത്തിൽ നിന്നും പുറത്താവുകയും ചെയ്തത് വാർത്തയായതാണല്ലോ?

എന്നാൽ, നമ്മുടെ പൂർവ്വികർ അതാത് സമയത്തെ മാറ്റങ്ങൾ ഉൾക്കൊണ്ടതിന്റെ ഫലമായാണ്, ആദിമ ഗോത്രങ്ങളിൽനിന്നും ഇന്നത്തെ നാം വ്യത്യസ്തരായത്. പക്ഷേ ഇന്നും നമ്മളിലെല്ലാം മാറ്റത്തിനെതിരായ ആ ജീൻ അഥവാ സ്വഭാവം അത് പോലെ തന്നെ മറഞ്ഞ് കിടപ്പുണ്ട്താനും. ബോധപൂർവ്വം ഈ സ്വഭാവത്തിനെ മറികടക്കുക എന്നതാണ് ജീവിതത്തിൽ മാറ്റങ്ങൾ ഉണ്ടാവാനുള്ള പ്രധാന മാർഗ്ഗം. അങ്ങിനെ വി

ജയം നേടാൻ, നമ്മുടെ സ്വഭാവം നമ്മളറിയണം എന്നത് ഏറെ പ്രധാനമാണ്. നിർഭാഗ്യവശാൽ നമുക്കെല്ലാവർക്കും മറ്റുള്ളവരെക്കുറിച്ച് നല്ല ധാരണയുണ്ടെങ്കിലും നമ്മളെക്കുറിച്ച്, നമ്മുടെ ശക്തിയെക്കുറിച്ച്, കഴിവുകളെ കുറിച്ച്, മേന്മകളെക്കുറിച്ച്, ബലഹീനതകളെക്കുറിച്ച് ഒന്നും കാര്യമായ ധാരണ ഉണ്ടാവാറില്ല!. അത് കൊണ്ടാണ് മാറ്റത്തെ സ്വീകരിക്കുമെന്ന് പറയുന്ന പലരും, സാഹചര്യം വരുമ്പോൾ പിന്മാറുന്നത്.

മാറ്റത്തിന് തയ്യാറാവാതെ, മാറാൻ കഴിയാതെ പരാജയപ്പെടുന്നവർ മിക്കവരും, സാഹചര്യത്തെ, അല്ലെങ്കിൽ വിധിയെ പഴിക്കുന്നവരായിരിക്കും.

മാറ്റങ്ങൾ നൽകുന്ന നേട്ടങ്ങൾ

നഗരപ്രാന്തത്തിൽ, ചെറിയൊരു കഫ്ത്തീരിയ (ചായക്കട) നടത്തിയിരുന്ന ഷാജിയുടെ കച്ചവടം അഭിവൃദ്ധിപ്പെട്ടത്, എതിർവശത്തായി വലിയൊരു അപ്പാർട്ട്മെന്റ് സമുച്ചയത്തിന്റെ നിർമ്മാണം തുടങ്ങിയതോടെയാണ്. ആയിരക്കണക്കിന് തൊഴിലാളികൾ രാവും പകലും രണ്ടര വർഷത്തോളം പണിയെടുക്കുന്ന സമയത്ത്, ഒറ്റഷോപ്പിൽ പ്രവർത്തിച്ചിരുന്ന ചായക്കട, സമീപത്തെ രണ്ടു ഷോപ്പുകൾ കൂട്ടിച്ചേർത്ത് ഒരു ചെറു റസ്റ്റോറൻറ് ആയി മാറി. സമീപത്ത് മറ്റുള്ളവർക്ക് കച്ചവടം തുടങ്ങാൻ ഷോപ്പുകൾ ഇല്ലാതിരുന്നതിനാൽ ഷാജിയുടെ കച്ചവടം പൊടിപൊടിച്ചു.

പക്ഷേ കെട്ടിടം പണി കഴിഞ്ഞ്, തൊഴിലാളികൾ പോയി, താമസക്കാരായ കുടുംബങ്ങൾ വന്നതോടെ സാഹചര്യം മാറി. വീട്ടിൽ തന്നെ ഭക്ഷണമുണ്ടാക്കുന്ന, വാരാന്ത്യങ്ങളിൽ നഗരത്തിലെ മുന്തിയ റസ്റ്റോറന്റിൽ പോകുന്ന, കുടുംബങ്ങൾ ഷാജിയുടെ ചെറുകിട റസ്റ്റോറന്റിനെ അവഗണിക്കുകയും ചെയ്തു. അതോടെ ഷാജിയുടെ കച്ചവടം നഷ്ടത്തിലായി.

ഈ സാഹചര്യത്തിലാണ്, ഷാജി എന്നെ സമീപിച്ചത്. പക്ഷേ റസ്റ്റോറന്റ് മറ്റൊരിടത്തേക്ക് മാറ്റുകയോ, അല്ലെങ്കിൽ ഇവിടെത്തന്നെ മറ്റൊരു ബിസിനസ്സ് തുടങ്ങുകയോ ചെയ്യാനുള്ള നിർദ്ദേശം അദ്ദേഹത്തിന് ഒട്ടും സ്വീകാര്യമായില്ല. വർഷങ്ങളായി ചെയ്യുന്ന ബിസിനസ്സും സ്ഥലവും മാറുന്ന കാര്യം ചിന്തിക്കാൻ പോലും അദ്ദേഹത്തിന് കഴിഞ്ഞില്ല. ചിലരുടെ ഉപദേശപ്രകാരം, പണംമുടക്കി റസ്റ്റോറന്റ് നവീകരിച്ചെങ്കിലും കൂടുതൽ നഷ്ടത്തിലേക്ക് പോവുകയാണുണ്ടായത്. മാസങ്ങൾക്ക് ശേഷം സാധാരണ, ഏതൊരാളും പറയുന്നത് പോലെ മാർക്കറ്റ് ശരിയല്ല, ജനങ്ങൾ പണം ചിലവഴിക്കുന്നില്ല തുടങ്ങിയ സ്ഥിരം പരാതികളുമായി വീണ്ടും

കാണാനെത്തി.

പക്ഷേ, ഇപ്രാവശ്യം മുന്നോട്ട് വച്ച നിർദ്ദേശങ്ങൾ, ഷാജി ഒരു മടിയും കൂടാതെ അംഗീകരിച്ചു. റസ്റ്റോറൻറിന് പകരം, 380 ഓളം കുടുംബങ്ങൾ അഥവാ 1500 ഓളം ആളുകൾ താമസിക്കുന്നിടത്ത്, അത്യാവശ്യം വേണ്ടതായ ഗ്രോസറിയും ലോണ്ടറിയും തുടങ്ങിയതോടെ കച്ചവടം വീണ്ടും അഭിവൃദ്ധിപ്പെട്ടു. വർഷങ്ങളായി ചെയ്തിരുന്ന ബിസിനസ്സും സ്ഥലവും മാറാനുള്ള മടിയാണ്, അദ്ദേഹത്തിന് വിനയായത്. ഒപ്പം കംഫർട്ട് സോണും മാറ്റത്തിനെതിരു നിൽക്കുന്ന വലിയൊരു പ്രശ്നമാണ്. പലർക്കും മാറ്റം എന്നത് പേടി തരുന്നവയാണ്. പുതിയ വാഹനം വാങ്ങി റോഡിലിറക്കിയാൽ തട്ടുകയോ മുട്ടുകയോ ചെയ്താലോ എന്ന പേടി കൊണ്ട് വാഹനം ഉപയോഗിക്കാതിരിക്കുന്നത് പോലെയാണ് പലരുടെയും ജീവിതം. പക്ഷേ ഇത്തരം പേടി അടിസ്ഥാനമില്ലാത്തതാണെന്ന് നമ്മുടെ തന്നെ കഴിഞ്ഞ കാലത്തെപ്പറ്റി ചിന്തിച്ചാൽ മനസ്സിലാവും. ഒരു കാലത്ത് നമ്മൾ പേടിയോടെ കണ്ടിരുന്ന സാഹചര്യങ്ങളുമായി എത്ര പെട്ടന്നാണ് നമ്മൾ ഇണങ്ങിയത് എന്നാലോചിച്ച് നോക്കുക. അന്നൊക്കെ ഏറെ പേടിയോടെ കണ്ടിരുന്ന മാറ്റങ്ങളെക്കുറിച്ച്, ഇന്ന് ആലോചിക്കുമ്പോൾ ചുണ്ടിൽ ചിരി തെളിയുന്നില്ലേ?.

ഇത് പോലെ തന്നെയാവും, ഇപ്പോൾ മാറാനുള്ള മടി കൊണ്ട്, അല്ലെങ്കിൽ പേടി കൊണ്ട് മാറ്റി വച്ചിട്ടുള്ള, പല കാര്യങ്ങളെക്കുറിച്ചും ഭാവിയിൽ നമ്മൾ ഓർക്കുക. അതുകൊണ്ട്, നമുക്ക് ജീവിതത്തിൽ നല്ല മാറ്റങ്ങൾക്കായി, നേട്ടങ്ങൾക്കായി മാറ്റങ്ങളെ സ്വാഗതം ചെയ്യാം, നമ്മൾ സ്വയം മാറാം. മാറ്റത്തിന്റെ മായാജാലം അനുഭവിച്ചറിയാം.

സന്തോഷത്തിൽ നിന്നും വിഷാദത്തിലേക്കുള്ള ദൂരം

വളരെ പ്രധാനപ്പെട്ടതും, എന്നാൽ മിക്കവരും ഒട്ടും പ്രാധാന്യം കൊടുക്കാത്തതുമായ വിഷയമാണ്, മാനസിക ആരോഗ്യം.

പ്രത്യാശയും, പ്രതീക്ഷയും, സന്തോഷവും ഒക്കെയാണല്ലോ നമ്മെ ജീവിക്കാൻ പ്രേരിപ്പിക്കുന്ന ഘടകങ്ങളിൽ പ്രധാനം. ഇവ നഷ്ടമാകുമ്പോൾ പലരും വിഷാദത്തിനടിമപ്പെടുന്നതായി കാണുന്നു. സന്തോഷത്തിൽ നിന്നും വിഷാദത്തിലേക്കുള്ള ദൂരം, ക്രിസ്തുമസ്സിൽ നിന്നും ന്യൂ ഇയർ വരെയാണെങ്കിൽ, വിഷാദത്തിൽ നിന്നും സന്തോഷത്തിലേക്കെത്താൻ, ന്യൂ ഇയർ മുതൽ ക്രിസ്തുമസ്സ് വരെ സഞ്ചരിക്കേണ്ടി വരും.

ചുരുക്കത്തിൽ, വിഷാദത്തിനടിപ്പെടാൻ എളുപ്പവും കരകയറാൻ ബുദ്ധിമുട്ടുമാണ്. പല കാര്യങ്ങൾക്കുമായി എന്നെ ബന്ധപ്പെടുന്നവർ മിക്കവരും നൈരാശ്യത്തിനും, വിഷാദരോഗത്തിനുമിടയിലുള്ളവരാണ് എന്നത് കുറച്ചൊന്നുമല്ല ആശങ്കപ്പെടുത്തുന്നത്.

നിങ്ങൾക്ക് എന്തെങ്കിലും മാനസിക പ്രശ്നങ്ങൾ ഉണ്ടോ? ഇല്ല എന്നോ അറിയില്ല എന്നോ ആവും മറുപടി എങ്കിൽ ഓർക്കുക, മാനസിക പ്രശ്നങ്ങൾ ഉള്ളവർക്കും പറയാനുള്ള മറുപടി ഇത് തന്നെ ആണ്. നമ്മൾ നിത്യേന കാണുന്നവരിൽ 10 ൽ 6 പേർക്കും ഇത്തരത്തിൽ എന്തെങ്കിലും ചെറിയ പ്രശ്നങ്ങൾ ഉണ്ടായിരിക്കും. പക്ഷേ അതൊന്നും അവ

രുടെയോ, മറ്റുള്ളവരുടെയോ ജീവിതത്തെ ബാധിക്കാത്തിടത്തോളം നാമറിയാറില്ല എന്നതാണ് വാസ്തവം. പക്ഷേ അറിയുമ്പോൾ ഏറെ വൈകിയിട്ടുമുണ്ടാവും.

മനുഷ്യർ സന്തോഷത്തിൽ നിന്നും നൈരാശ്യത്തിലൂടെ, വിഷാദത്തിലെത്തുന്നത് എങ്ങിനെയാണ്? വിഷാദം കടന്നു വരുന്ന വഴികൾ ഏതൊക്കെയാണ്? ഇക്കാര്യമറിഞ്ഞാൽ മാത്രമേ നമുക്കും ഇത്തരം പ്രശ്നങ്ങളിൽ നിന്നും രക്ഷപ്പെടാനാവൂ.

നേരത്തെ സൂചിപ്പിച്ച, പ്രത്യാശയും പ്രതീക്ഷയും സന്തോഷവും സമാധാനവും ഒക്കെക്കൂടി നമ്മുടെ മനസ്സിൽ നിലകൊള്ളുന്ന വെളിച്ചത്തിലാണ് നമ്മുടെ ജീവിതം മുന്നോട്ട് പോകുന്നത് എന്ന് ചുരുക്കി പറയാം. ആ വെളിച്ചത്തെ, ജീവിതത്തിലെ ഓരോരോ പ്രശ്നങ്ങൾ കുറേശ്ശെയായി ബ്ലോക്ക് ചെയ്തുകൊണ്ടിരിക്കും. അതിങ്ങനെ തുടർന്നാൽ ക്രമേണ ആ വ്യക്തി പ്രതീക്ഷയുടെ വെളിച്ചം മറഞ്ഞ് വിഷാദത്തിന്റെ അന്ധകാരത്തിലേക്ക് വീഴും. ഈ ബ്ലോക്കുകൾ എണ്ണത്തിൽ കൂടുതലായി, പ്രകാശം കെടുത്തുന്നതിന് മുൻപ്, ഓരോന്നായി എടുത്തു മാറ്റുക എന്നത് വളരെ പ്രധാനമാണ്.

ലളിതമായി പറഞ്ഞെങ്കിലും, വിഷയം ഗുരുതരമാണ്. ശരീരത്തിന് അസുഖങ്ങൾ ബാധിക്കുന്നത് പോലെ, നമുക്കും ചുറ്റുമുള്ളവർക്കും മനസ്സിനും അസുഖങ്ങൾ ബാധിക്കുന്നുണ്ട്, പലരുടെയും വിചിത്രമായ പെരുമാറ്റങ്ങൾ സൂചിപ്പിക്കുന്നത്, അവർക്ക് സഹായം വേണമെന്നതാണ്. എന്നാൽ, സമൂഹം അവരെ കുറ്റപ്പെടുത്താനും ആക്ഷേപിക്കാനും ശ്രമിക്കുന്നത് കാര്യങ്ങൾ കൂടുതൽ സങ്കീർണ്ണമാക്കുന്നു.

ഇത്തരത്തിൽ പ്രശ്നമുള്ളവർ നമുക്ക് ചുറ്റുമുണ്ട്. കുടുംബത്തിൽ, ഓഫീസിൽ, സുഹൃദ്വലയത്തിൽ, ബന്ധുക്കളിൽ, അയൽവാസികളിൽ തുടങ്ങി നിങ്ങൾ സഞ്ചരിക്കുന്ന വാഹനമോടിക്കുന്നയാൾ വരെ ഇത്തരം പ്രശ്നമുള്ളയാളാവാം. ഭയപ്പെടുത്താനല്ല, മറിച്ച് ഇത്തരത്തിൽ സഹായമാവശ്യമുള്ളവർ ഏറെയുണ്ട് എന്ന് സൂചിപ്പിച്ചെന്നു മാത്രം.

വർഷങ്ങളായി, ഏതൊരു സാഹചര്യത്തിന്റെയും പോസിറ്റീവ് വശം കാണുകയും, ചിന്തിക്കുകയും, മറ്റുള്ളവരെ ചിന്തിപ്പിക്കാൻ പ്രേരിപ്പിക്കുകയും ചെയ്യുന്നയാളാണെങ്കിലും, സദാ സമയവും പോസിറ്റീവ് എനർജിയും, ശുഭചിന്തകളും സന്തോഷവും, കൊണ്ടുനടക്കുന്ന വ്യക്തിയല്ല ഇതെഴുതുന്നയാളും. അങ്ങിനെ ജീവിക്കാൻ ആർക്കും സാധിക്കുകയുമില്ല. പോസിറ്റീവ് ചിന്താഗതി കൊണ്ടുള്ള പ്രധാന ഗുണം, ഇത്തരം പ്രശ്നങ്ങളോ ബ്ലോക്കുകളോ ഉണ്ടാവുമ്പോൾ അപ്പപ്പോൾ എടുത്ത് മാ

റ്റാൻ ബോധപൂർവ്വമായ ശ്രമം സ്വയം നടത്തുന്നു എന്നതാണ്.

ഒരു ദിവസം ജോലി കഴിഞ്ഞ് വീട്ടിലെത്തിയപ്പോൾ എന്റെ ഭാവമാറ്റം ഭാര്യ ശ്രദ്ധിച്ചെങ്കിലും എനിക്ക് മനസ്സിലായിരുന്നില്ല. എന്താണ് പ്രശ്നം എന്ന് രണ്ടുമൂന്നു വട്ടം ചോദിച്ചപ്പോഴാണ് എന്റെ പെരുമാറ്റം സാധാരണ പോലെയല്ല എന്നെനിക്ക് മനസ്സിലായത്. കുട്ടികളുടെ ചെറിയ കുസൃതികൾ പോലും എന്നെ അലോസരപ്പെടുത്തുന്നുണ്ടായിരുന്നു. എന്ത് പറ്റി എന്നാലോചിച്ചിട്ട് പ്രത്യേകിച്ച് ഒന്നും തന്നെ മനസ്സിലായില്ല. പക്ഷേ മനസ്സ് അസ്വസ്ഥമാണ്.

അന്നത്തെ ദിവസം മുഴുവൻ റീവൈൻഡ് ചെയ്തു. സ്വന്തം സ്റ്റാഫിനെ പ്രൊട്ടക്ട് ചെയ്യാൻ ശ്രമിച്ച്, സാൻഡ്‌വിച്ച് പരുവത്തിലായ ദിവസം.. അടുത്ത ദിവസത്തെ പ്രസന്റേഷനുള്ള മാറ്റർ തയ്യാറാക്കിയിട്ട്, കമ്പ്യൂട്ടർ ചോദിച്ചിട്ട് പോലും സേവ് ചെയ്യാതെ സിസ്റ്റം ഷട്ട്ഡൗൺ ചെയ്തത്. ഇറങ്ങാൻ നേരം കാറിന്റെ സൈഡിൽ ആരോ ഉരച്ചിട്ട് പോയത് ശ്രദ്ധയിൽപെട്ടത്, മെയിൻ റോഡ് എത്തുന്നതിന് മുൻപായി, വഴിയിൽ കുറുകെ പെട്ട്പോയ വേസ്റ്റ് വാട്ടർ ടാങ്കർ 20 മിനുട്ട് സമയം കളഞ്ഞത്, അത് കഴിഞ്ഞ് വേഗത്തിൽ കാറോടിച്ചപ്പോൾ, സർവ്വീസ് റോഡിലെ മൊബൈൽ ഹിഡൻ സ്പീഡ് ക്യാമറയിൽ പതിഞ്ഞോ എന്ന സംശയം, റോഡിലിറങ്ങിയപ്പോൾ പതിവിലിരട്ടിയോളം ട്രാഫിക്ക്, ഏത് ലൈൻ എടുത്താലും ആ ലൈൻ മാത്രം മൂവാകാത്ത അവസ്ഥ, സർവ്വീസ് സെന്ററിൽ ചെന്നപ്പോൾ സർവ്വീസിന് കൊടുത്ത ഉപകരണം ശരിയാവാത്തത്, അതു കഴിഞ്ഞ് സിഗ്നലിൽ എത്തുമ്പോൾ, മുന്നിലെ ഡ്രൈവറുടെ ഉദാസീനത കൊണ്ട് സിഗ്നൽ നഷ്ടമായത്... ഇത്രയും കാര്യങ്ങൾ കഴിഞ്ഞ രണ്ടു മണിക്കൂറിനകം സംഭവിച്ചതാണ്. മനസ്സിലെ അസ്വസ്ഥത ദേഷ്യമായി മാറിയാൽ കൂടെയുള്ളവരുടെ പെരുമാറ്റവും അത്തരത്തിലാവും. അപ്പോൾ നമ്മൾ കൂടുതൽ വിഷമത്തിലാവും, ഒപ്പം ദേഷ്യത്തിലും.

പിന്നീടുണ്ടാവാനിടയുള്ള കാര്യങ്ങൾ എല്ലായിടത്തും ഒരുപോലെയാണ്. പൂച്ചക്കൊരു മൂക്കുത്തി എന്ന സിനിമയുടെ കുറച്ചു ഭാഗവും, കുട്ടികളോടൊപ്പമുള്ള കളിയും, ഉക്രെയിനിലെ ഡോൾഫിനുകൾ എണ്ണവില ഇടിച്ച് ഗൾഫിനെ പ്രതിസന്ധിയിലാക്കിയതിനെക്കുറിച്ച് ഭാര്യയോട് ഒരു പ്രഭാഷണവും കഴിഞ്ഞപ്പോൾ മനസ്സ് ശാന്തമായി, കുറേക്കൂടെ ഉഷാറായി.

ഇതിൽ ഓരോരുത്തർക്കും വ്യത്യസ്ത വഴികളാവാം പ്രയോജനപ്പെടുന്നത്. ഇഷ്ടപ്പെട്ട കാര്യങ്ങളിൽ മുഴുകുക എന്നത് പ്രധാനമാണ്. മറ്റു

ള്ളവരെ കുറ്റപ്പെടുത്തുന്നതിന് മുൻപ് ഓർക്കുക, അവരൊരു പക്ഷേ നമ്മളറിയാത്ത വിഷമത്തിലായിരിക്കും. പലപ്പോഴും അവരുടെ വിഷമത്തിന്റെ കാരണം അവർക്ക് തന്നെ അറിയാനുമിടയില്ല എന്ന് സൂചിപ്പിക്കാനാണ് സ്വന്തം അനുഭവം വിവരിച്ചത്.

നിസ്സാരങ്ങളായ പ്രശ്നങ്ങളുടെ എണ്ണം കൂടുമ്പോൾ അത് നമ്മുടെ മനസ്സിലെ പ്രകാശം കുറക്കുന്നു. ഒപ്പം ചിന്താശേഷിയും.

ചിലപ്പോൾ പ്രശ്നങ്ങൾ വലുതാവാം. എങ്കിലും നാം അവയെ അതിജീവിച്ചേ പറ്റൂ. നമ്മെ മനസ്സിലാക്കുന്ന, കുറ്റപ്പെടുത്താത്ത സൗഹൃദത്തെ ആശ്രയിക്കാം. അല്ലെങ്കിൽ ഒരു മാനസികാരോഗ്യ വിദഗ്ധനെ സമീപിക്കണം. നമ്മുടെ ജീവിതമാണല്ലോ ഏറ്റവും പ്രധാനം.

നമ്മുടെ സന്തോഷത്തിന് വിലങ്ങുതടിയാവുന്ന ചിന്തകളെ, പ്രശ്നങ്ങളെ, മനസ്സിലെ മാലിന്യങ്ങളെ, ഒക്കെ നമ്മൾ തന്നെ ഒഴിവാക്കണം.

നമ്മുടെ സന്തോഷം നമ്മുടെ ഉത്തരവാദിത്തമാണ്... നമ്മുടെ മാത്രം.

ഒഴിഞ്ഞ സഞ്ചിയുമായി ജീവിക്കുന്നവർ

ഏത് മത്സരത്തിലും പൊരുതി കളിക്കുന്നവർക്കുള്ളതാണ് വിജയം. ജീവിതത്തിലെ കാര്യവും അത് തന്നെയാണ്. ജീവിതത്തോട്, പ്രശ്നങ്ങളോട്, പ്രതിസന്ധികളോട്, സാഹചര്യങ്ങളോട് ഒക്കെ പൊരുതുന്നവർക്കവകാശപ്പെട്ടതാണ് ജീവിത വിജയം.

എല്ലാവിധ സൗകര്യങ്ങൾ അഥവാ അവസരങ്ങളും, അനുകൂല സാഹചര്യങ്ങളും, ശാരീരിക മാനസിക ആരോഗ്യവും ഉണ്ടായിട്ടും, അതൊന്നും ഉപയോഗപ്പെടുത്താതെ അലസജീവിതം നയിക്കുന്നവർ നമ്മളിൽ ത്തന്നെയുണ്ടാവും.

ഒരു കഥയുടെ ചുരുക്കം ഇതാണ്.

ഒരു ദിവസം മാതാവ് തന്റെ നാല് മക്കളെ വിളിച്ചു പറഞ്ഞു, 'നിങ്ങളുടെ അച്ഛൻ മരിച്ചതോടെ നമ്മുടെ സാമ്പത്തികസ്ഥിതി വളരെ മോശമായി. പക്ഷേ മരിക്കുന്നതിന് മുൻപ്, ദൂരെയുള്ള നമ്മുടെ പഴയ ഗ്രാമത്തിൽ കുറച്ച് നിധി, അദ്ദേഹം കുഴിച്ചിട്ടിരുന്ന കാര്യം പറഞ്ഞിരുന്നു. നിങ്ങൾ പോയി ആ നിധി കൊണ്ടുവന്നാൽ ശിഷ്ടകാലം നിങ്ങൾക്ക് സുഖമായി ജീവിക്കാം.'

ഇതനുസരിച്ച് അവർ നാലുപേരും ചേർന്ന് ഗ്രാമത്തിലെത്തി നിധി കണ്ടെത്തി. തുടർന്ന് സ്വർണ്ണവും, രത്നങ്ങളും, പണവും ഒക്കെ സഞ്ചി

കളിൽ വാരി നിറക്കാൻ തുടങ്ങി. അപ്പോഴാണ് മൂത്ത സഹോദരന് പിറ്റേദിവസത്തെ കൂട്ടുകാരുമൊത്തുള്ള മത്സരം ഓർമ്മ വന്നത്. സ്വർണ്ണവും, പണവും, രത്നങ്ങളും നിറച്ച ഭാരമുള്ള സഞ്ചി കയ്യിലെടുത്ത്, ദീർഘദൂരം നടന്നാൽ കൈ വേദനയെടുക്കും. അങ്ങിനെ വന്നാൽ നാളത്തെ മത്സരത്തിൽ പരാജയപ്പെടാൻ സാദ്ധ്യതയുണ്ട്. അതുകൊണ്ട് അദ്ദേഹം സഞ്ചി ഒഴിവാക്കി, ഒരു കയ്യിൽ ഒതുങ്ങാവുന്നത് മാത്രം കയ്യിലെടുത്തു.

ഇതു കണ്ടതോടെ, രണ്ടാമത്തെയും മൂന്നാമത്തെയും സഹോദരൻമാരും അതുപോലെ ചെയതു. എന്നാൽ മുടന്തനായ ഇളയ സഹോദരനാവട്ടെ, എടുക്കാവുന്നതിന്റെ പരമാവധി, തന്റെ സഞ്ചികളിൽ നിറച്ച് തലയിലും, മുതുകത്തും, തോളിലുമായി ചുമന്ന് ഏന്തി വലിഞ്ഞ് നടന്നു തുടങ്ങി.

ഒഴിഞ്ഞ സഞ്ചിയുമായി തിരിച്ചു നടന്ന സഹോദരങ്ങൾ ഉല്ലസിച്ച് യാത്ര ചെയ്തപ്പോൾ ഇളയ സഹോദരൻ ക്ലേശിച്ചാണ് യാത്ര ചെയ്തത്. പക്ഷേ പിന്നീട് ഇളയ സഹോദരൻ ധനികനായപ്പോൾ, താൽക്കാലിക സുഖം മാത്രം ലക്ഷ്യം വച്ച സഹോദരങ്ങൾ ദരിദ്രരായി മാറി. ദരിദ്രരായ അവർ സമൂഹത്തെയും, വ്യവസ്ഥിതിയെയും, ദൈവത്തെയും കുറ്റം പറഞ്ഞ് ആശ്വാസം കണ്ടെത്തി, എന്നാണ് കഥ.

ഈ കഥ കേൾക്കുമ്പോൾ, ഇങ്ങനെ ആരെങ്കിലും ഒഴിഞ്ഞ സഞ്ചിയുമായി നടക്കുമോ എന്ന് സംശയം തോന്നാം. പക്ഷേ ഒന്ന് കണ്ണ് തുറന്നു നോക്കിയാൽ നമുക്ക് ചുറ്റും അത്തരക്കാരെ ധാരാളം കാണാൻ കഴിയും. പലപ്പോഴും അലസരായ ആ സഹോദരങ്ങളെ, നമ്മൾ സ്വയം നിലക്കണ്ണാടിയിൽ നോക്കിയാലും സെൽഫി എടുത്താലും കാണാം.

എല്ലാ അവയവങ്ങളുമോടെ, ആരോഗ്യമുള്ള, അറിവും കഴിവും നേടാൻ സൗകര്യമുള്ള, സമയമുള്ള, സാമ്പത്തികമുള്ള നമ്മളിൽ എത്ര പേർ ആഗ്രഹങ്ങൾ നേടിയെടുക്കാൻ പ്രയത്നിക്കാറുണ്ട് എന്നാലോചിക്കുക. താൽക്കാലിക സുഖത്തിനുവേണ്ടി മടി പിടിച്ചിരിക്കുമ്പോൾ, അത്യാവശ്യമല്ലാത്ത കാര്യങ്ങൾക്ക് പ്രാധാന്യം കൊടുക്കുമ്പോൾ നഷ്ടമാവുന്നത് നല്ലൊരു ജീവിതമാണ്, പ്രകാശപൂർണ്ണമായ സ്വന്തം ഭാവിയാണ് എന്നോർക്കുക.

ഏത് കാര്യത്തിലും മറ്റുള്ളവരെ പഴി പറഞ്ഞ്, സാഹചര്യങ്ങളെ കുറ്റപ്പെടുത്തി അലസരായിരിക്കുന്നവരുടെ ജീവിതം ഒഴുക്കിലെ പൊങ്ങുതടി പോലെ എവിടെയെങ്കിലും ചെന്നെത്താം, എവിടെയും എത്താതെയുമിരിക്കാം.

എന്നാൽ, എന്തൊക്കെ പരിമിതികളും പ്രതിസന്ധികളും ഉണ്ടെങ്കി

ലും, ഒരു കാര്യം ആഗ്രഹിച്ചാൽ, ഇച്ഛാശക്തിയോടെ ആ ലക്ഷ്യത്തിന് വേണ്ടി പരിശ്രമിച്ചാൽ, തീർച്ചയായും അത് നേടിയെടുക്കാൻ സാധിക്കും. അതിന് നമ്മുടെ മുന്നിൽ ജീവിക്കുന്ന ഉദാഹരണങ്ങളിലൊരാളാണ് ജസീക്ക കോക്സ് എന്ന വനിതാ പൈലറ്റ്. അഥവാ രണ്ടു കൈകളുമില്ലാതെയും വിമാനം പറപ്പിക്കുന്ന പൈലറ്റ്.

1983ൽ അമേരിക്കയിലെ അരിസോണയിൽ ജന്മനാ രണ്ടു കൈകളുമില്ലാതെയാണ് ജസീക്ക പിറന്നത്. ആരും തളർന്നു പോകുന്ന ദൗർഭാഗ്യകരമായ ആ സാഹചര്യത്തിലും, അച്ഛനമ്മമാർ അവളെ ആത്മവിശ്വാസത്തോടെ വളർത്തി. കൈകളില്ലെങ്കിലെന്ത്, രണ്ടു കാലുകൾ ഉണ്ടല്ലോ എന്നായിരുന്നു ആ പെൺകുട്ടിയുടെ ചിന്ത. എഴുതുന്നതും, ഭക്ഷണം കഴിക്കുന്നതും വസ്ത്രം ധരിക്കുന്നതും മുതൽ കണ്ണിലെ കോണ്ടാക്ട് ലെൻസ് മാറ്റി വക്കുന്നതും മേക്കപ്പ് ചെയ്യുന്നതുമൊക്കെ കാലുകൊണ്ട് തന്നെ അവൾ പരിശീലിച്ചു.

തുടർന്ന്, ജസീക്കയുടെ ഇച്ഛാശക്തിക്ക് മുന്നിൽ ലക്ഷ്യങ്ങൾ ഒന്നൊന്നായി വഴങ്ങിത്തുടങ്ങി. രണ്ടും കയ്യും കാലും പൂർണ്ണ ആരോഗ്യവുമുള്ളവർ അത് കണ്ട് അന്തം വിട്ടുനിന്നു. രണ്ടു കയ്യും ഇല്ലാതെ തന്നെ, ഒരു മാറ്റവും വരുത്താത്ത കാർ ഡ്രൈവ് ചെയ്യുന്ന, നർത്തകിയായ, കമ്പ്യൂട്ടറിൽ മിനുട്ടിൽ 25 വാക്കുകൾ ടൈപ്പ് ചെയ്യുന്ന, സൈക്കോളജിയിൽ ബിരുദമെടുത്ത, ജസീക്കക്ക് തായ്ക്വാണ്ടയിൽ രണ്ട് ബ്ലാക്ക് ബെൽറ്റുണ്ട്. മാത്രമല്ല, കടലിനടിയിൽ നീന്തുന്ന ഒരു അംഗീകൃത സ്കൂബ ഡൈവറുമാണവർ. ഇതിനൊക്കെ പുറമെയാണ് ലൈറ്റ് സ്പോർട്ട് എയർക്രാഫ്റ്റ് പറത്താനുള്ള പൈലറ്റ് ലൈസൻസ് നേടി, കൈകളില്ലാതെ കാലുകൊണ്ട് വിമാനം പറത്തുന്ന ഏക പൈലറ്റ് എന്ന ഗിന്നസ് വേൾഡ് റെക്കോഡിനുടമയായത്.

ഇത്രയും പരിമിതികളുള്ള ജസീക്കക്ക് ഇതൊക്കെ സാധിക്കാമെങ്കിൽ ശാരീരിക പരിമിതികൾ ഇല്ലാത്ത നമ്മൾക്ക് എന്തൊക്കെ സാധിക്കും എന്നോർക്കുക. നമ്മൾ മുന്നേറുന്നില്ലെങ്കിൽ അതിന് കാരണം നമ്മുടെ മാനസിക പരിമിതി മാത്രമാണ് എന്ന് തിരിച്ചറിയുക.

യൂട്യൂബ് നോക്കി ഐ ഫോൺ റിപ്പയറിംഗ് മുതൽ സിനിമാ സംവിധാനം വരെ പഠിച്ച് ജീവിതത്തിൽ മുന്നേറിയവർ നമ്മുക്ക് ചുറ്റുമുണ്ട്. ഇത് വായിക്കുന്ന നിങ്ങൾ, ജീവിതത്തിൽ മുന്നേറാൻ തീരുമാനിച്ച് സ്വന്തം മാനസിക പരിമിതി മറികടന്നാൽ, ഭാവിയിലെ ആരായിരിക്കും??

സമയമാണ് നമ്മുടെ ഭാവി നിർണ്ണയിക്കുന്നത്

വിശ്വസിക്കാം അല്ലെങ്കിൽ വിയോജിക്കാം. പക്ഷേ നമ്മൾ ആരാവണമെന്നും എന്താവണമെന്നും തീരുമാനിക്കുന്നതിൽ, മിക്കപ്പോഴും നമ്മുടെ സമയത്തിന് വലിയ പങ്കുണ്ട് എന്നത് യാഥാർത്ഥ്യമാണ്.

നമ്മുടെ ഭാവി എങ്ങിനെയായിരിക്കും അല്ലെങ്കിൽ ഭാവിയിൽ നമ്മൾ ആരായിത്തീരും എന്നൊക്കെ തീരുമാനിക്കുന്നതിൽ, നമ്മുടെ സമയത്തിന്റെ പ്രാധാന്യം വളരെ വലുതാണ്.

എല്ലാ ഡിസംബർ മാസത്തിലും പുതിയ വർഷത്തിൽ നടപ്പിൽ വരുത്താനായി ധാരാളം തീരുമാനങ്ങൾ നമ്മിൽ പലരും എടുക്കാറുണ്ട്. പക്ഷേ മിക്കതും നടപ്പിലാവാറില്ല എന്നതാണ് വസ്തുത. കാരണം നമ്മുടെ സമയത്തിന്റെ പ്രശ്നമാണ്, അഥവാ നമ്മൾ സമയം ചിലവഴിക്കുന്നതിന്റെ പ്രശ്നമാണ്.

അതായത്, പുതിയ വർഷത്തിൽ നമ്മുടെ സമയം എന്തിനു വേണ്ടി ചിലവഴിക്കുന്നു എന്നതിനെ ആശ്രയിച്ചായിരിക്കും നമ്മുടെ ഭാവി എന്നർത്ഥം

? ദിവസം ഒരു മണിക്കൂർ വീതം പ്രസംഗപരിശീലനത്തിനായി മാറ്റിവച്ചാൽ ഒരു വർഷം കഴിയുമ്പോൾ നമ്മൾ ഒരു മികച്ച പ്രാസംഗികനോ

പ്രാസംഗികയോ ആവും.

? ദിവസം ഒരു മണിക്കൂർ വ്യായാമത്തിന് മാറ്റി വച്ചാൽ, ആരോഗ്യമുള്ള, ആകർഷകമായ ശരീരത്തിനുടമയായി നമ്മൾ മാറും.

? ഇംഗ്ലീഷ് ഭാഷാ പരിജ്ഞാനം വർദ്ധിപ്പിക്കാനോ പുതിയ ഭാഷ പഠിക്കാനോ സമയം ചിലവഴിച്ചാൽ അതിന്റെ ഗുണഫലം ജീവിതകാലത്തേക്കുണ്ടാവും.

? പുതിയ കോഴ്സുകൾ പഠിക്കാൻ, തുടർപരിശീലനത്തിന് ഒക്കെ സമയം ഉപയോഗിച്ചാൽ കരിയറിൽ ഉയരങ്ങൾ താണ്ടാം.

? സംഗീതം, നൃത്തം തുടങ്ങിയ കലാപരമായ കാര്യങ്ങൾ പഠിക്കാൻ സമയം പ്രയോജനപ്പെടുത്തിയാൽ ആ മേഖലയിൽ ശോഭിക്കാം.

? നന്നായി പഠിക്കാൻ സമയം കണ്ടെത്തിയാൽ പരീക്ഷയിൽ ഉന്നത വിജയം എന്നത് പറയേണ്ടതില്ലല്ലോ?

? പുതിയ എന്തെങ്കിലും ക്രാഫ്റ്റ് വർക്കുകൾ, പാചകം, തുടങ്ങിയവ പരിശീലിച്ചാൽ ജീവിതത്തിന് മുതൽക്കൂട്ടാവും.

? വായന, എഴുത്ത് യാത്രകൾ തുടങ്ങിയവ അറിവും അനുഭവജ്ഞാനവും വർദ്ധിപ്പിക്കും.

ഇങ്ങിനെ എണ്ണിയാലൊടുങ്ങാത്ത കാര്യങ്ങൾക്ക് നമ്മുടെ സമയം ഉപയോഗിക്കാം, ആവർത്തനമാണ് നൈപുണ്യത്തിന്റെ അടിസ്ഥാനം എന്ന് എല്ലാവർക്കുമറിയാം. ഒരു കാര്യം നിരന്തരം ചെയ്യുമ്പോൾ ആ മേഖലയിൽ നമ്മൾ മികച്ച നൈപുണ്യമുള്ളവരായിത്തീരുന്നു. ഇത്തരത്തിൽ വളർത്തിയെടുക്കുന്ന അറിവും, കഴിവും, സ്കിൽസുമൊക്കെയാണ് മിക്കവരുടെയും ഭാവി നിർണ്ണയിക്കുന്നത്. അതു കൊണ്ട് തന്നെ നമ്മുടെ സമയം ഏത് കാര്യത്തിന് വേണ്ടി ഉപയോഗിക്കുന്നു എന്നതിന് നമ്മുടെ ഭാവിയിൽ വലിയ സ്വാധീനമുണ്ട്.

ഓരോ പുതു വർഷത്തിലും ഒരുപാട് കാര്യങ്ങൾ ചെയ്യാനുള്ള പ്ലാനുകൾ എല്ലാവരുടെയും മനസ്സിലുണ്ടാവും. പക്ഷേ തുടങ്ങിയാലും, രണ്ടാഴ്ചക്കപ്പുറം ഒന്നും മുന്നോട്ട് പോകാറില്ല എന്നതാണ് മിക്കവരുടെയും പ്രശ്നം. അവനവൻ കടമ്പ എന്നു പറയുന്നതാണ് ഇവിടെ സംഭവിക്കുന്നത്. ഊർജ്ജം പാഴാക്കാനുള്ള നമ്മുടെ മസ്തിഷ്ക്കത്തിന്റെ സ്വാഭാവികമായ വൈമുഖ്യമാണ് ഇവിടെ നമുക്ക് തന്നെ വിനയാകുന്നത്. ഇത് മറികടക്കാൻ ചില എളുപ്പവഴികളുണ്ട്.

1. നമ്മുടെ ആഗ്രഹത്തെ/ലക്ഷ്യത്തെ ചെറുതാക്കി ഭാഗിക്കാം. അതായത് 5 കിലോ ഭാരം കുറക്കാൻ ഉദ്ദേശിച്ചയാൾ ഒരു കിലോ കുറക്കാൻ ആദ്യം തീരുമാനിക്കാം. അതുകഴിഞ്ഞ് അടുത്ത ഒരുകിലോ

എന്ന രീതിയിൽ ലക്ഷ്യങ്ങൾ കയ്യെത്തുന്ന അകലത്തിൽ നിശ്ച യിക്കാം.

2. ഓരോ ചെറിയ ലക്ഷ്യം നേടുമ്പോഴും അത് സ്വയം ആഘോഷി ക്കുക. അതായത് നമുക്ക് ഏറെ ഇഷ്ടപ്പെടുന്ന കാര്യം ചെയ്തു കൊണ്ട്, സ്വയം ട്രീറ്റ് ചെയ്യാം. സ്വന്തം തോളിൽ തട്ടി അഭിനന്ദിക്കാം. ഇതൊക്കെ ചെയ്യാൻ കൂടെയൊരാളുണ്ടെങ്കിൽ ഉത്തമം. പക്ഷേ ആ രുമില്ലെങ്കിലും നിർബന്ധമായും ആഘോഷിക്കുക. സന്തോഷം നൽ കുന്ന കാര്യങ്ങൾ ചെയ്യാൻ നമ്മുടെ മസ്തിഷ്ക്കം എപ്പോഴും കൂടെ നിൽക്കും
3. പുതിയ കാര്യങ്ങൾക്ക് സമയം ചിലവാക്കുന്നത് കുറഞ്ഞ സമയ ത്തിൽ നിന്നും തുടങ്ങുക.. ആദ്യത്തെ ഒന്നോ രണ്ടോ ആഴ്ച, 20 മിനിട്ട് മാത്രം ചിലവഴിച്ച് തുടങ്ങുക. 20 മിനിട്ട് എന്നത് പ്രധാന മാണ്. കൂടുതലായാൽ നമ്മുടെ മസ്തിഷ്കം തന്നെ നമ്മെ പിന്തി രിപ്പിക്കും. പിന്നീട് പതിയെ 5 മിനിട്ട് വീതം കൂട്ടുക. രണ്ടു മാസം മുതൽ 3 മാസം വരെയുള്ള സമയത്തിൽ ഒരു മണിക്കൂർ എന്ന ലെവലിലേക്ക് എത്തിയാൽ മതിയാകും.
4. മൊബൈലിൽ, കമ്പ്യൂട്ടറിൽ, ടേബിളിൽ, ബെഡ്റൂമിൽ, ബാത്ത് റൂമിൽ, ചുമരിൽ, കാറിൽ തുടങ്ങി സാധ്യമായ സ്ഥലത്തെല്ലാം നമ്മുടെ ലക്ഷ്യം എഴുതി വയ്ക്കുക. മാത്രവുമല്ല ആഴ്ചയിൽ ഒരി ക്കൽ അവയുടെ നിറം, വലിപ്പം, അക്ഷരങ്ങളുടെ ഘടന എന്നിവ മാറ്റുക. അല്ലാത്ത പക്ഷം സ്ഥിരം കാണുന്നവയെ നമ്മുടെ മനസ്സ് ശ്രദ്ധിക്കാതാവും.
5. നമ്മുടെ ലക്ഷ്യവുമായി ബന്ധപ്പെട്ട കാര്യങ്ങൾ, കാണാൻ, കേൾ ക്കാൻ പ്രത്യേകിച്ച് സംസാരിക്കാൻ ഉള്ള അവസരങ്ങൾ പരമാ വധി പ്രയോജനപ്പെടുത്തുക.

വേറെയും പലതും ചെയ്യാമെങ്കിലും മിക്കവർക്കും ഇത്രയും കൊ ണ്ടു തന്നെ ഫലം കാണാറുണ്ട്. നമ്മുടെ സമയം ലക്ഷ്യത്തിന് വേണ്ടി ഉപയോഗിക്കുക എന്നതാണ് വിജയത്തിന്റെ സൂത്രവാക്യങ്ങളിലെ പ്ര ധാന ഘടകം.

നമ്മുടെ സമയം ഏറെ വിലപ്പെട്ടതാണ്. അത് എവിടെ ഉപയോഗി ക്കുന്നുവോ അതിനനുസരിച്ചു റിട്ടേൺ നമ്മുക്ക് ലഭിക്കും. ഈ വർഷ ത്തിൽ നമ്മുടെ സമയം ഉപയോഗിക്കുന്നതിന്റെയും പാഴാക്കുന്നതിന്റെ യും ആകെത്തുകയാവും വരും വർഷത്തിലെ നമ്മുടെ ഭാവി, എന്ന് പ്ര ത്യേകം ഓർക്കുക.

കമ്മ്യൂണിറ്റി പാചകത്തിന്റെ സുഖം!

രാവിലെ കുളിച്ചൊരുങ്ങി വരുമ്പോഴേക്കും, ചൂടുള്ള ബ്രേക്ക് ഫാസ്റ്റ് അടുക്കളയിൽ എത്തിയിരുന്നെങ്കിൽ... ഒപ്പം അച്ഛനും അമ്മക്കും കുട്ടികൾക്കും വേണ്ടതായ ഉച്ചഭക്ഷണവും ടിഫിൻ ബോക്സിൽ കിട്ടിയാൽ... മാത്രമല്ല, വൈകുന്നേരത്തെ ഭക്ഷണവും ഇത് പോലെ തന്നെ വീട്ടിൽ കിട്ടിയാലോ... ദിവസവും ഇങ്ങിനെ കിട്ടുമെങ്കിൽ ആർക്കാണ് സന്തോഷമാവാത്തത്?

രാവിലെ കൂടുതൽ സമയം ഉറങ്ങാം, വ്യായാമത്തിനുള്ള സമയം ഉണ്ടാവും. കുട്ടികളെ പഠിക്കാൻ സഹായിക്കാം. പത്രം വായിക്കാം. അങ്ങിനെ നൂറുകൂട്ടം ഗുണങ്ങൾ ഉണ്ടാവും. ഇതിനൊക്കെ ഒരു സർവന്റിനെ വച്ചു പാചകം ചെയ്യിക്കുന്ന കാര്യമല്ല ഇവിടത്തെ വിഷയം. മറിച്ച് ഇപ്പറഞ്ഞതിലും, വളരെയേറെ പ്രയോജനകരമായ കാര്യമാണ് കമ്മ്യൂണിറ്റി കുക്കിംഗ് എന്നത്.

ഒരു റസിഡൻഷ്യൽ കോളനിയിലോ, ഒരു വാർഡിലോ, നൂറിൽ അധികം കുടുംബങ്ങൾ ഉണ്ടെന്ന് കരുതുക. അവർ എല്ലാവരും നിത്യേന മൂന്ന് നേരത്തെ ഭക്ഷണം ഉണ്ടാക്കുന്നുമുണ്ടാവും. ഒരു കുടുംബത്തിൽ പ്രായമായവരടക്കം, അഞ്ചുപേർ ഉണ്ടെങ്കിൽ, ഏകദേശം 500 ഓളം പേർ.

ഇത്രയും പേർക്കുള്ള ഭക്ഷണം ഒരുമിച്ച് ഒരു സ്ഥലത്ത് പാചകം ചെയ്ത്, എല്ലാ വീടുകളിലും അവരവർക്ക് ആവശ്യത്തിനുള്ളത് വിതരണം ചെയ്യുക എന്നതാണ് കമ്യൂണിറ്റി കുക്കിംഗ് എന്നത് കൊണ്ട് ഉദ്ധേശിക്കുന്നത്.

നൂറ് കുടുംബങ്ങൾ ചേർന്ന് ഒരു സംഖ്യ പിരിച്ചെടുത്ത് അത് കൊണ്ട് സാധനങ്ങൾ വാങ്ങി, ശമ്പളത്തിന് ജോലിക്കാരെ നിറുത്തി വീടുകളിൽ ഉണ്ടാക്കുന്നത് പോലെ, മായമോ മറ്റു വസ്തുക്കളോ ചേർക്കാതെ ശുദ്ധമായ ഭക്ഷണം ഉണ്ടാക്കി പങ്കിട്ട് കഴിക്കാം. ഓരോ ദിവസത്തെയും സമയത്തെയും വിഭവങ്ങൾ നേരത്തെ, തീരുമാനിച്ചതായിരിക്കണം എന്നു മാത്രം.

സാധനങ്ങൾ വാങ്ങുന്നത്, ഗുണനിലവാരം നോക്കുന്നത്, വേസ്റ്റ് ഡിസ്പോസൽ, ഭക്ഷണവിതരണം, സാമ്പത്തിക നിയന്ത്രണം തുടങ്ങിയ കാര്യങ്ങൾ, ഓരോ മാസവും മാറിമാറി വരുന്ന ഫുഡ് കമ്മിറ്റിയെ ഏൽപ്പിക്കാവുന്നതാണ്. അഞ്ചു പേർ അടങ്ങുന്ന ഒരു കമ്മിറ്റിക്ക് ഇക്കാര്യങ്ങൾ ഭംഗിയായി നടത്താൻ കഴിയും. കമ്മ്യൂണിറ്റി എന്ന ചെറിയ ഏരിയയിലെ ഭക്ഷണ വിതരണത്തിനായി, കുട്ടികൾ ഉൾപ്പെടെയുള്ള വളണ്ടിയർമാരെയും നിയോഗിക്കാം.

മായമോ കലർപ്പോ ഇല്ലാത്ത ഭക്ഷണം അദ്ധ്വാനമില്ലാതെ ലഭിക്കും എന്നതിനപ്പുറം, വ്യക്തിക്കും, സമൂഹത്തിനും, രാജ്യത്തിനും ഇത്തരം സംവിധാനം ഏറെ ഗുണം ചെയ്യും. അതിൽ ചിലത് മാത്രം പരിശോധിക്കാം.

? സമയലാഭം തന്നെ പ്രധാനം. ഒന്നിനും സമയം തികയാത്ത ഇക്കാലത്ത് സമയലാഭം ഏറെ പ്രധാനമാണ്. കുടുംബത്തോടൊപ്പം കൂടുതൽ സമയം എന്നത് ജീവിതത്തിന്റെ ക്വാളിറ്റി തന്നെ മാറ്റിമറിക്കും. രാത്രി ഏറെ വൈകിയും പാത്രങ്ങൾ കഴുകുന്ന ജോലി വീട്ടമ്മക്ക് ഇവിടെ ഉണ്ടാവില്ല.

? സമാധാനത്തോടെ പുറത്ത് പോയി മറ്റു കാര്യങ്ങൾ ചെയ്യാം. സാമൂഹിക കാര്യങ്ങൾക്കായി സമയം നീക്കിവയ്ക്കാം. പെട്ടന്ന് തിരിച്ചു വന്ന് ഭക്ഷണം തയ്യാറാക്കേണ്ടതായ വേവലാതി ഉണ്ടാവില്ല.

? ബന്ധുക്കളോ സുഹൃത്തുക്കളോ വരുന്നുണ്ടെങ്കിലും അധിക ഭക്ഷണം ഏർപ്പാടാക്കിയാൽ മതിയാവും. ടെൻഷൻ വേണ്ട.

? പണം ലാഭിക്കാം. അഞ്ചു പേർക്ക് ഉണ്ടാക്കുന്നതിലും വളരെ കുറച്ച് ചിലവ് മാത്രമേ, 50 പേർക്ക് ഉണ്ടാക്കുകയാണെങ്കിൽ ഉണ്ടാവൂ. അപ്പോൾ 500 പേർക്ക് ഉണ്ടാക്കുമ്പോൾ ചിലവ് വളരെ കുറയും. അതു

കൊണ്ട് തന്നെ കുടുംബ ബഡ്ജറ്റിൽ മിച്ചം വരും.

? അധിക ധനലാഭം. ഹോൾസെയിലായി സാധനങ്ങൾ വാങ്ങുമ്പോഴും, ഫാമുകളിൽ നിന്നും നേരിട്ട് പച്ചക്കറികളും മാംസവും മുട്ടയും ഒക്കെ വാങ്ങുമ്പോഴും, ഇടനിലക്കാരില്ലാതെ വളരെ കുറഞ്ഞ വിലക്ക് സാധനങ്ങൾ കിട്ടും. അപ്പോൾ ചിലവ് പിന്നെയും കുറയും.

? ആരോഗ്യകരമായ ഭക്ഷണം ലഭിക്കും. ഗുണനിലവാരമുള്ള പച്ചക്കറികളും മത്സ്യവും മാംസവുമൊക്കെ നേരിട്ട് ഫാമുകളുമായി കരാറുണ്ടാക്കി, വിഷമില്ലാത്ത സാധനങ്ങൾ വാങ്ങാം. ചെറുകിട വിൽപ്പനക്കാരിൽ നിന്നും നിത്യേന വാങ്ങുമ്പോൾ ഇതൊന്നും നടക്കില്ലല്ലോ?. ലാഭക്കൊതി ഇല്ലാത്തത് കൊണ്ട് നമുക്ക് ഭക്ഷണത്തിൽ മായം ചേർക്കേണ്ടതുമില്ല. അങ്ങിനെ ആരോഗ്യത്തിനും ഗുണകരം.

? ഇന്ധനച്ചിലവ് ലാഭിക്കാം. കുക്കിംഗ് ഗ്യാസിന്റെയും ഇലക്ട്രിസിറ്റിയുടെയും വ്യക്തിഗത ഉപയോഗം കുറയുന്നു. വ്യക്തിക്കും സമൂഹത്തിനും നാടിനും ഒരുപോലെ ഗുണകരം.

? കുക്കിംഗിനും പച്ചക്കറി പാത്രം കഴുകുന്നതിനുമായി ഉപയോഗിക്കുന്നതും പാഴാകുന്നതുമായ വെള്ളം സംരക്ഷിക്കപ്പെടുന്നു. (ഒരു കുടുംബം ദിവസം 50 ലിറ്റർ ലാഭിക്കുന്നു എന്ന് കണക്കാക്കിയാൽ 100 കുടുംബത്തിന് 5000 ലിറ്റർ അഥവാ മാസം ഒന്നര ലക്ഷം ലിറ്റർ.)

? പച്ചക്കറികളും, മത്സ്യമാംസാദികളും മറ്റും ആഴ്ചയിൽ പല പ്രാവശ്യം വാങ്ങാൻ പോകുന്ന വാഹനത്തിന്റെ ഇന്ധനവും, പാചക സമയത്ത് നീണ്ട മണിക്കൂറുകൾ ഉപയോഗിക്കുന്ന ലൈറ്റ്, ഫാൻ തുടങ്ങിയവയുടെ എനർജിയും സേവ് ചെയ്യാം. ഒപ്പം പണവും.

? പാചകശാലക്ക് സോളാർ വാട്ടർഹീറ്റർ പിടിപ്പിച്ചാൽ ഇന്ധനച്ചിലവ് കുറയ്ക്കാം. വെള്ളം ചൂടാവാനാണല്ലോ ഇന്ധനം കൂടുതൽ ആവശ്യമുള്ളത്.

? ഫുഡ് വേസ്റ്റാവുന്നത് കുറയ്ക്കാം. ആവശ്യത്തിന് മാത്രമുള്ളത് മാത്രം വിതരണം ചെയ്യുന്നത് കൊണ്ട് ഭക്ഷണം പാഴാകുന്നത് കുറയും.

? വീടുകളിലെ മാലിന്യ പ്രശ്നത്തിന് പരിഹാരമാവും. ഭക്ഷണം കഴിച്ചതിന്റെ അവശിഷ്ടം മാത്രമാവും വേസ്റ്റ് ആയി ഉണ്ടാവുക. പലചരക്ക് സാധനങ്ങൾ വാങ്ങുന്നത് കുറയുന്നതോടെ പ്ലാസ്റ്റിക് മാലിന്യവും കുറയും.

? പാചകപ്പുരയിലെ വേസ്റ്റ് കമ്പോസ്റ്റ് ആക്കി മാറ്റാം, ഒപ്പം ബയോഗ്യാസ് ഉൽപ്പാദിപ്പിക്കാം.

? വീട്ടുജോലിക്കാരുടെ ദൗർലഭ്യം രൂക്ഷമായ ഇക്കാലത്ത് വൻതുക വാങ്ങുന്ന ജോലിക്കാരുടെ ശമ്പളം ലാഭിക്കാം.

? ഹോട്ടൽ/പാഴ്സൽ വാങ്ങുന്നതിന്റെ അളവ് കുറയ്ക്കാം.

? താൽപര്യമുള്ള സീനിയർ സിറ്റിസൺസിന് സമയം ചിലവഴിക്കാനുള്ള അവസരവുമാവും.

? എല്ലാ മാസവും പുതിയ കമ്മിറ്റികൾ ഉണ്ടാവുന്നതിലൂടെ, സമൂഹത്തിലെ എല്ലാവർക്കും തുല്യ പ്രാധാന്യവും, ഉത്തരവാദിത്തവും ലഭിക്കാനുള്ള അവസരം ഉണ്ടാവുന്നു.

? ഇത്തരം കൂട്ടായ്മകളിലൂടെ ലഭിക്കുന്ന ഒത്തൊരുമയും മറ്റു തുടർ പ്രവർത്തനങ്ങളും.

ഈ ആശയം, എല്ലാ വീടുകളിലെയും അടുക്കളകൾ പൂട്ടിയിടണമെന്ന് അർത്ഥമാക്കുന്നില്ല. ഞായറാഴ്ചകൾ വീടുകളിൽ സ്വന്തം പാചകമാക്കാം. കുട്ടികളുടെയും മറ്റുള്ളവരുടെയും ഇഷ്ടങ്ങൾക്കനുസരിച്ച് ഇടയ്ക്ക് വീട്ടിൽ പാചകം ചെയ്യുകയുമാവാം.

മെനു തയ്യാറാക്കുന്നതിലടക്കം, ചില പ്രയോഗിക പ്രശ്നങ്ങൾ തുടക്കത്തിൽ ഉണ്ടാവാമെങ്കിലും, പ്രാവർത്തികമായാൽ സ്ത്രീ സ്വാതന്ത്ര്യത്തിന് ഈ ആശയം, പുതിയൊരു കാൽവയ്പ്പായി മാറും. ശരാശരി രണ്ടു മുതൽ മൂന്ന് മണിക്കൂർ വരെ അടുക്കളയിൽ ചിലവഴിക്കുന്നവരുടെ കുടുംബങ്ങൾക്ക് മൊത്തത്തിൽ വലിയൊരു ആശ്വാസവുമാവും.

മൊത്തത്തിൽ കമ്മ്യൂണിറ്റി കുക്കിംഗ് നൽകുന്ന സുഖവും സൗകര്യവും വളരെ വലുതാണ്. മറ്റുള്ളവരുമായി ഈ ആശയം പങ്കുവയ്ക്കുക, ചർച്ച ചെയ്യുക, സാധിക്കുന്നവർ നടപ്പിലാക്കുക.

എന്തിനാണീ ജോലി ചെയ്യുന്നത് ?

ഇനിയും വയ്യ, മടുത്തു ഈ ജോലി. വേറെ എന്തെങ്കിലും നിവൃത്തി യുണ്ടായിരുന്നെങ്കിൽ...

***

രാവിലെ എണീക്കുമ്പോൾ തന്നെ, 'ഇന്നും ആ നശിച്ച ജോലിക്ക് പോകണമല്ലോ... വല്ല ഹർത്താലോ ചുഴലിക്കാറ്റോ ഭൂകമ്പമോ വന്നിരുന്നെങ്കിൽ ഇന്നൊരു ദിവസമെങ്കിലും സമാധാനം ഉണ്ടായേനേ' എന്നു ചിന്തിക്കുന്ന ധാരാളം ആളുകൾ നമുക്കിടയിലുണ്ട്. അവർക്കായി സ്ട്രെസ് മാനേജ്മെന്റ് ടിപ്സ് മുതൽ യോഗവരെ പലതും നിർദ്ദേശിക്കപ്പെടുന്നതും പലരും അതൊക്കെ പരീക്ഷിക്കുന്നതും സാധാരണ കണ്ടുവരുന്നതാണ്.

എന്റെ മാനേജ്മെന്റ് ശൈലിയിലെ ആദ്യപരിഗണന തന്നെ എനിക്ക് റിപ്പോർട്ട് ചെയ്യുന്ന ഒരു സ്റ്റാഫ്പോലും ഇത്തരമൊരു മനോഭാവത്തോടെ ജോലിയെ സമീപിക്കരുതെന്നാണ്. അതവരോട് പറയുകയും ഇടവേളകളിൽ അക്കാര്യം ഉറപ്പുവരുത്തുകയും ചെയ്യാറുണ്ട്.

തൊഴിൽ സംതൃപ്തി ഒട്ടുമില്ലാത്ത സാഹചര്യത്തിലാണ് ഇത്തരം മനോഭാവം ഉടലെടുക്കുന്നത് എന്ന് സാമാന്യമായി പറയാം. എന്നാൽ എ

ന്താണ് തൊഴിൽ സംതൃപ്തി എന്നു ചോദിച്ചാൽ മിക്കവരും മേൽപ്പോട്ട് നോക്കുകയും ചെയ്യും.

എന്തിനാണ് ജോലി ചെയ്യുന്നത് എന്ന് ചോദിച്ചാൽ, ശമ്പളത്തിന് വേണ്ടിയാണ് എന്നതാണ് മിക്കവാറും ആളുകൾ കരുതിയിരിക്കുന്നത് എന്ന് മനസ്സിലാക്കാൻ കഴിയും. ജീവിത വൃത്തിക്കുള്ള ധനം മാത്രമല്ല തൊഴിലിൽ നിന്നും നമുക്ക് ലഭിക്കുന്നതെന്ന് ഒരൽപം ചിന്തിച്ചാൽ മനസ്സിലാക്കാനാവും.

ശമ്പളത്തിനപ്പുറം, തൊഴിൽ നമുക്ക് നൽകുന്ന ഒന്നാണ് സാമൂഹിക അംഗീകാരം. ഏത് തൊഴിൽ ചെയ്യുന്നയാൾക്കും സമൂഹത്തിൽ ഒരു നിലയുണ്ട്. തൊഴിലില്ലായ്മ രൂക്ഷമായിരുന്ന കാലത്ത് ജീവിച്ചവർക്ക് അത് നന്നായി അറിയാം.

നമ്മൾ വിദ്യാഭ്യാസത്തിലൂടെ ആർജ്ജിച്ച അറിവുകൾ, കഴിവുകൾ എന്നിവ പ്രയോഗത്തിൽ കൊണ്ടുവരാനുള്ള അവസരമാണ് തൊഴിൽ നമുക്ക് തരുന്നത് എന്നുകൂടി നാം മനസ്സിലാക്കണം. തൊഴിൽ സംബന്ധമായ കാര്യങ്ങളിൽ അറിവും നൈപുണ്യവും വിപുലപ്പെടുത്താനുള്ള സാഹചര്യം മിക്ക തൊഴിലുകളും സൃഷ്ടിക്കുന്നുമുണ്ട്.

നമ്മുടെ പ്രവൃത്തി പരിചയം, ആശയ വിനിമയശേഷി, വ്യക്തികളുമായി ഇടപഴകാനുള്ള കഴിവ്, നേതൃത്വ പാടവം, പ്രശ്നങ്ങളെ അഭിമുഖീകരിക്കാനും പരിഹരിക്കാനുമുള്ള ആർജ്ജവം, സമൂഹത്തിലെ വിവിധ തലങ്ങളിലുള്ള, വിവിധ പ്രായങ്ങളിലുള്ള ആളുകളുമായി ബന്ധപ്പെടാനുള്ള അവസരം, പുതിയ സൗഹൃദങ്ങൾ സൃഷ്ടിക്കാനുള്ള സാദ്ധ്യതകൾ, പുതിയ കാര്യങ്ങൾ പഠിക്കാനും പ്രയോഗിക്കാനുമുള്ള സാഹചര്യം തുടങ്ങി എണ്ണിയാലൊടുങ്ങാത്ത പ്രയോജനങ്ങൾ തൊഴിലിലൂടെ നമുക്ക് കൈവരുന്നുണ്ട് എന്ന് അധികമാരും മനസ്സിലാക്കുന്നില്ല എന്നതാണ് യാഥാർത്ഥ്യം.

ഇക്കാര്യങ്ങൾ മനസ്സിലാക്കുകയും പ്രയോജനപ്പെടുത്തുകയും ചെയ്യുമ്പോൾ മാത്രമേ, ഒരാൾ പൂർണ്ണമായ അർത്ഥത്തിൽ ജോലി ചെയ്യുന്നു എന്നു പറയാനാവൂ. മറിച്ച് മാസാവസാനം കിട്ടുന്ന ശമ്പളം മാത്രം മുന്നിൽ കണ്ടാണ് ജോലി ചെയ്യുന്നതെങ്കിൽ ജോലി വിരസമാവുമെന്നു മാത്രമല്ല പലപ്പോഴും ക്ലേശകരവുമാവും.

തൊഴിലിന് ശമ്പളത്തിനപ്പുറം നൽകാനാവുന്ന സാദ്ധ്യതകൾ കൂടി പരിഗണിച്ചു നോക്കിയാൽ തൊഴിലിനോടുള്ള നമ്മുടെ മനോഭാവത്തിൽ മാറ്റം വരുന്നത് കാണാം. നമ്മെ നവീകരിക്കാനും നമ്മുടെ കഴിവുകളെ മെച്ചപ്പെടുത്താനും കിട്ടിയ നല്ലൊരു അവസരമായി തൊഴിലിനെ കണ്ടു

തുടങ്ങിയാൽ, ജോലിസമയം തീരാനുള്ള കാത്തിരിപ്പും മുഷിപ്പും, സന്തോഷത്തിനും ഉത്സാഹത്തിനും വഴി മാറുന്നത് അനുഭവിച്ചറിയാൻ കഴിയും.

ജോലിയോടുള്ള നമ്മുടെ കാഴ്ചപ്പാടിൽ, മനോഭാവത്തിൽ മാറ്റം വന്നാൽ പകുതിയിലധികം പ്രശ്നങ്ങളും തീരും. പക്ഷേ, പ്രശ്നങ്ങൾ ഇക്കാര്യം കൊണ്ട് പൂർണ്ണമായി അവസാനിക്കണമെന്നില്ല. സഹപ്രവർത്തകർ പാരകളാണെങ്കിലോ, ബോസ് ഒരു കീറാമുട്ടിയാണെങ്കിലോ കാര്യം കുഴഞ്ഞില്ലേ? തൊഴിലിടത്തിൽ സമാധാനമുണ്ടാവുകയില്ലല്ലോ.

പലപ്പോഴും, പല സ്ഥാപനങ്ങളിലും, കൃത്യമായി ജോലിക്ക് വരാത്ത, അല്ലെങ്കിൽ കൃത്യസമയത്തിന് ഹാജരാകാത്ത, ചിലപ്പോൾ മദ്യപിച്ച് പോലും ജോലിക്കെത്തുന്ന, ചില ജോലിക്കാരെ, ആളുകളെ ഇഷ്ടക്കുറവോടെ തന്നെ അധികാരികൾ സഹിക്കുന്നത് കാണാൻ കഴിയും. 99 ശതമാനവും അവരുടെ ജോലിയിലുള്ള മിടുക്കും വൈദഗ്ദ്ധ്യവും തന്നെയായിരിക്കും ഇതിനുള്ള കാരണം.

അതായത്, സ്വന്തം ജോലി അഥവാ ഏൽപ്പിക്കുന്ന പണി കൃത്യമായും, പെർഫക്ടായും, ചെയ്യുന്ന ആളുകൾ അധികാരികൾക്ക് എന്നും സ്വീകാര്യരാണ് എന്നു ചുരുക്കം.

ഇതിൽ നിന്നും മനസ്സിലാക്കേണ്ടത്, നിങ്ങളുടെ ജോലിയിൽ നിങ്ങൾക്ക് വൈദഗ്ദ്ധ്യമുണ്ടെങ്കിൽ, മിടുക്കുണ്ടെങ്കിൽ എവിടെയും നിങ്ങൾക്കൊരു സ്ഥാനമുണ്ടാവും എന്നതാണ്. നല്ലൊരു കുക്കായാലും ഡ്രൈവറായാലും മെക്കാനിക്കായാലും എൻജിനീയറായാലും ഡോക്ടറായാലും സെയിൽസ് മാനായാലും ഡാറ്റാ എൻട്രി ഓപ്പറേറ്ററായാലും ചെരുപ്പു തുന്നുന്ന ആളായാലും വിദഗ്ദ്ധൻ/വിദഗ്ദ്ധയ്ക്ക് ലോകത്തെവിടെയായായാലും വിലയുണ്ട് അഥവാ മൂല്യമുണ്ട്. അതുകൊണ്ട് ചെയ്യുന്ന ജോലി എന്തു തന്നെയായാലും അതിൽ അറിവും കഴിവും വർദ്ധിപ്പിക്കുക. പെർഫക്ഷന് വേണ്ടി ശ്രമിക്കുക. സ്ഥാപനത്തിലെ ഏറ്റവും മികച്ച ഉദ്യോഗസ്ഥരിൽ ഒരാളാവാൻ പ്രയത്നിക്കുക.

ഒരു എക്സ്പേർട്ട് ആയി നിങ്ങൾ വളർന്നാൽ അധികാരികൾക്ക്, മാനേജ്മെന്റിന് നിങ്ങളോടുള്ള മനോഭാവം മാറുന്നത്, ഉറപ്പായിട്ടും കാണാൻ സാധിക്കും. അങ്ങിനെ സംഭവിച്ച അനുഭവങ്ങൾ ഒരുപാടുണ്ട്. പക്ഷേ, എത്ര ശ്രമിച്ചിട്ടും ജോലിയിൽ ക്ഷമത കൈവരിക്കാൻ കഴിയുന്നില്ല, ജോലി ചെയ്യാനോ ജോലിയിൽ കൂടുതൽ കാര്യങ്ങൾ പഠിക്കാനോ താൽപര്യമില്ല. അതു കൊണ്ട് തന്നെ വിജയിക്കാൻ കഴിയുന്നില്ല എന്നതാണ് പ്രശ്നമെങ്കിൽ എന്തു ചെയ്യണമെന്നതാണ് ഇനി നോക്കേണ്ടത്.

ഏതൊരു ജോലിയും ഇഷ്ടപ്പെട്ട്, ആസ്വദിച്ച് ചെയ്യുമ്പോഴാണ് തൊഴിൽ സംതൃപ്തി ഉണ്ടാവുന്നത് എന്ന് എല്ലാവർക്കുമറിയാം. പക്ഷേ ചെയ്യുന്ന ജോലി ഇഷ്ടമല്ല എങ്കിൽ എന്തുചെയ്യും.?

ഒരു വീട്ടിലെ ജോലികൾ, മക്കൾക്കായി പകുത്തു നൽകി എന്നു കരുതുക. അടുക്കളയിൽ കയറാനേ ഇഷ്ടമില്ലാത്തയാൾക്ക് കുക്കിംഗും, യാതൊരു വൃത്തിയും ശ്രദ്ധയുമില്ലാതെ സാധനങ്ങൾ വലിച്ചു വാരിയിടുന്ന ആൾക്ക്, ക്ലീനിംഗും വീടിന് പുറത്ത് പോവാൻ ഇഷ്ടമില്ലാത്തയാൾക്ക് പർച്ചേസിംഗും തുടങ്ങിയ ഉത്തരവാദിത്തങ്ങൾ ഏൽപ്പിച്ചാലും ജോലി നടക്കും. പക്ഷേ, കാര്യക്ഷമമായി നടക്കുകയില്ല എന്നുറപ്പാണല്ലോ? എങ്ങിനെയെങ്കിലും ജോലി തീർക്കുക എന്നല്ലാതെ ഇഷ്ടപ്പെട്ട് ചെയ്യാൻ അവർക്ക് സാധിക്കുകയില്ലല്ലോ?

ജോലിയെ നമ്മൾ ഇഷ്ടപ്പെടണമെങ്കിൽ അത് നമ്മുടെ ഇഷ്ടവുമായി ബന്ധമുള്ളതായിരിക്കണം. നമ്മളിൽ പലരും നമ്മുടെ അഭിരുചികളുമായി, താൽപ്പര്യങ്ങളുമായി, കഴിവുകളുമായി ബന്ധപ്പെട്ട ജോലികളായിരിക്കില്ല മിക്കപ്പോഴും ചെയ്യുന്നത്. അതുതന്നെയാണ് ജോലി ഒരു ഭാരമായി തോന്നുന്നതിന്റെ പ്രധാന കാരണവും.

പോംവഴി രണ്ടാണുള്ളത്. ചെയ്യുന്ന ജോലിയിൽ നമ്മുടെ കഴിവുകളും താൽപര്യങ്ങളും ഉൾപ്പെടുത്തുക. അതല്ലെങ്കിൽ അത്തരം സാദ്ധ്യതകളുള്ള തൊഴിലിലേക്ക് മാറുക.

വീട്ടുകാരുടെ താൽപര്യപ്രകാരമോ, ജോലി കിട്ടാനുള്ള എളുപ്പത്തിനായോ, ഏതെങ്കിലും ഒരു കോഴ്സ് പഠിച്ച് പോയത് കൊണ്ട്, ജീവിതകാലം മുഴുവൻ അതുമായി ബന്ധപ്പെട്ട ജോലി തന്നെ ചെയ്യേണ്ട യാതൊരു കാര്യവുമില്ല. ഇഷ്ടപ്പെട്ട മേഖലയിലേക്ക്, സാദ്ധ്യമായ സമയത്ത് മാറുന്നതാണ് ഉചിതം. അത് സർക്കാർ ജോലിയിൽ നിന്നാണെങ്കിൽ പോലും ചെയ്യുന്നത് തെറ്റാവുമെന്ന് പറയാൻ കഴിയില്ല.

ജീവിതം ഒന്നേയുള്ളു. ജീവിതത്തിന്റെ മുക്കാൽ ഭാഗവും ചിലവഴിക്കുന്നതാവട്ടെ തൊഴിലിടത്താണ് താനും. തൊഴിലിൽ സന്തോഷവും സമാധാനവുമില്ലെങ്കിൽ ജീവിതത്തിന്റെ പകുതിയും പാഴാക്കുന്നുവെന്നർത്ഥം.

സ്വയം ചിന്തിക്കുക, തിരിച്ചറിയുക, തീരുമാനിക്കുക, പ്രവർത്തിക്കുക, പ്രയത്നിക്കുക ഒരു നല്ല തൊഴിലിനായി. ഇഷ്ടപ്പെട്ട മേഖലയിൽ സന്തോഷവും ഉത്സാഹവും ആവേശവും നിറഞ്ഞ തൊഴിൽ ജീവിതം തീർച്ചയായും നേടാനാവും.

കരിയർ ഗ്രാഫ്: ഓഫീസ് ബോയ് മുതൽ സി. ഇ. ഒ. വരെ

സ്വപ്നം കാണുക, തീവ്രമായി ആഗ്രഹിക്കുക, അതിനായി പ്രയത്നിക്കുക. സ്വപ്നം സഫലമാവും എന്നത് തീർച്ചയാണ്.

നമുക്ക് ജീവിതം ഒന്നേയുള്ളൂ. സ്വപ്ന സാക്ഷാത്ക്കാരം അടുത്ത ജന്മത്തേക്കായി മാറ്റി വയ്ക്കേണ്ടതില്ല. കാര്യങ്ങൾ നാളത്തേക്കായി മാറ്റിവച്ചു കൊണ്ട്, നമ്മൾ നഷ്ടപ്പെടുത്തുന്ന ഓരോ ദിവസവും, എന്നന്നേയ്ക്കുമായി നമ്മുടെ ജീവിതത്തിൽനിന്നും പാഴാവുകയാണ്. ഒരിക്കലും തിരിച്ചു പിടിക്കാനാവാത്തവിധം നഷ്ടപ്പെടുന്ന അവസരങ്ങളാണ്. ഇന്നത്തെ തീരുമാനത്തിന്റെയും പ്രയത്നത്തിന്റെയും ഫലമാണ് നമ്മുടെ നാളത്തെ ജീവിതവും, വിജയവും നേട്ടങ്ങളും.

പെട്ടെന്നൊരു ദിവസം ദൈവം നമ്മുടെ മുന്നിൽ പ്രത്യക്ഷപ്പെട്ട് നമ്മുടെ ജീവിതം മാറ്റിമറിക്കാനൊന്നും പോവുന്നില്ല എന്ന് നമ്മൾ മനസ്സിലാക്കണം. അദ്ധ്വാനിക്കാനും പ്രയത്നിക്കാനും മടിയുള്ളവരെ ഒരു ദൈവത്തിനും ഇഷ്ടമാവാനും വഴിയില്ല.

ജീവിതം വളരാനുള്ളതാണ്, നേടാനുള്ളതാണ്, വിജയിക്കാനുള്ളതാണ് എന്നത് മറക്കാതിരിക്കുക. നമ്മുടെ ജീവിതത്തിൽ വിജയത്തിന് തടസ്സമായി നിൽക്കുന്ന എന്തെങ്കിലുമുണ്ടെങ്കിൽ അത് നമ്മളാണ്, നമ്മുടെ മനോഭാവം മാത്രമാണ് എന്നറിയുക.

ഒരു ഓഫീസ്ബോയ്, സ്വപ്നത്തിൽപോലും ചിന്തിക്കാത്ത പദവിയായിരിക്കും ചീഫ് എക്സിക്യൂട്ടീവ് ഓഫീസർ എന്ന തസ്തിക. വിവിധ രാജ്യങ്ങളിൽ നിന്നും വരുന്ന തൊഴിലന്വേഷകരുടെ ഫയലിലെ, കടലാസ് സർട്ടിഫിക്കറ്റുകൾക്കപ്പുറം അറിവിനും, കഴിവിനും, കാര്യ പ്രാപ്തിക്കും, ആത്മവിശ്വാസത്തിനും പരിഗണന നൽകപ്പെടുന്ന ഗൾഫ് മേഖലയിൽ ചെറിയ ജോലികളിൽ നിന്ന് തുടങ്ങി, ഉന്നത സ്ഥാനത്തെത്തിയ മലയാളികൾ ഒരുപാടുണ്ട്. അതിൽ നേരിട്ടറിയാവുന്ന ഒരു വ്യക്തിത്വം ആണ് ശ്രീ അബ്ദുൾ റഷീദിന്റേത്.

പത്താം ക്ലാസ്സിൽ തോറ്റ് പഠിപ്പ് നിർത്തിയ റഷീദ് കല്ലായിയിൽ ബാപ്പ പണിയെടുക്കുന്ന തടിമില്ലിൽ രണ്ടുവർഷം കണക്കെഴുത്തുകാരനായി ജോലി നോക്കിയിരുന്നു. ഒപ്പം അന്നത്തെ നാട്ടുനടപ്പായിരുന്ന ടൈപ്പ്റൈറ്റിംഗും പഠിച്ചിട്ടാണ് ഒരു വിസ ഒപ്പിച്ച് അബുദാബിയിലെത്തിയത്. പക്ഷേ കിട്ടിയതാവട്ടെ ബോട്ട് നന്നാക്കുന്ന സ്ഥാപനത്തിലെ മരപ്പണിയും.

ഏറെ സ്വപ്നങ്ങളുമായി കടൽകടന്ന റഷീദിന് നിരാശയായെങ്കിലും, എന്നെങ്കിലും നല്ല ജീവിതം ഉണ്ടാവും എന്നയാൾ സ്വപ്നം കണ്ടിരുന്നു. അതിനുള്ള പ്രയത്നത്തിന്റെ ഭാഗമായി, മൂന്നാംവർഷം നാട്ടിലേക്ക് വന്നത് SSLC പരീക്ഷ എഴുതാനുള്ള തയ്യാറെടുപ്പുമായാണ്. തോറ്റുപോയ ഇംഗ്ലീഷും കണക്കും മൂന്നുമാസം പാരലൽ കോളേജിൽ പ്രത്യേക ട്യൂഷൻ തരപ്പെടുത്തി, പാസാവുക തന്നെ ചെയ്തു റഷീദ്. മികച്ച മാർക്ക് കിട്ടിയില്ലെങ്കിലും ആറു വർഷം കഴിഞ്ഞ് പരീക്ഷ പാസായത് തന്നെ വലിയ നേട്ടമായി കരുതി.

തിരിച്ച് അബുദാബിയിലെത്തിയ റഷീദ്, നാട്ടുകാരനായ മമ്മദിക്കയുടെ സഹായത്തോടെ അയാൾ ജോലി ചെയ്യുന്ന മുതലാളിയുടെ ധനകാര്യ സ്ഥാപനത്തിലെ ഓഫീസ് ബോയിയുടെ ജോലി തരപ്പെടുത്തി.

രാവിലെ ഓഫീസ് വൃത്തിയാക്കുക, സ്റ്റാഫിനും മാനേജരെ കാണാനെത്തുന്ന കസ്റ്റമേർസിനും ചായ, കോഫി തുടങ്ങിയവ നൽകുക, പോസ്റ്റാഫീസിലും ഫോട്ടോസ്റ്റാറ്റ് എടുക്കാനും പുറത്ത് പോവുക തുടങ്ങി, കുറച്ചു സമയത്തെ ജോലി മാത്രമാണ് ഉണ്ടായിരുന്നത്.

ഒഴിവു സമയങ്ങൾ, കടൽ കടന്നെത്തുന്ന മംഗളം മനോരമ, നാന തുടങ്ങിയവ വായിച്ചു ചിലവഴിക്കുന്നതായിരുന്നു അന്നത്തെ ജോലിക്കാരുടെ ഒരു രീതി. പക്ഷേ, ജീവിതത്തിൽ ഏറെ സ്വപ്നങ്ങളും, ആഗ്രഹങ്ങളും, പ്രതീക്ഷകളും ഉണ്ടായിരുന്ന റഷീദ്, മറ്റുള്ള സ്റ്റാഫിനെ സഹായിക്കാനും അതുവഴി അവർ ചെയ്യുന്ന ജോലികൾ മനസ്സിലാക്കാനും,

പഠിക്കാനുമാണ് തന്റെ ഒഴിവുസമയങ്ങൾ ഉപയോഗിച്ചത്. അതിരാവിലെ, മാനേജരുടെ ക്യാബിൻ തുടച്ചു വൃത്തിയാക്കിക്കഴിഞ്ഞാൽ, ആരും കാണാതെ അദ്ദേഹത്തിന്റെ കസേരയിൽ ഇരുന്ന്, ഒരു നിമിഷം സ്വയം മാനേജരായതായി സങ്കൽപ്പിക്കുന്നത് റഷീദിന്റെ പതിവായിരുന്നു അക്കാലത്ത്.

അന്നത്തെ കാലത്ത് സ്പ്ലിറ്റ് ഡ്യൂട്ടിയാണ് പൊതുവെ എല്ലായിടത്തും ഉണ്ടായിരുന്നത്. അതായത് ഉച്ചയ്ക്ക് 1 മണി മുതൽ 5 മണിവരെ ബ്രേക്ക് ആയിരിക്കും. സ്റ്റാഫ് എല്ലാവരും താമസസ്ഥലത്തായിരിക്കുന്ന ആ സമയത്ത്, ഓഫീസ്ബോയ് അകത്തിരുന്ന് ഉറങ്ങുകയാണ് സാധാരണ എല്ലായിടത്തും ചെയ്തിരുന്നത്.

എന്നാൽ റഷീദാവട്ടെ, ആ സമയം മറ്റുള്ള സ്റ്റാഫിന്റെ ചെറിയ പെൻഡിംഗ് ജോലികൾ തീർത്തു കൊടുക്കാനാണ് വിനിയോഗിച്ചത്. യാതൊരു അധിക വരുമാനവുമില്ലാതെ, മറ്റുള്ളവരുടെ ജോലി കൂടെ ഏറ്റെടുത്ത് ചെയ്തിരുന്നത് കൊണ്ട് അധികം വൈകാതെ ഏവർക്കും പ്രിയങ്കരനുമായി അദ്ദേഹം മാറി.

ഏകദേശം ഒന്നര വർഷത്തിനു ശേഷം, ഒരു സ്റ്റാഫിന് അടിയന്തിരമായി ലീവിൽ പോകേണ്ടി വന്നതോടെ, ആ ജോലി ചെയ്യാൻ റഷീദ് സ്വയം സന്നദ്ധത പ്രകടിപ്പിച്ചത് ജീവിതത്തിലെ വഴിത്തിരിവായി. പെട്ടെന്ന് ഏറ്റെടുക്കേണ്ടി വന്നതിനാൽ മറ്റുള്ളവരുടെ സഹായത്തോടെ പുതിയ ഉത്തരവാദിത്തം നിറവേറ്റേണ്ടതായി വന്നെങ്കിലും, പിന്നീട് പ്ലാൻ ചെയ്ത് മാസങ്ങളോളം അവധിക്കു പോകുന്നവർ റഷീദിനെ കാര്യങ്ങൾ പഠിപ്പിച്ചിട്ടാണ് ഉത്തരവാദിത്തം ഏൽപ്പിച്ച് പോവാറുണ്ടായിരുന്നത്.

താമസിയാതെ എല്ലാ വിഭാഗത്തിലെ സ്റ്റാഫിനും പകരക്കാരനായി റഷീദ് മാറി. പകരം വന്ന ഓഫീസ്ബോയ് ആവട്ടെ, സ്വന്തം ജോലിയിൽ തൃപ്തനായിരുന്നതുകൊണ്ട് മറ്റു കാര്യങ്ങളിൽ ഇടപെട്ടതുമില്ല. മൂന്നു വർഷത്തിന് ശേഷം നാട്ടിലെത്തി നിക്കാഹ് കഴിച്ച് മടങ്ങിയ റഷീദിന്, ഓഫീസ് ബോയിയുടേതോ സ്റ്റാഫിന്റെയോ ജോലി ബ്രാഞ്ചിൽ ഇല്ലാത്ത അവസ്ഥ വന്നു ചേർന്നു. അങ്ങനെയാണ് പുതുതായി തുടങ്ങുന്ന ബ്രാഞ്ചിലേക്ക് മാറ്റം കിട്ടുന്നത്. പുതിയ ശാഖയുടെ പണികൾ നടക്കുന്ന സമയത്ത് എത്തിയ റഷീദ്, വിവിധ വിഭാഗങ്ങളിൽ നേടിയ പ്രാവീണ്യംകൊണ്ട്, നിയുക്ത ബ്രാഞ്ച് മാനേജരുടെ വലംകൈയായി മാറി.

സ്ഥാപനത്തിലെ എല്ലാ വിഭാഗത്തിലും ജോലി ചെയ്തിരുന്ന പരിചയം, പുതുതായി നിയമിക്കപ്പെട്ട സ്റ്റാഫിന് പരിശീലനം കൊടുക്കാൻ റഷീദിനെ നിയോഗിക്കുന്നതിന് മാനേജർക്ക് പ്രേരണ നൽകി. ധനകാര്യ

വകുപ്പിന്റെ അനുമതി മുതൽ പോലീസ് ക്ലിയറൻസ് വരെയുള്ള കാര്യങ്ങൾ ശരിയാക്കുന്നതിൽ, മാനേജരോടൊപ്പം നിന്ന റഷീദ്, ഒരു ബ്രാഞ്ച് തുടങ്ങുന്നതിന്റെ എല്ലാ കാര്യങ്ങളും മനസ്സിലാക്കുകയും, നേരിടേണ്ടി വന്ന പ്രശ്നങ്ങളും, പരിഹരിച്ച വഴികളും ഡയറിയിൽ കുറിച്ചു വയ്ക്കുകയും ചെയ്തിരുന്നു.

പുതിയ ശാഖയിൽ ക്ലാർക്കായാണ് നിയമിതനായതെങ്കിലും, ഒരു അസിസ്റ്റന്റ് മാനേജരുടെ ഉത്തരവാദിത്തമാണ് റഷീദിന് ഉണ്ടായിരുന്നത്. യാതൊരു പരാതിയുമില്ലാതെ കുറഞ്ഞ ശമ്പളത്തിൽ ഭാരിച്ച ഉത്തരവാദിത്തങ്ങളുമായി ജോലിയിൽ തുടർന്ന റഷീദിന് രണ്ടു വർഷം കഴിഞ്ഞ് ലഭിച്ച നേട്ടം, ഒരു കാലത്ത് ആരെങ്കിലും കാണുന്നുണ്ടോ എന്ന് ഭയപ്പെട്ട് ഒരു നിമിഷം മാത്രം ഇരുന്നിരുന്ന മാനേജരുടെ കസേരയിൽ, അദ്ദേഹം അവധിക്ക് പോയ സമയത്ത് ലഭിച്ച താൽക്കാലിക ചാർജ്ജിന്റെ ബലത്തിൽ, അർഹതയോടെയും അധികാരത്തോടെയും ഇരിക്കുവാനായി എന്നതാണ്.

ആ സമയത്താണ് ദുബായ് നഗരം അഭൂതപൂർവ്വമായ വളർച്ചയിലേക്ക് നീങ്ങുന്നത്. സ്വാഭാവികമായും റഷീദിന്റെ സ്ഥാപനവും ദുബായിൽ ബ്രാഞ്ച് തുടങ്ങാൻ തീരുമാനിച്ചു. പുതിയ മാനേജരും സ്റ്റാഫും ഒക്കെയായി തുടങ്ങാനിരുന്ന ബ്രാഞ്ചിലെ, നിയുക്ത മാനേജരുടെ പരിചയക്കുറവ് മൂലം പലവിധ പ്രശ്നങ്ങൾ നേരിട്ടപ്പോൾ, അബുദാബിയിലെ പരിചയ സമ്പത്തുള്ള മൂന്ന് മാനേജർമാരിൽ ആരെയെങ്കിലും ദുബായിലേക്കയക്കാൻ മാനേജ്മെൻറ് തീരുമാനിച്ചു.

എന്നാൽ, സ്ഥലംമാറ്റം ഇഷ്ടപ്പെടാതിരുന്ന മാനേജർമാർ മൂന്നുപേരും റഷീദിന്റെ പേര് ശക്തമായി നിർദ്ദേശിച്ച് ഒഴിവാകുകയാണുണ്ടായത്. ബ്രാഞ്ച് ഇൻ ചാർജ്ജ് എന്ന പദവിയുമായി ദുബായിലെത്തിയ റഷീദ്, വൈകാതെ ബ്രാഞ്ച് മാനേജരുമായി.

അതിവേഗം വളരുന്ന ദുബായ് നഗരത്തിന്റെ വ്യാപാര സാദ്ധ്യതകൾ മുതലെടുക്കാനായി, പിന്നീട് പുതുതായി 5 ബ്രാഞ്ചുകളും റഷീദിന്റെ മേൽനോട്ടത്തിൽ തുടങ്ങിയതോടെ, ഏരിയ മാനേജർ എന്ന പുതിയതായി ഉണ്ടാക്കിയ തസ്തികയിലേക്കുയർന്നു. ഷാർജയിലേക്കും ബിസിനസ്സ് വ്യാപിപ്പിച്ചപ്പോൾ സ്ഥാപനത്തിന്റെ മൊത്തം വരുമാനത്തിന്റെ നാലിൽ മൂന്നും ദുബായ് ആൻറ് നോർത്തേൺ എമിറേറ്റ്സ് എന്ന മേഖലയിൽ നിന്നാവുകയും, അദ്ദേഹത്തിന്റെ തീരുമാനങ്ങൾക്ക് പ്രാധാന്യം കൈവന്നതോടെ ഡയറക്ടർ ബോർഡിലേക്ക് സ്ഥാനക്കയറ്റവുമായി.

ഇടക്കാലത്ത് അബുദാബിയിലെ മന്ദീഭവിച്ച ബിസിനസ്സ് പുഷ്ടിപ്പെടു

ത്താൻ നിയോഗിക്കപ്പെട്ടതോടെ, ചെയർമാന് ശേഷം രണ്ടാമൻ എന്ന സ്ഥാനമാണ് റഷീദിനെ കാത്തിരുന്നത്. അപ്പോഴേക്കും സ്ഥാപനത്തിൽ നീണ്ട ഇരുപത്തെട്ട് വർഷം പൂർത്തിയാക്കിയിരുന്നു.

ചെയർമാന്റെ നിര്യാണത്തെത്തുടർന്ന് സ്ഥാനം ഏറ്റെടുത്ത മകന്, ബിസിനസ്സിൽ കാര്യമായ താൽപര്യമോ അറിവോ ഉണ്ടായിരുന്നില്ല. അദ്ദേഹം ചെയ്തത്, സി. ഇ. ഒ എന്ന പദവി സൃഷ്ടിച്ച് റഷീദിനെ സ്ഥാപനത്തിന്റെ മുഴുവൻ ഉത്തരവാദിത്തവും ഏൽപ്പിക്കുക എന്നതായിരുന്നു.

ഇതൊന്നും വെറും ഭാഗ്യംകൊണ്ട് നടന്നതല്ല എന്നറിയണമെങ്കിൽ കുറച്ചു കാര്യങ്ങൾ കൂടി മനസ്സിലാക്കേണ്ടതുണ്ട്. ജോലിയോടൊപ്പം പഠിച്ച് കാലിക്കറ്റ് യൂണിവേഴ്സിറ്റിയിൽ നിന്നും B.Com ബിരുദം നേടിയതും, കാലത്തിനനുസരിച്ച് കമ്പ്യൂട്ടർ പരിജ്ഞാനവും, യാത്രയിലും ഒഴിവ് സമയങ്ങളിലും ബിസിനസ്സ് സംബന്ധമായ പുസ്തകങ്ങൾ മാസികകൾ എന്നിവ നിരന്തരം വായിക്കുന്നതും, അറബി, ഇംഗ്ലീഷ്, ജർമൻ, മലയാളം, ഹിന്ദി, തമിഴ് എന്നീ ഭാഷകളിലുള്ള പ്രാവീണ്യവും ഒട്ടൊന്നുമല്ല ജീവിത വളർച്ചയിൽ സഹായിച്ചത് എന്നദ്ദേഹം അടിവരയിടുന്നു.

മുപ്പത്തഞ്ച് വർഷത്തെ സേവനത്തിന് ശേഷം ആരോഗ്യപരമായ കാരണങ്ങളാൽ വിരമിച്ച് നാട്ടിൽ താമസമാക്കിയിരിക്കുകയാണ് ശ്രീ. അബ്ദുൾ റഷീദ് ഇപ്പോൾ.

ഏതൊരു സ്ഥാപനവും, ഏറ്റെടുക്കുന്ന ഉത്തരവാദിത്തങ്ങളുടെയും സ്ഥാപനത്തിന് വേണ്ടി ചെയ്യുന്ന കാര്യങ്ങളുടെയും അടിസ്ഥാനത്തിലാണ് ജീവനക്കാരെ വിലയിരുത്തുന്നതും വളരാനുള്ള അവസരങ്ങൾ നൽകുന്നതും.

വിദ്യാഭ്യാസ യോഗ്യത എന്നത് ഒരു സ്ഥാപനത്തിൽ കയറാനുള്ള എൻട്രിപാസ്സ് മാത്രമേ ആകുന്നുള്ളു. തൊഴിൽ മേഖലയിൽ എത്രത്തോളം പ്രാവീണ്യവും നൈപുണ്യവും അറിവും നേടുന്നു എന്നതിനെ ആശ്രയിച്ചാണ് തൊഴിൽ ജീവിതത്തിൽ വിജയം ഉണ്ടാവുന്നത്.

പുതിയ കാര്യങ്ങൾ പഠിക്കാനും ഉയർന്ന ഉത്തരവാദിത്തങ്ങൾ ഏറ്റെടുക്കുവാനും ഉള്ള ഒരവസരവും പാഴാക്കരുത് എന്നത് പ്രത്യേകം ഓർക്കേണ്ടതാണ്. ശ്രീ റഷീദിന്റെ കാര്യമെടുത്താൽ തന്നെ, ഉത്തരവാദിത്തങ്ങൾ ഏറ്റെടുത്ത് വർഷങ്ങൾ കഴിഞ്ഞാണ് അർഹതപ്പെട്ട സ്ഥാനവും ശമ്പളവും കിട്ടിത്തുടങ്ങുന്നത് എന്ന് കാണാം. ഒരാൾ തന്റെ കഴിവ് തെളിയിച്ചാൽ അയാളെ ഒഴിവാക്കാൻ സാധാരണ ഗതിയിൽ ഒരു സ്ഥാപനവും തുനിയുകയില്ല.

അപാരമായ കഴിവുകളാണ് മനുഷ്യനുള്ളത്. കൊടുമുടികൾ കീഴട

ക്കാനും കടൽ നീന്തിക്കടക്കാനും മാത്രമല്ല മനസ്സിൽ കാണുന്നത് യാഥാർത്ഥ്യമാക്കാനും അവന്/അവൾക്ക് കഴിയും. അതിന് ആഗ്രഹവും പ്രയത്നവും ഉണ്ടാവണമെന്ന് മാത്രം.

സ്വന്തം കഴിവുകൾ തിരിച്ചറിയുകയും വിജയിക്കുവാനായി അവ ഉപയോഗിക്കുകയും ചെയ്യുന്ന ഏവരെയും വിജയങ്ങളും നേട്ടങ്ങളും തേടി വരിക തന്നെ ചെയ്യും.

സൈക്കിളിൽ നിന്നും വിമാനത്തിലേക്ക്

സാധാരണക്കാരും മഹാൻമാരും തമ്മിലുള്ള വ്യത്യാസം, ചിന്തയിലും, പ്രയത്നത്തിലും പിന്നെ സമയം ഉപയോഗിക്കുന്ന രീതിയിലും മാത്രമാണ് എന്നാണ് പറയപ്പെടുന്നത്. വലിയ ആളുകൾ, മഹാൻമാർ എന്നൊക്കെ വിശേഷിപ്പിക്കപ്പെടുന്നവരെല്ലാം, ശാരീരികമായി തികച്ചും നമ്മെപ്പോലെയുള്ളവർ തന്നെയാണ്. രണ്ടു കയ്യും കാലും കണ്ണും മൂക്കും ഒക്കെയേ അവർക്കുമുള്ളു. എന്നിട്ടും ലോകത്തിലെ കുറച്ചു പേർ മാത്രം, മഹാൻമാരും ലോകം ആദരിക്കുന്നവരുമായതെങ്ങിനെയാവാം?

സത്യത്തിൽ, ഏതൊരു മനുഷ്യന്റെയും കഴിവുകൾ അപാരമാണ്. എല്ലാവർക്കും, ഒന്നല്ലെങ്കിൽ മറ്റൊരു തരത്തിലുള്ള കഴിവുകളുമുണ്ട്. ആ കഴിവുകളിൽ കുറച്ചെങ്കിലും പുറത്തെടുക്കുന്നവരാണ് അഥവാ ഉപയോഗിക്കുന്നവരാണ്, ജീവിതത്തിൽ വിജയിക്കുന്നത്. അവരിൽ പലരും, വലിയവരും. മഹദ് വ്യക്തികളുമായി മാറുകയും ചെയ്യുന്നു.

അതായത് ഇത് വായിക്കുന്നവരിലും, ചുറ്റുമുള്ളവരിലും ഒക്കെ വളരെ വലിയ കഴിവുകൾ ഒളിഞ്ഞിരിക്കുന്നുണ്ട്, മഹത്വവുമുണ്ട് എന്നർത്ഥം. അത് നാം തന്നെ തിരിച്ചറിയുകയും പുറത്തെടുക്കുകയും ചെയ്യണമെന്ന് മാത്രം.

ജീവിതം നേടാനുള്ളതാണ്. മാത്രമല്ല, നേട്ടങ്ങൾ നമ്മുടെ അവകാശവുമാണ്. വ്യത്യസ്തമായി ചിന്തിച്ചാൽ, ആത്മാർത്ഥമായി പ്രയത്നിച്ചാൽ, നമ്മുടെ അമൂല്യമായ സമയം പാഴാക്കാതെ ഉപയോഗിച്ചാൽ, നാളത്തെ വലിയ മനുഷ്യർ എന്നറിയപ്പെടുന്നവരുടെ കൂട്ടത്തിൽ നിങ്ങളുമുണ്ടാവും, തീർച്ച.

സൈക്കിളും വിമാനവും

സൈക്കിളും വിമാനവും തമ്മിൽ വളരെ വലിയൊരു ബന്ധമുണ്ട്. കാരണം, ആദ്യത്തെ നിയന്ത്രണ വിധേയമായ വിമാനം കണ്ടു പിടിച്ചത് രണ്ടു സൈക്കിൾ മെക്കാനിക്കുകളായിരുന്നു. അമേരിക്കയിലെ 'നോർത്ത് കരോലിന'യിലുള്ള ഒരു സൈക്കിൾ റിപ്പയറിംഗ് ഷോപ്പ് നടത്തിയിരുന്നത് വിൽബർ, ഓർവിൽ എന്ന രണ്ടു സഹോദരൻമാരായിരുന്നു. സൈക്കിളോട്ടത്തിലും കമ്പമുണ്ടായിരുന്ന ഇവർ സൈക്കിൾ റിപ്പയർ, മോഡിഫൈ എന്നിവ ചെയ്തും, ചിലപ്പോഴൊക്കെ സൈക്കിൾ നിർമ്മിച്ച് വിറ്റുമാണ് ജീവിച്ചിരുന്നത്.

ഒരു ദിവസം പത്രത്തിലെ വാരാന്തപ്പതിപ്പിൽ, അവർ ഓട്ടോ ലിലിയന്തൽ എന്ന ജർമൻകാരനെക്കുറിച്ചുള്ള വാർത്ത വായിക്കാനിടയായി. പറക്കും മനുഷ്യൻ എന്നറിയപ്പെട്ടിരുന്ന ഓട്ടോ, സ്വയം നിർമ്മിച്ച. പക്ഷിച്ചിറകുകൾ പോലെയുള്ള ഗ്ലൈഡറുകളിൽ 250 മീറ്റർ ദൂരം വരെ പറന്ന് ചരിത്രം സൃഷ്ടിച്ചിരുന്നു. ശരീരത്തിന്റെ ചലനംകൊണ്ട് ഗ്ലൈഡർ നിയന്ത്രിച്ചിരുന്ന അദ്ദേഹം ഒരു പറക്കലിനിടയിലുണ്ടായ അപകടത്തിൽ മരണപ്പെട്ടു.

സൈക്കിൾ മെക്കാനിക്ക്മാരായ വിൽബറിനും ഓർവില്ലിനും, സൈക്കിൾ ബാലൻസ് ചെയ്യുന്നത് പോലെ ഗ്ലൈഡർ നിയന്ത്രിക്കാൻ സാധിച്ചിരുന്നെങ്കിൽ ഓട്ടോയ്ക്ക് അപകടം പറ്റില്ലായിരുന്നു എന്ന് തോന്നി. കാരണം അന്നത്തെ ഗ്ലൈഡറുകൾ നിയന്ത്രിക്കാനാവശ്യമായ ഒന്നും തന്നെ അവയിലുണ്ടായിരുന്നില്ല. ഗ്ലൈഡർ വശങ്ങളിലേക്ക് തിരിയേണ്ടത് സൈക്കിൾ തിരിയുന്നത് പോലെ ചരിഞ്ഞുകൊണ്ടായിരിക്കണം എന്നതിൽ അവർക്ക് ഉറപ്പുണ്ടായിരുന്നു. മാത്രമല്ല അതെങ്ങിനെ സാധ്യമാക്കാം എന്നും അവർ ആലോചിച്ചു.

ചെറിയ ഗ്ലൈഡറുകൾ ഉണ്ടാക്കി, നല്ല കാറ്റുള്ള കടൽക്കരയിൽ അവർ പറപ്പിച്ചു നോക്കാൻ തുടങ്ങി. മരം കൊണ്ടുള്ള ഗ്ലൈഡർ ചിറകുകളുടെ മുകൾ ഭാഗം, നിരപ്പാക്കാതെ, വളഞ്ഞ രീതിയിൽ തന്നെ നിലനിർത്തിയപ്പോൾ, ഗ്ലൈഡർ വായുവിലൂടെ ഒഴുകിനീങ്ങുന്നത് അവരുടെ ശ്രദ്ധയിൽപ്പെട്ടു. അങ്ങിനെ വ്യോമയാനത്തിന്റെ അടിസ്ഥാനമായ എ

യർഫോയിൽ സാങ്കേതികത പിറന്നുവീണു.

ഗ്ലൈഡറുകൾ പറന്നതുകൊണ്ട് മാത്രമായില്ല. അതിനെ ഇടത്തോട്ടും, വലത്തോട്ടും, മുകളിലോട്ടും, താഴോട്ടുമൊക്കെയുള്ള ഗതി നിയന്ത്രിച്ചാൽ മാത്രമേ അതിൽ പറക്കുന്ന മനുഷ്യന് സുരക്ഷിതമായി തിരികെയിറങ്ങാൻ കഴിയുകയുള്ളു. പിന്നീട് അത്തരം നിയന്ത്രണ സംവിധാനങ്ങൾ ഉണ്ടാക്കാനായി അവരുടെ ശ്രമം. ആറുവർഷം നീണ്ട പ്രയത്നത്തിനൊടുവിൽ, ഏതാനും ചില മരക്കഷണങ്ങളുടെ സഹായത്തോടെ, ഗ്ലൈഡർ നിയന്ത്രിക്കാൻ അവർക്ക് സാധിച്ചു.

അങ്ങിനെ ഓട്ടോലിലിയന്തൽ മരിച്ചതിന്റെ ഏഴാം വർഷം, 1903 ഡിസംബർ 17ന് രാവിലെ 10.55ന്, 25 HPയുടെ ഫാൻ ഘടിപ്പിച്ച ഗ്ലൈഡറിൽ, ഓർവിൽ റൈറ്റ് 120 അടി ദൂരം പറന്ന്, ശരിയായി നിയന്ത്രിച്ച്, സുരക്ഷിതമായി താഴെയിറങ്ങി. അന്നു തന്നെ അഞ്ചാമത്തെ ശ്രമത്തിൽ, 852 അടി ദൂരം പറന്ന് ലോകത്തിന്റെ ചരിത്രം തന്നെ, അവർ മാറ്റിയെഴുതി.

ഈ പറഞ്ഞ വിൽബറും ഓർവില്ലുമായിരുന്നു, പിൽക്കാലത്ത് റൈറ്റ് സഹോദരൻമാർ എന്ന പേരിൽ ചരിത്രത്തിലേക്ക് പറന്നുയർന്നത്. ഇവരുടെ പറക്കുന്ന യന്ത്രത്തിന്റെ സാങ്കേതികവിദ്യ, അമേരിക്കൻ പ്രതിരോധ വകുപ്പിന് സമർപ്പിച്ചപ്പോൾ സൈക്കിൾ മെക്കാനിക്കുമാരുടെ യന്ത്രം തങ്ങൾക്കാവാശ്യമില്ല എന്ന് പറഞ്ഞ് അപമാനിച്ചെങ്കിലും, പിന്നീട് ചരിത്രം ഇവർക്കായി വഴിമാറി. ഇക്കാലത്തും വിമാനങ്ങൾ നിയന്ത്രിക്കുന്നത് അവർ അന്ന് ഉപയോഗിച്ച, റഡർ, എലിവേറ്റർ, എയിലറോൺ എന്നീ മൂന്ന് നിയന്ത്രണ സംവിധാനങ്ങൾ ഉപയോഗിച്ചാണ്. വിമാനം എങ്ങിനെയാണ് പറക്കുന്നത് എന്നറിയാനാഗ്രഹമുള്ളവർക്ക് സാങ്കേതിക വിദ്യ എന്ന ഭാഗം വളരെ ഉപകാരപ്രദമാവും..

രണ്ടു സൈക്കിൾ മെക്കാനിക്കുകൾക്ക് പോലും, സാങ്കേതികമായി പുരോഗമിച്ചിട്ടില്ലാത്ത അക്കാലത്ത്, വിമാനം നിർമ്മിക്കാമെങ്കിൽ, ഇന്നത്തെ കാലത്ത് ഇതു വായിക്കുന്നവർ, അവരുടെ ചിന്തയും, പ്രയത്നവും, സമയവും, ശരിയായി ഉപയോഗിച്ചാൽ എന്തൊക്കെ സാധിക്കാം എന്നോർക്കുന്നത് നല്ലതായിരിക്കും ഒട്ടും വൈകിയിട്ടില്ല. നമ്മളും പത്രവും വാരാന്തപ്പതിപ്പും ഒക്കെ വായിക്കുന്നവരാണല്ലോ? എപ്പോഴും പുതിയ ആശയത്തിന് കണ്ണും കാതും തുറന്നിരിക്കുക. ഇനിയെങ്കിലും നമുക്ക് സ്വന്തം കഴിവുകൾ തിരിച്ചറിയാം. അവയെ ക്രിയാത്മകമായി ഉപയോഗിക്കാം. പാഴാക്കിക്കളയുന്ന സമയത്തിൽ ഒരു പങ്ക് നമ്മുടെ നേട്ടങ്ങൾക്കുവേണ്ടി ഉപയോഗിക്കാം. ഇതു വായിക്കുന്നവരിൽ പലരും നാ

ളെ ലോകം വാഴ്ത്തുന്നവരായി മാറാം. അല്ല. മാറണം. ഭാവിയിലെ പ്രധാന വ്യക്തികളായ ഇത് വായിക്കുന്നവർക്ക് മുൻകൂർ ആശംസകൾ

വിമാനത്തിന്റെ സാങ്കേതിക വിദ്യ.

1. എയർഫോയിൽ

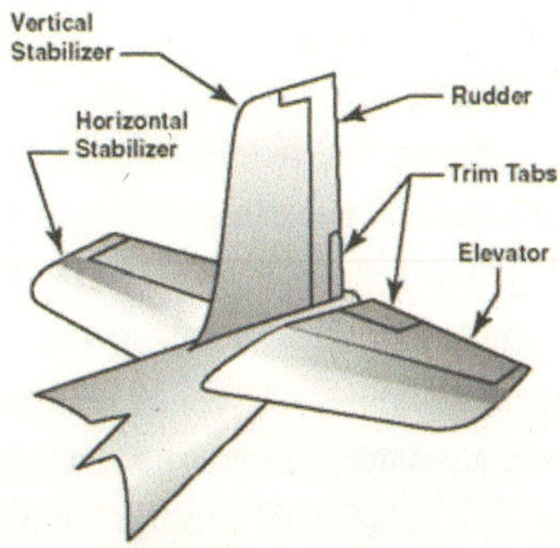

വിമാനത്തിന്റെ ചിറകിന്റെ പ്രത്യേക ഷേപ്പിനെയാണ്, എയർ ഫോയിൽ എന്ന് പറയുന്നത്. ഈ ഷേപ്പ് കൊണ്ട് മാത്രമാണ് വിമാനത്തിന് വായുവിൽ ഉയർന്ന് നിൽക്കാൻ സാധിക്കുന്നത്. ചിത്രത്തിൽ എയർഫോയിൽ കാണിച്ചിട്ടുണ്ട്. താഴെ പരന്ന പ്രതലവും മുകൾഭാഗം വളഞ്ഞ് ഏകദേശം ചാപത്തിന്റെ ആകൃതിയാണ് ഇവയ്ക്ക്. ഈ ആകൃതി കാരണം വായുവിലൂടെ വേഗത്തിൽ നീങ്ങുമ്പോൾ, മുകളിൽ സഞ്ചരിക്കുന്ന വായുവിന് വേഗത കൂടുന്നു, ഒപ്പം മർദ്ദം കുറയുകയും ചെയ്യുന്നു.

അപ്പോൾ താഴെയുള്ള മർദ്ദമുള്ള വായു, വിമാനത്തിന്റെ ചിറകിനെ വായുവിൽ ഉയർത്തി നിർത്തുന്നു. ഇതാണ് എയറോഡൈനാമിക്സിന്റെ അടിസ്ഥാനം. ബൈക്കിൽ/കാറിൽ പോകുമ്പോൾ ഇത്തരത്തിൽ ഒരു കാർഡ് ബോർഡ് കഷണം കയ്യിൽ പിടിച്ചു നോക്കിയാൽ മനസ്സിലാകും. കുട്ടികൾ കടലാസ് കൊണ്ടുണ്ടാക്കുന്ന വിമാനത്തിന്റെ ചിറകുകൾ ഈ ആകൃതി കിട്ടുമ്പോഴാണ് അവ പറക്കുന്നത്. കടലാസ് വിമാനത്തിന്റെ ചിറക് അമർത്തി പരത്തി വച്ച് പറത്തി നോക്കാവുന്നതാണ്.

2. ഇലവേറ്റർ

വിമാനത്തെ ഉയർത്തുന്ന സംവിധാനമാണിത്. ഒപ്പം താഴ്ത്താനും ഉപയോഗിക്കുന്നു. എയർഫോയിൽ വിംഗ്സ് ഉള്ള വിമാനം , റൺവേയിലൂടെ വേഗത്തിൽ സഞ്ചരിക്കുമ്പോൾ, അതിന്റെ മുൻഭാഗം ഉയർത്തുന്നത് ഇലവേറ്റർ ഉപയോഗിച്ചാണ്. വിമാനത്തിന്റെ പിന്നിലെ ചെറിയ ചിറകുകളിൽ പിടിപ്പിച്ച ഫ്ളാപ്പുകൾ ആണിവ. ഇവ മുകളിലേക്ക് ഉയർത്തുമ്പോൾ വിമാനത്തിന്റെ മുൻഭാഗം ഉയരുന്നു. താഴേക്ക് ആയാൽ വിമാനത്തിന്റെ മുൻഭാഗം താഴുന്നു.

വിമാനം ടേക്ക്ഓഫ് ചെയ്യുമ്പോഴും, ലാൻഡ് ചെയ്യുമ്പോഴും മുൻവശം മുകളിലേക്ക് ഉയർത്തി ക്രമീകരിക്കുന്നത് ഇലവേറ്റർ ഉപയോഗിച്ചാ

ണ്. വിമാനത്തിന്റെ സ്റ്റീയറിംഗ് അഥവാ യോക്ക് പുറകോട്ട് വലിച്ചാണ് വിമാനം ഉയർത്തുന്നത്.

ഒരു ബൈക്കിന്റെ പുറകിൽ യാത്ര ചെയ്യുന്നയാൾ: മടിയിൽ ഒരു പ്ലെ വുഡ് വിലങ്ങനെ പിടിച്ചിട്ടുണ്ടെങ്കിൽ അതിൽ കാറ്റ് ശക്തിയായി തട്ടുമ്പോൾ, ബൈക്കിന്റെ മുൻഭാഗം ഉയരുമല്ലോ. അത് തന്നെയാണ് (സാങ്കേതിക) വിദ്യ.

3. റഡ്ഡർ

അഥവാ പങ്കായം. വിമാനത്തിന്റെ പുറകിലെ ചിറകിന് നടുവിലായി സ്രാവിന്റെ വാൽപോലെ ഉയർന്നു നിൽക്കുന്ന ഭാഗത്താണ് റഡാർ ഉള്ളത്. ചിത്രം കാണുക. ബോട്ടുകളിലും മറ്റും പങ്കായം ഇടത് വശത്തോ വലത് വശത്തോ ചരിക്കുമ്പോൾ ബോട്ട് തിരിയുന്ന അതേ വിദ്യയാണ് ഇവിടെയും. ബൈക്കിൽ പോകുന്നയാൾ കയ്യിലിരിക്കുന്ന പ്ലൈവുഡ് ഒന്നു ഇടത്തോ വലത്തോ ചരിച്ചാൽ മുറുക്കെ പിടിച്ചില്ലെങ്കിൽ ബൈക്കും കാറ്റ് പിടിച്ച് തിരിയുമല്ലോ. അതുതന്നെയാണ് ഇവിടെയും നടക്കുന്നത്. പൈലറ്റ് രണ്ടു കാലുകൾ ഉപയോഗിച്ചാണ് റഡ്ഡർ പെഡൽ പ്രവർത്തിപ്പിക്കുന്നത്.

4. എയലറോൺ

സൈക്കിളിൽ വേഗതയിൽ പോവുമ്പോൾ, ഇടത്തോ വലത്തോ തിരിക്കണമെങ്കിൽ, ഹാൻഡിൽ തിരിക്കുന്നതിനോടൊപ്പം സൈക്കിൾ ഒന്ന് ചരിയേണ്ടി വരുമല്ലോ? ബാങ്കിംഗ് എന്നാണ് ഈ ചരിയലിന് പറയുക. വിമാനമാണെങ്കിൽ സാങ്കേതികമായി റോളിംഗ് എന്ന സ്ഥിതിയിലായിരിക്കും അപ്പോൾ. നമ്മുടെ റോഡിലും വാഹനങ്ങൾ സുഗമമായി തിരിയാനായി ഇത്തരം ചരിവുകൾ, വളവുകളിൽ കൊടുത്തിട്ടുണ്ടാവും. പക്ഷികൾ തിരിയുമ്പോഴും വട്ടം ചുറ്റുമ്പോഴും ഒക്കെ ഇതുപോലെ വശം ചരിഞ്ഞാവും പറക്കുന്നത്. ഇത് വിമാനത്തിൽ സാദ്ധ്യമാക്കുന്നത് വിമാനത്തിന്റെ പ്രധാന ചിറകുകളിലുള്ള എയലറോൺ എന്ന ഫ്ലാപ്പുകളാണ്.. ഇവയിൽ ഒരു വശത്തേത് മുകളിലേക്ക് ഉയർത്തുമ്പോൾ മറുവശത്തുള്ളത് താഴ്ത്തുന്നു. അപ്പോൾ വിമാനം ചരിയുന്നു. റഡർ ഒപ്പം പ്രവർത്തിക്കുമ്പോൾ വിമാനം സുഗമമായി തിരിയുന്നു. കൺട്രോൾ യോക്ക് ഇടത്തോട്ടം വലത്തോട്ടും, കാറിന്റെ സ്റ്റിയറിംഗ് പോലെ അൽപം തിരിച്ചാണ് ഇത് സാദ്ധ്യമാക്കുന്നത്.

ഈ കാര്യങ്ങളാണ് റൈറ്റ് സഹോദരൻമാർ അക്കാലത്തും വിമാനം നിയന്ത്രിക്കാൻ ഉപയോഗിച്ചത്. എന്നാൽ, ഇന്നും അത് തന്നെയാണ് വിമാനത്തിന്റെ സാങ്കേതികത. ഇക്കാലത്ത് ചെറുവിമാനങ്ങളിൽ അന്നത്തെ

പ്രൊപ്പല്ലർ (ഫാൻ) ഉപയോഗിക്കുമ്പോൾ വലിയ യാത്രാ ചരക്കുവിമാനങ്ങളിൽ ജെറ്റ് എൻജിൻ ഉപയോഗിക്കുന്നു എന്നു മാത്രം. വിമാനയാത്ര സാർവ്വത്രികമായിരിക്കുന്ന ഇക്കാലത്ത് വിമാനത്തിന്റെ അടിസ്ഥാന സാങ്കേതികതമനസ്സിലാക്കിയിരിക്കുന്നത് എന്തുകൊണ്ടും ഉചിതമാണ്.

മാത്രമല്ല, പുതിയ കണ്ടുപിടിത്തങ്ങളും സാങ്കേതിക മുന്നേറ്റവുമെല്ലാം ഒരു വ്യക്തിയുടെ മാത്രം കഴിവല്ല എന്നും മറ്റുള്ളവർ ചെയ്ത് വച്ചിരിക്കുന്നതിൽ ആവശ്യമായ മാറ്റങ്ങളോ കൂട്ടിച്ചേർക്കലുകളോ മാത്രം ചെയ്തവരാണ് പിന്നീട് മഹാൻമാരുടെ പട്ടികയിൽ എത്തിപ്പെട്ടത് എന്നും നമുക്ക് ഓർക്കാം.

ഇന്ന് ലഭ്യമായ കാര്യങ്ങളെ എങ്ങനെ കുറച്ചുകൂടെ മെച്ചപ്പെടുത്താം എന്നാലോചിക്കുക, വ്യത്യസ്തമായി ചിന്തിക്കുക, കർമ്മശേഷി പൂർണ്ണമായും അതിനായി മാറ്റി വയ്ക്കുക. നാളത്തെ മഹാൻമാരിലൊരാൾ നിങ്ങളാവും, തീർച്ച.

ഒരു സംരംഭകന്റെ യോഗ്യത

എന്താണ് ഒരു സംരംഭകന്റെ യോഗ്യത?. ഒരു ആശയവും കുറച്ചു പണവും ഉണ്ടെങ്കിൽ ആർക്കും ഒരു സംരംഭകനാവാം. എന്നാൽ കാര്യമായ വിദ്യാഭ്യാസ യോഗ്യതയൊന്നുമില്ലാത്തവർ ബിസിനസ്സ് സംരംഭങ്ങൾ നടത്തി വിജയക്കൊടി പാറിക്കുമ്പോൾ, ഉയർന്ന വിദ്യാഭ്യാസ യോഗ്യതകളുള്ള പലരും ബിസിനസ്സിൽ അടിപതറുന്നത് സാധാരണമാണ്. എല്ലാ ഭൗതിക സാഹചര്യങ്ങളും ഉണ്ടായിട്ടും, പല സംരംഭകരും വിജയിക്കാതെ പോകുന്നതിന്റ കാരണമെന്താവാം?

ആദ്യം നാം മനസ്സിലാക്കേണ്ടത്, അനുയോജ്യമായ വിദ്യാഭ്യാസ യോഗ്യതകളും, വൈദഗ്ദ്യവും തൊഴിൽ മേഖലയിൽ ഗുണം ചെയ്യുമെങ്കിലും, സംരംഭകത്വത്തിന് ആക്കാദമിക് യോഗ്യതകളും തൊഴിൽ വൈദഗ്ദ്ധ്യവും മാത്രം മതിയാവുകയില്ല എന്ന വസ്തുതയാണ്..

അതിനർത്ഥം, ഏതൊരു സംരംഭകനും അവശ്യം ചില വ്യക്തി ഗുണങ്ങൾ അഥവാ സംരംഭകത്വ യോഗ്യതകൾ, വിദ്യാഭ്യാസ യോഗ്യതകൾക്കപ്പുറത്തായി ഉണ്ടായിരിക്കണം എന്നതാണ്.. ഇവിടെ വിദ്യാഭ്യാസ യോഗ്യതകൾക്ക് പ്രസക്തി താരതമ്യേന കുറവാണെന്ന് തന്നെ പറയാം. എന്നാൽ അക്കാദമിക് യോഗ്യതകൾ കൂടെ ഉണ്ടാവുമ്പോൾ വിജയസാദ്ധ്യത വളരെയേറെ കൂടുകയും സംരംഭം വളരുകയും ചെയ്യും.

ഇത്തരത്തിൽ, ഒരു സംരംഭകനുണ്ടായിരിക്കേണ്ടതായ മിനിമം യോഗ്യതകൾ ഇല്ലാതെ പോവുന്നതുകാണ്ടാണ്, വിദ്യാഭ്യാസ യോഗ്യതയും ആവശ്യത്തിന് സാമ്പത്തികവും, സാങ്കേതിക പരിജ്ഞാനവും, മാർക്കറ്റിനെക്കുറിച്ചുള്ള ധാരണയും ഉണ്ടെങ്കിലും പോലും, പല സംരംഭകർക്കും വിജയം കൈവരിക്കാനാവാതെ പോവുന്നത്.

ഓരോ വ്യക്തികളും, അതുപോലെ അവരുടെ കഴിവുകളും വ്യത്യസ്തമായതുകൊണ്ട് തന്നെ, സംരംഭകത്വത്തിന് ഇറങ്ങി പുറപ്പെടുന്നവർ തങ്ങൾ സംരംഭകരാവാൻ യോഗ്യത ഉള്ളവരാണോ എന്ന് സ്വയം വിലയിരുത്തുന്നതും മാറ്റേണ്ടതായ സ്വഭാവ സവിശേഷതകളും, ആർജ്ജിക്കേണ്ടതായ ഗുണങ്ങളും കണ്ടെത്തി പരിഹാരത്തിന് ശ്രമിക്കുന്നതും, ബിസിനസ്സ് ജീവിത വഴിയിൽ മികച്ച നേട്ടങ്ങൾ കൈപ്പിടിയിലാക്കാൻ സഹായകരമാവും. മറിച്ചാണെങ്കിൽ പരാജയപ്പെട്ട ചെറുകിട സംരംഭകരുടെ ഗണത്തിലായിരിക്കും ഇത്തരക്കാർ ചെന്നു ചേരുക. തൊഴിൽ മേഖലയിൽ മികച്ച പ്രകടനം കാഴ്ചവച്ചത് കൊണ്ടു മാത്രം, ഒരു നല്ല സംരംഭകനാവാനുള്ള യോഗ്യതയാവുന്നില്ല എന്നത് പലരും ശ്രദ്ധിക്കാത്ത വസ്തുതയാണ്..

ഇന്ന് നാം കാണുന്ന മിക്ക വൻകിട സ്ഥാപനങ്ങളും, ഒരു വ്യക്തിയോ അല്ലെങ്കിൽ വിരലിലെണ്ണാവുന്ന സുഹൃത്തുക്കളോ ചേർന്ന് വളരെ ചെറിയ രീതിയിൽ തുടങ്ങി, വളർന്നു വലുതായി ഇത്രയും വലിയ നിലയിലെത്തിയവയാണ് എന്ന് എല്ലാവർക്കുമറിയാം. അവയിൽ പലതും ഒറ്റമുറി സ്ഥാപനത്തിലോ, വീടിന് പുറകുവശത്തെ ഷെഡ്ഡിലോ തുടങ്ങിയവയാണെന്ന കഥകൾ ധാരാളമായി നാം കേട്ടിട്ടുമുണ്ട്.

എളിയ നിലയിൽ നിന്നും, ഇത്തരം സ്ഥാപനങ്ങളെ ലോകമറിയുന്ന നിലയിലേക്ക് വളർത്തിയത്, സംരംഭകരുടെ കഴിവുകൾ ആണെന്ന് പ്രത്യേകിച്ച് പറയേണ്ടതില്ലല്ലോ?

ഇത്തരത്തിൽ, തുടങ്ങാൻ പോവുന്ന ബിസിനസ്സിനെ കുറിച്ചുള്ള അറിവിനപ്പുറം, ഇതുപോലെ മികച്ച സംരംഭകനാവാൻ അവശ്യം വേണ്ടതായ കഴിവുകൾ, അഥവാ വ്യക്തി ഗുണങ്ങൾ എന്തൊക്കെയാണെന്ന് നമ്മുക്ക് പരിശോധിക്കാം.

എന്താണ് ബിസിനസ്സ് എന്ന അറിവ്:-

എന്താണ് ബിസിനസ്സ് അഥവാ ബിസിനസ്സ് സാദ്ധ്യതകൾ എന്ന ചോദ്യത്തിന്, മിക്കവാറും സംരംഭകർക്ക് സ്വന്തം ബിസിനസ്സിനെക്കുറിച്ചല്ലാതെ കൃത്യമായ ഉത്തരമുണ്ടാവാറില്ല.

ലളിതമായി പറയുകയാണെങ്കിൽ, രണ്ടു കാര്യങ്ങളാണ് ലോകത്തെ

വിടെയും ബിസിനസ്സ് സാദ്ധ്യതകൾ തുറന്നിടുന്നത്. ഒന്നാമതായി, സമൂഹത്തിന് അല്ലെങ്കിൽ സമൂഹത്തിലെ ഏതെങ്കിലും വിഭാഗത്തിന്, നിലവിൽ ഒരു പ്രശ്നമുണ്ടെങ്കിൽ, അതിനുള്ള പരിഹാരം കാണാൻ നമുക്ക് സാധിക്കുമെങ്കിൽ അതിലാണ് ശരിയായ ബിസിനസ്സ് സാദ്ധ്യത നിലനിൽക്കുന്നത്. ഓരോ സമൂഹത്തിലും, പ്രദേശത്തും, സമയത്തും ഉണ്ടാവുന്ന പ്രശ്നങ്ങൾ വ്യത്യസ്തമായിരിക്കും. അവ കൃത്യമായി അപഗ്രഥിച്ച്, അവയ്ക്കുള്ള പരിഹാരം ഏറ്റവും കുറഞ്ഞ ചിലവിൽ, മികച്ച രീതിയിൽ നൽകാൻ കഴിയുന്നിടത്താണ് ഏതൊരു ബിസിനസ്സിന്റെയും വിജയം.

റേസർ ബ്ലേഡും സോപ്പും മുതൽ നമ്മുടെ കയ്യിലിരിക്കുന്ന ഗാഡ്ജറ്റ് വരെ നമ്മുടെ ഓരോരുത്തരുടെയും വ്യത്യസ്ത പ്രശ്നങ്ങളുടെ പരിഹാരമാണെന്നോർക്കുക. അതുപോലെ തന്നെ കൊറിയർ, പാർസൽ സർവ്വീസ് തുടങ്ങി, കടകളും റസ്റ്റോറൻറും ഹോട്ടലും, ടാക്സിയും പോലെയുള്ള സേവനങ്ങളും സമൂഹത്തിന്റെ വ്യത്യസ്ത പ്രശ്നങ്ങൾക്കുള്ള പരിഹാരമായി ഭവിച്ചവയാണ്. അതുകൊണ്ട് തന്നെ, ബിസിനസ്സ് ആരംഭിക്കുന്നവർ ഉപഭോക്താവിന്റെ പ്രശ്നങ്ങളും അവയ്ക്കുള്ള പരിഹാരവും എന്ന ആംഗിളിൽ നിന്നു വേണം, സ്വന്തം ബിസിനസ്സിനെ സമീപിക്കാൻ.

രണ്ടാമത്തെ ബിസിനസ്സ് സാദ്ധ്യതകൾ നിലനിൽക്കുന്നത് നിലവിലുള്ള ഉത്പ്പന്നത്തെക്കാൾ, സേവനത്തെക്കാൾ മികച്ചത് നൽകുക എന്നതിലാണ്. വിവിധ മേഖലകളിൽ, നിലവിലുള്ളതിനെക്കാൾ, അഥവാ ഉപഭോക്താവ് ആഗ്രഹിക്കുന്നതിനെക്കാളും, പ്രതീക്ഷിക്കുന്നതിനെക്കാളും ഒക്കെ കൂടുതൽ ഗുണനിലവാരവും സൗകര്യങ്ങളുമുള്ള ഉൽപ്പന്നങ്ങളും സേവനങ്ങളും നൽകുക എന്നതിലാണ് തുടർന്നുള്ള ബിസിനസ്സ് സാദ്ധ്യത നിലകൊള്ളുന്നത്. പുതിയ പുതിയ ഉൽപ്പന്നങ്ങൾ വിപണിയിലിറങ്ങുന്നതും നിലവിലുള്ളവയിൽ കൂടുതൽ സൗകര്യങ്ങൾ ഏർപ്പെടുത്തുന്നതും, തുടർച്ചയായി സേവനങ്ങൾ മെച്ചപ്പെടുത്തുന്നതും ഇതിന്റെ ഭാഗമാണ്. ബ്രാൻഡഡ് ഉൽപ്പന്നങ്ങളും പ്രീമിയം സേവനങ്ങളും, അതീവ ധനികരായവരുടെ ഇച്ഛക്കൊത്ത ലിമിറ്റഡ് എഡിഷൻ ഉൽപ്പന്നങ്ങളുമെല്ലാം മേൽപ്പറഞ്ഞ മെച്ചപ്പെടുത്തലിന്റെ ഭാഗമാണ്.

ഏതൊരു സംരംഭകനും മനസ്സിലാക്കേണ്ടതും, നിരന്തരം ശ്രദ്ധിക്കേണ്ടതും സമൂഹത്തിൽ തന്റെ ബിസിനസ്സിന്റെ സ്ഥാനം എന്താണ് എന്നതാണ്. അതിനായി ആദ്യം വേണ്ടത് എന്താണ് ബിസിനസ്സ് എന്ന പൂർണ്ണ അർത്ഥത്തിലുള്ള അറിവാണ്.

ബിസിനസ്സിനോടുള്ള അഭിനിവേശം

ബിസിനസ്സ് എന്നതും ഒരു തരത്തിൽ മറ്റൊരു തൊഴിൽ തന്നെയാണ്. സാധാരണ തൊഴിലുകളിൽ നിന്നും വ്യത്യസ്തമായ, പ്രത്യേക വൈദഗ്ദ്യവും അറിവും ആവശ്യമുള്ള എന്നാൽ അനന്തമായ വളർച്ചാ സാദ്ധ്യതകൾ തുറന്നിടുന്ന തൊഴിലാണ്, ബിസിനസ്സ് എന്നു പറയാം.

സാധാരണ തൊഴിലുകളിൽ നിന്നും വ്യത്യസ്തമായി, കൂടിയ ഉത്തരവാദിത്തവും സമയഭേദമേന്യേയുള്ള പ്രവർത്തനവും ശ്രദ്ധയും നിരന്തരം ആവശ്യമുള്ള തൊഴിലാണ് ബിസിനസ്സ്. ഒരു വ്യക്തി തൊഴിൽ ചെയ്യുമ്പോഴുള്ള പ്രവൃത്തിയുടെ ഫലമായി ഒരു ചെറിയ ലാഭം തൊഴിൽ ദാതാവിന് ലഭിക്കുന്നു. ഉൽപ്പന്നമോ സേവനമോ ഉപഭോക്താവിന് നൽകാൻ കഴിയുന്നതിലൂടെയാണ് ഈ ലാഭം ഉണ്ടാവുന്നത്.

കൂടുതൽ ആളുകൾ ജോലി ചെയ്യുമ്പോൾ, അല്ലെങ്കിൽ കൂടുതൽ ഉൽപ്പന്നങ്ങളും സേവനങ്ങളും ഉപഭോക്താവിന് നൽകുമ്പോഴാണ് സംരംഭകന് ആനുപാതികമായ സാമ്പത്തിക വളർച്ച ഉണ്ടാവുന്നത്. ഇതാണ് ഏതൊരു സംരംഭത്തിന്റെയും അടിസ്ഥാനം.

ഇക്കാര്യങ്ങൾ മനസ്സിലാക്കിയ, ബിസിനസ്സ് ജീവിതത്തിന്റെ വ്യത്യസ്തകൾ ഉൾക്കൊണ്ടിട്ടുള്ള, ബിസിനസ്സ് എന്നത് ഒരു അഭിനിവേശം ആയി കൊണ്ടു നടക്കുന്ന വ്യക്തിക്ക് മാത്രമേ ഒരു നല്ല സംരംഭകനാവാൻ കഴിയൂ.

എളുപ്പത്തിൽ ധനികനാവാനുള്ള ആഗ്രഹം കൊണ്ടോ, കയ്യിൽ കുറച്ച് പണം നീക്കിയിരിപ്പ് ഉള്ളത് കൊണ്ടോ, സുഹൃത്തുക്കളുടെയോ ബന്ധുക്കളുടെയോ ഉപദേശം കേട്ടോ, ആരെങ്കിലും ബിസിനസ്സിലൂടെ ധനികരായതിന്റെ അസൂയ മൂലമോ, ഒരു പ്രത്യേക സംരംഭത്തിന് ഭാവി ഉണ്ടെന്നറിഞ്ഞത് കൊണ്ടോ, അതുമല്ലെങ്കിൽ എന്തെങ്കിലും സാങ്കേതിക പരിജ്ഞാനം ഉള്ളത് കൊണ്ടോ മാത്രം ബിസിനസ്സ് തുടങ്ങുന്നവർ ആണ്, മിക്കപ്പോഴും വിജയിക്കാനാവാതെ പോവുന്നത്.

ഒരു സംരംഭകനാവാനുള്ള മനസ്സും പാകതയും ഉണ്ടെങ്കിൽ മാത്രം സംരംഭകനാവുക. അല്ലെങ്കിൽ അങ്ങിനെയുള്ളവരുടെ പങ്കാളി മാത്രമാവുക എന്നതാണ് കരണീയം.

പരപ്രേരണയില്ലാതെ കാര്യങ്ങൾ നടപ്പിലാക്കാനുള്ള കഴിവ്

ഒരു സംരംഭകന് അവശ്യം വേണ്ടതായ ഗുണമാണ് പരപ്രേരണയോ സമ്മർദ്ദമോ ഇല്ലാതെ തന്നെ, സ്വയം പ്രചോദനാത്മകമായി കാര്യങ്ങൾ

നടപ്പിലാക്കാനുള്ള കഴിവ്. തൊഴിൽ മേഖലയിലുള്ള ഒരാളെ സംബന്ധിച്ചിടത്തോളം, നിർദ്ദേശങ്ങളും ആജ്ഞകളും, ഉപദേശവും, സമ്മർദ്ദവുമൊക്കെ മേലുദ്യോഗസ്ഥരിൽ നിന്നോ ഉടമസ്ഥരിൽ നിന്നോ ലഭിക്കുന്നത് കൊണ്ട്, സ്വയം ചിന്തിച്ച് കാര്യങ്ങൾ ചെയ്യാത്ത വ്യക്തികൾ പോലും, മികച്ച പ്രവർത്തനം കാഴ്ചവയ്ക്കാൻ നിർബന്ധിതരാവാറുണ്ട്.

എന്നാൽ ഒരു സംരംഭകനെ സംബന്ധിച്ചിടത്തോളം, ലക്ഷ്യം നിശ്ചയിക്കേണ്ടതും അത് നടപ്പിൽ വരുത്തേണ്ടതും ഒരാൾ തന്നെയാവുമ്പോൾ, മികച്ച രീതിയിൽ സ്വയം പ്രചോദിപ്പിക്കാൻ കഴിയുന്നയാൾക്ക് മാത്രമേ വിജയിക്കാൻ സാധിക്കുകയുള്ളു. പ്രവർത്തനത്തിനുള്ള, മുന്നേറ്റത്തിനുള്ള, പ്രേരണയും ഊർജ്ജവും ശക്തിയും, ഓരോ സംരംഭകരും സ്വയം കണ്ടെത്തേണ്ടതുണ്ട് എന്ന് സാരം. അതുകൊണ്ട് തന്നെ, അൽപ്പം അലസത, മടി എന്നിവ കൈമുതലായുള്ളവർ സംരംഭകരായാൽ ബിസിനസ്സിന്റെ ഭാവി ചിന്ത്യം.

സാമ്പത്തിക അച്ചടക്കവും, ആസൂത്രണവും

സംരംഭങ്ങൾ തുടങ്ങി വിജയംവരിച്ച ഏതൊരാളുടെയും പ്രധാന വിജയ രഹസ്യം സാമ്പത്തിക അച്ചടക്കമായിരിക്കും, ഒപ്പം വ്യക്തമായ ആസൂത്രണവും. സംരംഭം നിലനിൽക്കുന്നത് തന്നെ ആർജ്ജിത ധനത്തിന്റെയും അതിന്റെ യുക്തമായ വിനിയോഗത്തിന്റെയും അടിസ്ഥാനത്തിലായതിനാൽ, സംരംഭത്തിന്റെ നട്ടെല്ല് തന്നെയാണ് സാമ്പത്തിക അച്ചടക്കം.

വ്യക്തിജീവിതത്തിലും, കുടുംബജീവിതത്തിലുമൊന്നും, സാമ്പത്തിക അച്ചടക്കം പാലിക്കാത്ത വ്യക്തി, സംരംഭകനാവുമ്പോൾ, സാമ്പത്തിക അച്ചടക്കം പാലിക്കാനാവാതെ വരുന്നത് മിക്കവാറും സംരംഭങ്ങളുടെ പരാജയത്തിന് കാരണമാവാറുണ്ട്. അതു കൊണ്ട് തന്നെ സംരംഭത്തിന്റെ വിജയത്തിന് സാമ്പത്തിക അച്ചടക്കം പരമപ്രധാനമാണ്.

തീരുമാനമെടുക്കാനുള്ള കഴിവ്

തൊഴിൽ മേഖലയിലുള്ള ഒരാൾക്ക് എടുക്കപ്പെട്ടിട്ടുള്ള തീരുമാനങ്ങൾ നടപ്പിലാക്കുക എന്നതായിരിക്കും പ്രധാന ഉത്തരവാദിത്തം. തീരുമാനങ്ങൾ എടുക്കേണ്ടി വരുന്നവർക്കാകട്ടെ, ഉപദേശമോ അനുമതിയോ ലഭിക്കുന്നതിന്റെ അടിസ്ഥാനത്തിൽ തീരുമാനങ്ങൾ നടപ്പിലാക്കിയാൽ മതിയാകും. എന്നാൽ ഒരു സംരംഭകനാവട്ടെ, തീരുമാനങ്ങൾ സ്വയം എടുക്കേണ്ടി വരുന്നു എന്നു മാത്രമല്ല അതിന്റെ ഗുണദോഷമെന്തായാലും സ്വയം അനുഭവിക്കേണ്ടിവരുമെന്നുള്ളതിനാൽ തെറ്റായ തീരുമാനങ്ങ

ളെടുക്കുന്നതും, അല്ലെങ്കിൽ ഒരു തീരുമാനവുമെടുക്കാനാവാതെ വരുന്നതും, സംരംഭത്തെ ദോഷകരമായി ബാധിക്കും.

സംരംഭങ്ങളുമായി ബന്ധപ്പെട്ട്, നിത്യവും ധാരാളം തീരുമാനങ്ങൾ എടുക്കേണ്ടി വരുന്നതിനാൽ, സംരംഭകന്റെ ഇക്കാര്യത്തിലുള്ള കഴിവ് നിർണ്ണായകമാണ്. ശരിയായ സമയത്ത്, യുക്തമായ തീരുമാനമെടുക്കുന്നവർ മാത്രമേ ബിസിനസ്സിൽ വിജയിക്കുകയുള്ളൂ.

വീക്ഷണവും നിരീക്ഷണവും

സംരംഭത്തെക്കുറിച്ച്, അതിന്റെ ഭാവിയെക്കുറിച്ച്, പ്രവർത്തനത്തെക്കുറിച്ച്, വളർച്ചയെക്കുറിച്ച്, വെല്ലുവിളികളെക്കുറിച്ച്, പ്രതിവിധികളെക്കുറിച്ച് ഒക്കെ കൃത്യമായ വീക്ഷണം ഉള്ളയാളാകണം ഒരു സംരംഭകൻ. തിരക്കഥയെഴുതുന്നയാൾ ഭാവനയിൽ കാണുന്നത് പോലെ, സംരംഭത്തിന്റെ ഓരോ ഘട്ടവും ഭാവനയിൽ കാണാൻ ഒരു സംരംഭകന് സാധിക്കണം. ഓരോ വർഷങ്ങളിലും സംരംഭത്തിന്റെ വളർച്ച അകക്കണ്ണിൽ കാണുകയും അതിനനുസരിച്ച് ആസൂത്രണം നടത്തുകയും വേണം.

വീക്ഷണത്തോടൊപ്പം അവശ്യം വേണ്ടതാണ് നിരീക്ഷണ പാടവം. നിലവിലെ സാഹചര്യങ്ങളും മേഖലയിൽ നടന്നു കൊണ്ടിരിക്കുന്ന മാറ്റങ്ങളും, മാറി വരുന്ന നിയമങ്ങളും, വെല്ലുവിളികളും നിരീക്ഷിക്കുന്ന ഒരാൾക്ക് മാത്രമേ, ഒരു നല്ല സംരംഭകനാവാൻ കഴിയൂ. വീക്ഷണവും ഭാവി തീരുമാനങ്ങളും രൂപപ്പെടുന്നത് നിരീക്ഷണത്തിന്റെ കൂടെ അടിസ്ഥാനത്തിലായിരിക്കണം.

സമയബന്ധിതമായി കാര്യങ്ങൾ ചെയ്യാനുള്ള കഴിവ്

ജീവിതത്തിലെ മറ്റെല്ലാ കാര്യങ്ങളിലുമെന്ന പോലെ സംരംഭകത്വത്തിലും ഏറ്റവും പ്രധാനപ്പെട്ടതാണ് ചെയ്യേണ്ടതായ കാര്യങ്ങൾ നീട്ടി വയ്ക്കാതിരിക്കുക എന്നത്. മിക്കവാറും വ്യക്തികളുടെ സ്വഭാവ സവിശേഷതയാണ് കാര്യങ്ങൾ നടപ്പിലാക്കാതെ നീട്ടി നീട്ടിക്കൊണ്ടു പോകുക എന്നത്. സംരംഭകന് ഇത്തരമൊരു സ്വഭാവമുണ്ടെങ്കിൽ അത് ഏതൊരു സംരംഭത്തെയും പിന്നോട്ട് വലിക്കാനും, പതിയെ തകർക്കാനും വരെ കാരണമായി ഭവിക്കാറുണ്ട്.

സ്വാശ്രയത്വം

പൊതുവേ ചില വ്യക്തികളിൽ കണ്ടുവരുന്ന സ്വഭാവ രീതിയാണ്, ഒരു കാര്യവും ഒറ്റയ്ക്ക് ചെയ്യാനാവാതെ വരിക എന്നത്. ഒഫീഷ്യൽ യാത്രകൾ ചെയ്യാൻ, മീറ്റിംഗുകൾ സംഘടിപ്പിക്കാൻ, തീരുമാനമെടു

ക്കാൻ, തുടങ്ങി ഭക്ഷണം കഴിക്കാൻ പോലും ആരെങ്കിലും കൂട്ടുണ്ടാവണം എന്ന രീതിയിൽ പരാശ്രയത്വം ഉള്ളവർ ധാരാളമുണ്ട്. ബിസിനസ്സ് പരിജ്ഞാനമുള്ളവർ കൂടെയുള്ളത് ഗുണകരമാണെങ്കിലും മിക്കപ്പോഴും മറ്റുള്ളവരുടെ, വിഷയത്തിലുള്ള യോഗ്യതക്കുറവും ചിന്താ വൈകല്യങ്ങളും വീക്ഷണത്തിലുള്ള വ്യതിയാനവും ഒക്കെ തെറ്റായ തീരുമാനങ്ങളിലേക്കും നയിക്കാറുണ്ട്. അവയുടെ വില, പലപ്പോഴും വളരെ വലുതായിരിക്കും.

മാറ്റങ്ങൾ ഉൾക്കൊള്ളാനുള്ള ശേഷി

ലോകം ദ്രുതഗതിയിൽ മാറിക്കൊണ്ടിരിക്കുകയാണ്. ബിസിനസ്സ് സാദ്ധ്യതകളും അവസരങ്ങളും മാത്രമല്ല ബിസിനസ്സുകൾ തന്നെ മാറ്റത്തിന് വിധേയമാണ്. ഈ സാഹചര്യത്തിൽ മാറ്റത്തിന് തയ്യാറാകാതെ, കാലത്തിനനുസരിച്ച രീതിയിൽ പരിഷ്ക്കരിക്കപ്പെടാൻ വിമുഖത കാണിക്കുന്ന സംരംഭകരും പരാജയത്തിനർഹരാണ്. പുതിയ വിൽപ്പന രീതികൾ, സാങ്കേതിക വിദ്യകൾ, ഉൽപ്പന്നങ്ങൾ, സേവന രീതികൾ ഒക്കെ സ്വാംശീകരിക്കാനുള്ള കഴിവ് ഒരു സംരംഭകന് തീർച്ചയായും ഉണ്ടായിരിക്കണം.

മനുഷ്യസഹജമായ വാസനയാണ് മാറ്റത്തിന് എതിര് നിൽക്കാനുള്ള പ്രേരണയെങ്കിലും സംരംഭത്തെ വളരെ ദോഷമായി ബാധിക്കുന്ന ഒന്നാണിത്.

സംരംഭങ്ങൾ തുടങ്ങാനാഗ്രഹിക്കുന്ന ഏതൊരാളും തങ്ങൾക്ക് മേൽപ്പറഞ്ഞ കഴിവുകൾ അഥവാ ഗുണങ്ങൾ ഉണ്ടോ എന്ന് സ്വയം ചിന്തിക്കുകയും ഇല്ലാത്ത പക്ഷം കഴിവുകൾ ആർജ്ജിച്ചതിന് ശേഷം മാത്രം സംരംഭത്തിലേക്ക് കടക്കുകയും ചെയ്യുന്നത് ഉചിതമായിരിക്കും.

ഇനി അഥവാ സംരംഭങ്ങൾ തുടങ്ങിയവർ ഇക്കാര്യങ്ങൾ കൂടെ മനസ്സിൽ വയ്ക്കുന്നത് സംരംഭത്തിന് ശക്തി പകരാൻ സഹായിക്കും. അല്ലാത്തപക്ഷം, കാറ്റുള്ളപ്പോൾ കരിയില പറക്കുന്നത് പോലെ ചിലപ്പോൾ താൽക്കാലികമായി പ്രവർത്തിച്ചാലും, പ്രതിസന്ധികളെ നേരിടാൻ കഴിയാതെ, അനുകൂല സാഹചര്യം മാറുമ്പോൾ തളർന്നു പോകാറുണ്ട്. എല്ലാവരും സംരംഭങ്ങൾ തുടങ്ങുന്നത് വളരാനും വലുതാകാനും കൂടിയാണ്. ഏതൊരു സംരംഭവും സമൂഹത്തിനും രാജ്യത്തിന് തന്നെയും സാമ്പത്തികമായും സാമൂഹ്യപരമായും മുതൽക്കൂട്ടാണ്. സംരംഭങ്ങൾ തുടങ്ങുന്നവർ ഒരൽപം മുൻകരുതലെടുത്ത് സ്വയം നവീകരിക്കുന്നത് സംരംഭകർക്കും സമൂഹത്തിനും ഒരേ പോലെ ശ്രേയസ്കരമാണ്.

തൊഴിലാളി മുതലാളിയായാൽ...

തൊഴിൽ ചെയ്യുന്ന ഏതൊരാൾക്കും തൊഴിലാളിയുടെ അഥവാ ജീവനക്കാരന്റെ അവകാശങ്ങളെക്കുറിച്ചും ലഭിക്കേണ്ടതായ ആനുകൂല്യങ്ങളെക്കുറിച്ചും പൊതുവായ അറിവും ധാരണയുമൊക്കെ ഉണ്ടായിരിക്കും. അതുപോലെ മുതലാളിക്കും മാനേജർക്കും സ്ഥാപന മേധാവികൾക്കും ഒക്കെ തന്നെ ഇക്കാര്യങ്ങളിൽ കൃത്യമായ അറിവുമുണ്ടായിരിക്കും. പക്ഷെ ആരാണ് തൊഴിലാളി/ജീവനക്കാരൻ എന്നത് ഭൂരിഭാഗം തൊഴിലാളികൾക്കോ മുതലാളിമാർക്കോ അറിയില്ല എന്നതാണ് കൗതുകകരമായ വസ്തുത.

ഒരു വശത്ത് സ്ഥാപനങ്ങൾ ജീവനക്കാരോട് മോശം സമീപനം കാണിക്കുന്നതും മറുവശത്ത്, ജോലിയോട് ഒട്ടും ആത്മാർത്ഥതയില്ലാത്ത, പണിയെടുക്കാത്ത, സ്ഥാപനത്തെയും മേലുദ്യോഗസ്ഥൻമാരെയും പഴി പറയുന്ന ജീവനക്കാർ ഉണ്ടാവുന്നതും ഈ അടിസ്ഥാനകാര്യം അറിയാതെ പോകുന്നത് കൊണ്ടാണ്.

രണ്ടുഭാഗത്ത് നിന്നും കാര്യങ്ങൾ മനസ്സിലാക്കണമെങ്കിലും കൂടുതൽ പേരും തൊഴിൽ ചെയ്യുന്നവരായത് കൊണ്ട്, അവർക്കായി, മുതലാളിയുടെ ഭാഗത്തുനിന്നും ജീവനക്കാർ ആരാണെന്നും മുതലാളിയും സ്ഥാ

പന മേധാവിയും ജീവനക്കാരിൽ നിന്നും എന്താണ് പ്രതീക്ഷിക്കുന്ന തെന്നും മനസ്സിലാക്കാൻ ശ്രമിക്കാം.

ഈ വസ്തുത മനസ്സിലാക്കിയാലുള്ള ഗുണം, ജീവനക്കാർക്ക് ബോസിനെ പ്രീതിപ്പെടുത്താനും ഉദ്യോഗകയറ്റവും ശമ്പള വർദ്ധനയും നേടിയെടുക്കാനുമുള്ള വഴികൾ തുറന്നു കിട്ടും എന്നതാണ്.

മുതലാളി

നിങ്ങൾക്ക് കുറച്ചധികം പണം, (ഒരു കോടി എന്നു സങ്കൽപ്പിക്കാം) വസ്തുവിറ്റോ മറ്റോ ലഭിച്ചു എന്നു കരുതുക. ഒന്നുകിൽ ആ പണം നിങ്ങൾക്ക് ബാങ്കിൽ നിക്ഷേപിക്കാം. നിരക്ക് കുറവാണെങ്കിലും കുറച്ചു വരുമാനം പലിശയായി ലഭിക്കും.

അല്ലെങ്കിൽ മ്യൂച്ചൽ ഫണ്ടിലോ ഓഹരിയിലോ നിക്ഷേപിക്കാം. അതുമല്ലെങ്കിൽ വീടോ പറമ്പോ വാങ്ങിയിടാം. പക്ഷേ ഇവയിലെല്ലാം നിന്നുള്ള വരുമാനമോ മൂല്യവർദ്ധനയോ വളരെ കുറവായിരിക്കും എന്നതിൽ തർക്കമുണ്ടാവില്ല.

അതേസമയം ആ പണത്തിൽ നിന്നും ഒരു 20 ശതമാനത്തിൽ കൂടുതൽ പ്രതിവർഷം മൂല്യവർദ്ധന ലഭിക്കണമെങ്കിൽ, ഏതെങ്കിലും ഒരു സംരംഭം തുടങ്ങിയാലേ കഴിയുകയുള്ളു. അതു കൊണ്ട് നിങ്ങൾ ഏതെങ്കിലും ഒരു സംരംഭം തുടങ്ങാൻ തിരുമാനിച്ചു എന്നു കരുതുക. സംരംഭം ഏതുമാവാമെങ്കിലും എളുപ്പത്തിനായി സൂപ്പർ മാർക്കറ്റ് എന്നു സങ്കൽപ്പിക്കാം. കയ്യിലുള്ള ഒരു കോടി രൂപക്ക് പുറമേ, 3 കോടി വായ്പയും എടുത്തു എന്ന് കരുതാം.

നിങ്ങളുടെ ആത്യന്തിക ലക്ഷ്യം, ചിലവുകളും വായ്പാ തിരിച്ചടവും കഴിഞ്ഞും ഇരുപത് ശതമാനത്തിൽ കുറയാത്ത ലാഭമാണ്. കയ്യിലുള്ള പണത്തിന്മേൽ നിങ്ങൾ എടുക്കുന്ന റിസ്കിന് ന്യായമായ‌ം അത്രയും കിട്ടുകയും വേണം.

പക്ഷെ ഇവിടെയുള്ള പ്രശ്നം, നിങ്ങൾക്ക് ഒറ്റയ്ക്ക് സൂപ്പർമാർക്കറ്റിലെ മുഴുവൻ കാര്യങ്ങളും നിർവ്വഹിച്ച്, ഉദ്ദേശിച്ച ലാഭം നേടാൻ കഴിയുകയില്ല എന്നതാണ്. അത് കൊണ്ട് നിങ്ങൾക്ക് ചെയ്യാൻ കഴിയാത്ത കാര്യങ്ങൾ ചെയ്യാനായി നിങ്ങൾക്ക് ചില പങ്കാളികൾ വേണം. അവർ പണം മുടക്കി നിങ്ങളെ സഹായിക്കണമെന്നില്ലെങ്കിലും അവരുടെ അറിവും കഴിവും സമയവും ഉപയോഗിച്ച് നിങ്ങളുടെ ലക്ഷ്യം നേടാൻ നിങ്ങളെ സഹായിക്കുന്നവരാകണം.

അത്തരത്തിൽ നിങ്ങളെ സഹായിക്കാൻ വരുന്ന പാർട്ണർമാർക്ക് അവർ എടുക്കുന്ന ഉത്തരവാദിത്തത്തിന് ആനുപാതികമായി ഒരു വിഹി

തം നൽകാനും നിങ്ങൾ തയ്യാറായിരിക്കുമല്ലോ?. നിങ്ങൾക്ക് ലാഭം ഉണ്ടായാലും ഇല്ലെങ്കിലും അവർക്കുള്ളത് കൃത്യമായി നൽകാൻ നിങ്ങൾ അവരുമായി ധാരണയിലെത്തുകയും ചെയ്യേണ്ടി വരും. എന്തൊക്കെയായാലും നിങ്ങളുടെ ലക്ഷ്യം നേടാൻ നിങ്ങളെ സഹായിക്കുന്ന പാർട്ട്ണർമാരുമായി മാത്രമേ നിങ്ങൾ ദീർഘകാലത്തേക്ക് കരാറിൽ ഏർപ്പെടുകയുള്ളു എന്നത് ഉറപ്പാണല്ലോ?

അങ്ങിനെയുള്ള നിങ്ങളുടെ പാർട്ണർമാരാണ് യഥാർത്ഥത്തിൽ നിങ്ങളുടെ ജീവനക്കാർ. ആ ജീവനക്കാരാണ് കൈമെയ് മറന്ന് പ്രയത്നിച്ച് നിങ്ങളുടെ ലക്ഷ്യം നേടാൻ നിങ്ങളെ സഹായിക്കേണ്ടത്.

എങ്ങിനെയുള്ള ആളുകളെയാണ് നിങ്ങൾ നിങ്ങളുടെ പാർട്ണർമാരായി നിയമിക്കുക എന്നത് കൂടി നമുക്ക് ആലോചിച്ചു നോക്കാം.

അറിവ്

ചെയ്യാൻ പോകുന്ന ജോലിയെക്കുറിച്ചും, അത് ഭംഗിയായി നിറവേറ്റാനാവശ്യമായ കാര്യങ്ങളെക്കുറിച്ചും അറിവ് ഉള്ള ഒരാളായിരിക്കണം. ഒപ്പം മാറുന്ന കാലത്തിനനുസരിച്ച് പുതിയ അറിവുകൾ നേടുന്ന ആളും അതിനുള്ള മനഃസ്ഥിതിയും താൽപ്പര്യവും ഉള്ള ആളുമായിരിക്കണം.

ആത്മവിശ്വാസം

ഏതു കാര്യവും ആത്മവിശ്വാസത്തോടെ ഏറ്റെടുക്കുകയും ചെയ്തു തീർക്കുകയും ചെയ്യുന്ന ആളാവണം. പറഞ്ഞു തുടങ്ങുമ്പോൾ തന്നെ ഇത് ശരിയാകുമോ, ഞാൻ തന്നെ ചെയ്യണോ, പിന്നീട് ചെയ്താൽ മതിയോ എന്നൊക്കെ ചോദിക്കുന്ന ആളാവരുത്.

കൃത്യത

ഏൽപ്പിക്കുന്ന ജോലി കിറുകൃത്യമായി ചെയ്യുന്ന ആളാവണം. മിക്കവാറും എല്ലാ ഉത്തരവാദിത്തങ്ങളും തന്നെ കൃത്യത ആവശ്യപ്പെടുന്നതായിരിക്കും. ചില ചെറിയ പിഴവുകൾക്ക് പോലും നൽകേണ്ടി വരുന്നത് വൻ വിലയാവാം. തെറ്റുകളും കുറവുകളും സ്ഥിരമായി വരുത്തുന്ന ആളെ പാർട്ണർ ആക്കി കൂടെ നിർത്താൻ കൊള്ളില്ലല്ലോ?

കൃത്യനിഷ്ഠ

നിങ്ങളുടെ ലക്ഷ്യം നേടാനായി സഹായിക്കേണ്ടതായ നിങ്ങളുടെ പാർട്ണറുടെ കൃത്യനിഷ്ഠയിൽ കുറവുണ്ടെങ്കിൽ നിങ്ങളുടെ സംരംഭത്തെ അഥവാ സ്വപ്നസാക്ഷാത്ക്കാരത്തെ തീർച്ചയായും ബാധിക്കുന്ന

ഒന്നാണ്. കൃത്യസമയത്ത് ജോലിക്ക് വരുന്നതും ഏൽപ്പിക്കുന്ന കാര്യങ്ങളും, സ്വന്തം ഉത്തരവാദിത്തങ്ങളും കൃത്യ സമയത്ത് ചെയ്ത് തീർക്കുന്നതും ആയ ഒരാളെ മാത്രമേ നിങ്ങൾ പാർട്ണർ ആയി കാണാൻ ഇഷ്ടപ്പെടുകയുള്ളു. മറിച്ചായാലോ കൃത്യനിഷ്ഠ പഠിപ്പിക്കാൻ ശ്രമിച്ച് നിങ്ങൾ വശംകെടുകയേ ഉള്ളൂ.

അടുക്കും ചിട്ടയും

നിങ്ങളുടെ പാർട്ണർ, ചെയ്യുന്ന കാര്യങ്ങൾക്ക് അടുക്കം ചിട്ടയും ഉണ്ടായിരിക്കണമെന്നും ജോലി സ്ഥലവും പരിസരവും വൃത്തിയായി പരിപാലിക്കുന്ന ആളാവണമെന്നും നിങ്ങൾ ആഗ്രഹിക്കുന്നതിൽ യാതൊരു തെറ്റുമില്ല. ഏതെങ്കിലും ഒരു രേഖ ആവശ്യപ്പെട്ടാൽ മൂന്ന് മണിക്കൂർ തിരയുന്ന ആളെ എങ്ങിനെ പാർട്ണർ ആയി നിലനിർത്തും? വാരിവലിച്ചിട്ട നിലയിൽ ജോലി സ്ഥലം സൂക്ഷിക്കുന്ന ആളെ നിങ്ങൾ ഇഷ്ടപ്പെടാൻ സാദ്ധ്യത ഒട്ടുമില്ലല്ലോ.?

ആശയ വിനിമയം

വ്യക്തമായും തെളിച്ചമായും കൃത്യമായും ആശയ വിനിമയം നടത്താൻ കഴിയുന്നവരെയാവും നിങ്ങൾക്ക് പങ്കാളിയായി ആവശ്യമുള്ളത്. ബോസിനോട്, സഹപ്രവർത്തകരോട്, ഇടപാടുകാരോട് ഒക്കെ മാന്യമായും കാര്യമാത്ര പ്രസക്തമായും ആശയ വിനിമയം നടത്തുന്ന ഒരാളെ മാത്രമേ നിങ്ങൾ അംഗീകരിക്കുകയും ഇഷ്ടപ്പെടുകയും ചെയ്യുകയുള്ളു.

സാഹചര്യങ്ങൾക്കനുസരിച്ച് പെരുമാറുക

ഏൽപ്പിച്ച ഉത്തരവാദിത്തങ്ങൾ നിർവ്വഹിക്കുമ്പോൾ, സാഹചര്യങ്ങൾക്കനുസരിച്ച് പെരുമാറുക എന്നത് പ്രധാനമാണ്. ചിലപ്പോൾ പെട്ടന്ന് ചെയ്യേണ്ടതായ, എന്നാൽ കൃത്യത അത്ര പ്രധാനമല്ലാത്ത കാര്യങ്ങൾ വരാം. മറ്റു ചിലപ്പോൾ കാര്യങ്ങൾ തിരിച്ചുമാവാം. പ്രത്യേകിച്ചും ബോസ് ആവശ്യപ്പെടുന്ന രീതിയിൽ കാര്യങ്ങൾ ചെയ്യാനുള്ള കഴിവ് ഉണ്ടായിരിക്കുക എന്നത് പ്രധാനമാണ്. കണക്കുകളിലെ കൃത്യത പ്രധാനമായി ഗണിക്കുന്ന ബോസിനു മുൻപിൽ കൃത്യത ഇല്ലാതെ പെട്ടെന്ന് ജോലി തീർത്ത് കാണിച്ചിട്ട് കാര്യമില്ലല്ലോ?

അവധി

ഏൽപ്പിക്കുന്ന ഉത്തരവാദിത്തങ്ങളിൽ നിന്നും സ്വന്തം ആവശ്യങ്ങൾക്കായി ഇടയ്ക്കിടെ ഒഴിഞ്ഞ് നിൽക്കുന്ന ആളെ പങ്കാളിയായി കിട്ടിയാൽ കാര്യങ്ങൾ ഉദ്ദേശിക്കുന്ന രീതിയിൽ മുന്നോട്ട് പോവില്ലല്ലോ? പരമാവധി

ഉത്തരവാദിത്തത്തിൽ നിന്നും ഒഴിഞ്ഞ് നിൽക്കാത്ത ആളാണെങ്കിൽ മാത്രമാണ് പങ്കാളിയെക്കൊണ്ട് നിങ്ങൾ ഉദ്ദേശിക്കുന്ന ഫലമുണ്ടാവുക.

ആത്മാർത്ഥത

പാർട്ണർക്ക്, ചെയ്യുന്ന ജോലിയോട്, സ്ഥാപനത്തോട്, ഏറ്റെടുത്ത ഉത്തരവാദിത്തത്തോട്, അവനവനോട് തന്നെയും ആത്മാർത്ഥത ഉണ്ടാവണം. രാവിലെ ഓഫീസിൽ വന്ന്, എങ്ങിനെയെങ്കിലും വൈകുന്നേരമാവാൻ ശ്രമിക്കുന്ന ഒരാളെ എങ്ങിനെ പങ്കാളിയായി കൂടെ നിർത്തും? കാര്യങ്ങൾ പഠിക്കുവാനും കൂടുതൽ ഉത്തരവാദിത്തങ്ങൾ ഏറ്റെടുക്കുവാനുമുള്ള സന്നദ്ധത ഒരു ജോലിയിൽ ഉത്തരവാദിത്തം ഏൽപ്പിച്ചാൽ, അത് മാത്രം കാലങ്ങളോളം ചെയ്യുകയും മറ്റു കാര്യങ്ങൾ ഒന്നും തന്നെ മനസ്സിലാക്കാൻ ശ്രമിക്കുകയും ചെയ്യാത്ത ഒരാളെക്കൊണ്ട് സ്ഥാപനത്തിന് എന്ത് പ്രയോജനമാണ് ഭാവിയിൽ ഉണ്ടാവുക? അങ്ങനെയൊരാൾക്ക് ജോലിയിൽ ഉയർച്ചയോ ശമ്പളക്കൂടുതലോ നൽകാൻ തയ്യാറാവുമോ?

വിശ്വസ്തത, സത്യസന്ധത, സ്ഥാപനത്തോട് കൂറ്

ഈ മൂന്ന് ഗുണങ്ങൾ ഇല്ലാത്ത ആളെ ജോലിക്ക് നിർത്താൻ നിങ്ങളെന്നല്ല ആരും തന്നെ തയ്യാറാവുകയില്ലല്ലോ?

കാര്യപ്രാപ്തി

കാര്യങ്ങൾ ശരിയായ രീതിയിൽ നിർവ്വഹിക്കാനുള്ള കഴിവ്. ജോലിയിൽ കൃത്യത ഇല്ലാതെ ജോലി സമയത്തിൽ കൃത്യനിഷ്ഠ ഉണ്ടായത് കൊണ്ടോ, ആത്മാർത്ഥത ഇല്ലാതെ ആശയ വിനിമയ ശേഷി മാത്രം ഉണ്ടായത് കൊണ്ടോ കാര്യമില്ലല്ലോ? ഉത്തരവാദിത്തം ആവശ്യപ്പെടുന്ന കാര്യപ്രാപ്തി ഉള്ള ആളായിരിക്കണം. ഇനിയും ഒരുപാട് കാര്യങ്ങൾ ജീവനക്കാരെ തിരഞ്ഞെടുക്കുമ്പോൾ നിങ്ങൾ ശ്രദ്ധിച്ചേക്കാം. പക്ഷേ തൽക്കാലം ഇവിടെ ഒന്നു നിർത്തിയിട്ട് നമുക്ക് പഴയ അവസ്ഥയിലേക്ക് തിരിച്ചു വരാം. അതായത് ബിസിനസ്സ് തുടങ്ങാതെ തൊഴിൽ ചെയ്യുന്ന ഇന്നത്തെ അവസ്ഥയിൽ.

എന്നിട്ട് നമുക്ക് ഒന്ന് ശാന്തമായി ഇരുന്ന് ആലോചിച്ച് നോക്കാം. മേൽ പറഞ്ഞവയിൽ എത്ര ഗുണങ്ങൾ നമുക്കുണ്ട് എന്ന് ചിന്തിക്കാം.

വിദ്യാഭ്യാസ യോഗ്യത എന്നത് തൊഴിൽ ലഭിക്കാൻ സഹായിക്കുന്ന ഒരു എൻട്രി പാസ്സ് ആണ്. അത് ലഭിച്ച് കഴിഞ്ഞാൽ ജോലിയുടെ വിവിധ വശങ്ങളെക്കുറിച്ച്, ഉയർന്ന ഉത്തരവാദിത്തങ്ങൾ ആവശ്യപ്പെടുന്ന കഴിവുകളെ കുറിച്ച് ഒക്കെ നാം തന്നെ മനസ്സിലാക്കേണ്ടിയിരിക്കു

ന്നു.

ഒരു ജോലിയിൽ ഉത്തരവാദിത്തം ആവശ്യപ്പെടുന്ന കാര്യങ്ങൾ മാത്രം ചെയ്താൽ ശമ്പളം വാങ്ങാം. അതിനുമപ്പുറം കാര്യങ്ങൾ ചെയ്യുമ്പോഴാണ് പ്രൊമോഷനും ശമ്പള വർദ്ധനക്കും ഒക്കെ അർഹത നേടുന്നത്. തൂത്തു തുടയ്ക്കാൻ വന്നയാൾ വർഷങ്ങൾ കഴിഞ്ഞും ആ ജോലിക്ക് മാത്രമേ പ്രാപ്തിയുള്ളുവെങ്കിൽ പ്രൊമോഷൻ നാം നൽകുകയില്ലല്ലോ. ചെയ്യുന്നത് ഏത് ജോലിയായാലും ആത്മാർത്ഥതയോടെ തന്നെ ചെയ്യുക. അതിനെക്കുറിച്ച് ആഴത്തിൽ മനസ്സിലാക്കുക, പഠിക്കുക, കൂടുതൽ പരിശീലനം ആവശ്യമെങ്കിൽ നേടുക. ചുരുക്കത്തിൽ ആ മേഖലയിൽ നിങ്ങൾ അഗ്രഗണ്യരാവുക. ജോലിയെ സ്നേഹിക്കുക, ഒപ്പം ജോലി ചെയ്യുന്ന സ്ഥാപനത്തെയും.

ജോലിയെ സ്നേഹിക്കുക, പക്ഷേ സ്ഥാപനത്തെ സ്നേഹിക്കരുത് എന്ന വാദം കേട്ടിട്ടുണ്ടാവും. പക്ഷേ സ്ഥാപനത്തോട് സ്നേഹമില്ലാതെ ഒരിക്കലും പൂർണ്ണ അർത്ഥത്തിൽ നമുക്ക് ജോലി ചെയ്യാൻ കഴിയുകയില്ല, എന്നോർക്കുക. ഒന്നോ രണ്ടോ പേരുടെ പെരുമാറ്റം കാരണമായി സ്ഥാപനത്തെ വെറുത്താൽ അത് നമ്മുടെ പ്രകടനത്തെയും ബാധിക്കും. ഒന്നുമില്ലെങ്കിലും സ്ഥാപനം നൽകുന്ന പണം കൊണ്ട് നമ്മൾ പല കാര്യങ്ങളും നേടിയിട്ടുണ്ടാവുമല്ലോ?. തീരെ ഇഷ്ടപ്പെടാൻ കഴിയില്ലെങ്കിൽ വേറെ സ്ഥാപനത്തിലേക്ക് മാറുക.

തൊഴിൽ ജീവിതം, മൊത്തം ജീവിതത്തെ ബാധിക്കാൻ ഒരിക്കലും അനുവദിക്കാതിരിക്കുക എന്നതിൽ പ്രത്യേകം ശ്രദ്ധിക്കണം. ഓരോ സ്ഥാപനവും മേലുദ്യോഗസ്ഥരും വ്യത്യസ്ത കാര്യങ്ങളായിരിക്കും ആവശ്യപ്പെടുന്നത്. അത് നിറവേറ്റാൻ ശ്രമിക്കുന്നത് അഭികാമ്യമാണ്.

സ്ഥാപനം പ്രവർത്തിക്കുന്നതിന് ചില ലക്ഷ്യങ്ങൾ ഉണ്ടാവും. അതിന് നിങ്ങളുടെ സംഭാവന ഉറപ്പു വരുത്തുക. നമ്മൾ തിരഞ്ഞെടുത്ത തൊഴിൽ, നമ്മുടെ അഭിരുചിക്കും താൽപ്പര്യത്തിനും കഴിവുകൾക്കും സ്വഭാവത്തിനും യോജിച്ചതല്ലെങ്കിൽ, തൊഴിലിൽ നാം പരാജയമായിരിക്കും എന്നത് യാഥാർത്ഥ്യമാണ്.

സ്വയം തിരിച്ചറിയുക, അറിവ് നേടുക, കഴിവുകളെ പരിപോഷിപ്പിക്കുക. തൊഴിൽമേഖല ആവശ്യപ്പെടുന്നതെന്താണെന്ന് കൃത്യമായി മനസ്സിലാക്കി പ്രവർത്തിക്കുക. വിജയം നിങ്ങൾക്കൊപ്പമായിരിക്കും.

PS: പൊതുവായ കാര്യങ്ങളാണ് സൂചിപ്പിച്ചത്. തൊഴിലാളികളെ/ജീവനക്കാരെ ചൂഷണം ചെയ്യുന്ന സ്ഥാപനങ്ങളുമുണ്ടെന്നത് വിസ്മരിച്ചിട്ടില്ല.

നിങ്ങൾക്കുമാകാം കോടീശ്വരൻ!

കോടീശ്വരിയായി മാറിയ ഷീന

എന്നും മാറി ചിന്തിക്കുന്നവർക്കുള്ളതാണീ ലോകം. നമുക്കിടയിൽ ജീവിക്കുന്ന, സാധാരണക്കാരായ ചിലർ, സംരംഭങ്ങൾ തുടങ്ങി വിജയിപ്പിച്ച് കോടികൾ സമ്പാദിക്കുന്ന വഴികൾ ഏതൊരു സംരംഭകനും അറിഞ്ഞിരിക്കേണ്ടതാണ്.

സ്വപ്നങ്ങൾ വിതച്ച്, ആശയങ്ങളാവുന്ന വളമിട്ട്, ആത്മവിശ്വാസവും പ്രയത്നവും നിരന്തരം കൊടുത്ത്, വിജയത്തിന്റെ വിളവെടുപ്പ് നടത്തുന്ന ചില സംരംഭകരുടെ വിജയരഹസ്യം എന്താണെന്ന് നമ്മൾ അറിഞ്ഞിരിക്കേണ്ടതുണ്ട്.

ഗൾഫിൽ ഭർത്താവിനൊപ്പം താമസിച്ചിരുന്ന വീട്ടമ്മയായിരുന്നു ഷീന. ബോറടി മാറ്റാനായി താമസിക്കുന്ന ഫ്ളാറ്റിന് താഴെ പ്രവർത്തിച്ചിരുന്ന തയ്യൽക്കടയിൽ സ്ഥിരമായി ചെന്നിരിക്കാറുണ്ടായിരുന്ന അവർ വൈകാതെ തുന്നൽ പഠിച്ചെടുത്ത്, അവിടെ തന്നെ ടെയ്‌ലർ ആയി ജോലി നോക്കിത്തുടങ്ങി.

ചില സാഹചര്യങ്ങൾ മൂലം നാട്ടിലേക്ക് തിരിച്ചു പോകേണ്ടതായ സമയത്താണ് ഫാൻസി സ്റ്റോർ, ബുക്ക് & സ്റ്റേഷനറി സ്റ്റോർ എന്നിവയുടെ വിജയ സാദ്ധ്യത വിലയിരുത്താൻ അവർ എന്നെ സമീപിച്ചത്.

'ജോലി ആയാലും ബിസിനസ്സ് ആയാലും എന്തു ചെയ്യുന്നു എന്നതല്ല, എങ്ങിനെ ചെയ്യുന്നു എന്നതാണ് പ്രധാനം.'

അതുകൊണ്ട് തന്നെ രണ്ടു ബിസിനസ്സിനും സാദ്ധ്യതകൾ ഉണ്ടെന്നും പക്ഷേ, പരിചയമുള്ള മേഖലയായ ടൈലറിംഗ് ഷോപ്പ് എന്തുകൊണ്ട് പരിഗണിച്ചുകൂടാ എന്നായി എന്റെ ചോദ്യം.

മറുപടിയായി അവർ പറഞ്ഞത്, ഇതിനകം തന്നെ രണ്ടു ബിസിനസ്സ് കൺസൾട്ടന്റുമാരുമായും ബിസിനസ്സ് നടത്തുന്ന മറ്റു പലരുമായും അവർ സംസാരിച്ചിരുന്നുവെന്നും. അവരിൽ നിന്നും കുറെ വിവരങ്ങൾ കിട്ടിയെങ്കിലും ടൈലറിംഗ് മേഖലയ്ക്ക് വലിയ സ്കോപ്പില്ല എന്ന അഭിപ്രായമായിരുന്നു ഏവർക്കും. പിന്നെ എല്ലാവരും ഒരേ പോലെ ഉപദേശിച്ച കാര്യം, ബിസിനസ്സിന്റെ തുടക്കകാലത്ത് ഹാർഡ്‌വർക്ക് വേണം എന്നത് മാത്രമാണ്. പക്ഷെ ബിസിനസ്സിൽ എങ്ങിനെ എക്സ്ട്രാ ഓർഡിനറി ആവാം എന്നതിനെക്കുറിച്ച് പറയാതെ കഠിനാദ്ധ്വാനം, പരസ്യം എന്ന രണ്ടു കാര്യങ്ങൾ മാത്രമായിരുന്നു വിജയത്തിനായി അവർക്ക് ഉപദേശിക്കാനുണ്ടായിരുന്നത്.

അവരുടെ സംരംഭത്തിന്റെ ആശയം കേട്ടതിനുശേഷം ബിസിനസ്സിന്റെ സാദ്ധ്യത എന്താണെന്നും, എന്തിനാണ് ബിസിനസ്സ് ചെയ്യുന്നതെന്നും ചോദിച്ചപ്പോൾ കിട്ടിയത് സാധാരണ ഉത്തരം തന്നെ. ജീവിക്കാനുള്ള വരുമാനമാർഗ്ഗം, പിന്നെ കുറച്ചു കൂടുതൽ പണം ഉണ്ടാക്കണം.

പല ബിസിനസ്സുകളും പരാജയപ്പെടുന്നതിന്റെ കാരണമിതാണ്. അവനവനെ കുറിച്ച് മാത്രം ചിന്തിച്ച് ബിസിനസ്സ് തുടങ്ങുന്നതാണ് പ്രശ്നം. തങ്ങൾക്ക് പണം ഉണ്ടാക്കണം എന്ന ഒറ്റലക്ഷ്യം മാത്രം മുന്നിൽകണ്ട് ബിസിനസ്സ് തുടങ്ങുന്നവരാണ് വിജയിക്കാനാവാതെ പോകുന്നത്. ബിസിനസ്സിൽ ഉന്നതിയിൽ എത്തിയ പലരും, സംരംഭത്തെക്കുറിച്ചുള്ള തങ്ങളുടെ വീക്ഷണ കോൺ മാറ്റിയപ്പോൾ മാത്രമാണ് ബിസിനസ്സിൽ വിജയിച്ചത് എന്നത് മിക്കവരും അറിയാതെപോകുന്നു,

ഏതൊരു ബിസിനസ്സിന്റെയും സാദ്ധ്യത പ്രധാനമായും രണ്ടു സാഹചര്യങ്ങളെ ആശ്രയിച്ചാണിരിക്കുന്നത്. ഒന്നാമതായി, സമൂഹത്തിന്റെ അല്ലെങ്കിൽ കസ്റ്റമേഴ്സിന്റെ പ്രശ്നങ്ങൾ (പലതും അവർക്ക് തന്നെ അറിയാത്തതാവാം) പരിഹരിക്കപ്പെടണം അല്ലെങ്കിൽ ഇപ്പോഴുള്ളതിനേക്കാൾ സൗകര്യം പ്രദാനം ചെയ്യണം. ഇതിലാണ് ഏതൊരു ബിസിനസ്സിന്റെയും സാദ്ധ്യത നിലനിൽക്കുന്നത്. ഈ സാദ്ധ്യത മനസ്സിൽ കണ്ട് കൊണ്ട് കാര്യങ്ങൾ ചെയ്യുമ്പോഴാണ് അത് സ്പെഷൽ ആവുന്നതും ബിസിനസ്സ് വിജയിക്കുന്നതും.

ഏതൊരു ബിസിനസ്സിലും വിജയിക്കുന്നതിൽ മേഖലയിലെ മുൻപരിചയം പ്രധാന ഘടകമായത് കൊണ്ട് ടൈലറിംഗ് മേഖലയെത്തന്നെ വ്യത്യസ്തമായി സമീപിക്കുന്നതാണ് വിജയസാദ്ധ്യത വർദ്ധിപ്പിക്കുന്നത് എന്നവരെ ബോദ്ധ്യപ്പെടുത്തി.

തുടർന്ന്, ഈ മേഖലയിലെ കസ്റ്റമറുടെ പ്രശ്നങ്ങളും അതിനുള്ള പരിഹാരവും ഒപ്പം അവർക്ക് കൊടുക്കാവുന്ന മെച്ചപ്പെട്ട സൗകര്യങ്ങളും മുൻനിർത്തിയാണ് ബിസിനസ്സ് നയം രൂപികരിച്ചത്.

സാധാരണ ഗതിയിൽ ഒരു തയ്യൽ ജോലി ചെയ്യുന്നയാളുടെ ധാരണ ഏതൊരു കസ്റ്റമർക്കും രണ്ട് പ്രധാന ആവശ്യങ്ങളാണ് ഉള്ളതെന്നാണ്.

ഒന്നാമതായി പറഞ്ഞ സമയത്ത് തയ്ച്ച് കിട്ടണം, മറ്റൊന്ന് ഫിറ്റിംഗ് കറക്ടായിരിക്കണം. ഇത് രണ്ടുമാണ് പ്രധാനം എന്നാണ് ഈ സംരംഭം തുടങ്ങുന്ന ഏതൊരാളും മനസ്സിലാക്കി മുന്നോട്ട് പോകുന്നത്. ഇവിടെയാണ് വ്യത്യസ്തമായി മറ്റൊരു വീക്ഷണ കോണിലൂടെ ഉപഭോക്താവിന്റെ ആവശ്യങ്ങളെയും പ്രശ്നങ്ങളെയും നോക്കിക്കാണേണ്ടത്.

ഉദാഹരണമായി ചുരിദാർ തയ്ക്കുമ്പോൾ കഴുത്തിന്റെ ഡിസൈൻ തിരഞ്ഞെടുക്കുന്നത് എങ്ങിനെയാണ്? വിവിധ ഡിസൈനുകളുള്ള ബുക്ക് ലെറ്റ് കസ്റ്റമർക്ക് കാണിച്ചുകൊടുത്തിട്ട് അതിൽ നിന്നും കസ്റ്റമർക്കിഷ്ടപ്പെട്ട ഡിസൈൻ അവർ പറയുന്നത്പോലെ തയ്ച്ചു കൊടുക്കുന്നതാണ് നാട്ടു നടപ്പ്.

എന്നാൽ സിനിമാനടി കൽപ്പനയും സംവൃതാ സുനിലും ഒരേ നെക്ക് ഡിസൈൻ ആവശ്യപ്പെട്ടാലും തയ്ച്ച് കൊടുക്കുന്നവരാണ് ടൈലറിംഗ് രംഗത്ത് വിജയിക്കാനാവാതെ പോകുന്നവർ. തുടർന്ന്, ഈ മേഖലയിൽ വിജയിക്കാനാവശ്യമായ രീതിയിൽ ചില പരിഷ്ക്കാരങ്ങൾ ഏർപ്പെടുത്തി.

1. വസ്ത്രങ്ങളുടെ നെക്ക് കസ്റ്റമറുടെ ഇഷ്ടാനുസരണമല്ല മറിച്ച്, ശരീരപ്രകൃതി, തടി, കഴുത്തിന്റെ നീളം, മുഖത്തിന്റെ ആകൃതി, ഉയരം എന്നിവ അനുസരിച്ച് തിരഞ്ഞെടുത്താൽ വളരെ ഭംഗിയായിരിക്കുമെന്നത് കൊണ്ട്, സംതൃപ്തയായ കസ്റ്റമർ വീണ്ടും വീണ്ടും തേടിവരാനുള്ള സാദ്ധ്യത കൂടുതലാണ്.

കസ്റ്റമർക്ക് സ്വന്തം കഴുത്തിൽ വച്ചു നോക്കി ഏറ്റവും അനുയോജ്യമായത് തിരഞ്ഞെടുക്കത്തക്കവണ്ണം, വിവിധ ഡിസൈനുകളിൽ സാധാരണ തുണിയിൽ നെക്ക് തയ്യാറാക്കി വയ്ക്കുകയും കസ്റ്റമർക്ക് സ്വയം വിലയിരുത്താനുള്ള അവസരം ഉണ്ടാക്കുകയും ചെയ്യാം. മറ്റ് ഉപദേശങ്ങൾ ടെയ്ലർക്ക് സമയാസമയത്ത് നൽകാവുന്നതാണ്. ഉദാഹരണമാ

യി നീളം കൂടിയ കഴുത്തുള്ളവർ വിസ്താരമേറിയ ഡിസൈൻ ഉപയോഗിക്കുന്നതും കുറിയ കഴുത്തുള്ളവർ വിസ്താരം കുറഞ്ഞവ ധരിക്കുന്നതും അഭംഗിയാണ്. അതവരെ പറഞ്ഞ് ബോധ്യപ്പെടുത്താവുന്നതാണ്.

2. ഫാഷൻ ഡിസൈനിംഗിന്റെ ബാലപാഠങ്ങൾ പരിശീലിക്കുക. ടെയ്‌ലർ എന്നതിന് പകരം സ്റ്റൈലിസ്റ്റ് എന്നായി മാറുക. തടിയുള്ളവർ മെലിഞ്ഞതായി കാണിക്കാൻ തക്കവണ്ണമുള്ള ചെറിയ പുള്ളികളും വരകളും നിറങ്ങളും നിർദ്ദേശിക്കുക, മെലിഞ്ഞവർക്ക് തടി തോന്നാനുള്ള വസ്ത്രധാരണ രീതി, ഉയരം കൂടിയവർക്കും കുറഞ്ഞവർക്കും പാലിക്കേണ്ട കളർ കോമ്പിനേഷൻ, വരകളുടെയും പുള്ളികളുടെയും സ്ഥാനം തുടങ്ങിയവ കസ്റ്റമറെ ബോധ്യപ്പെടുത്തി ഏറ്റവും അനുയോജ്യമായ രീതിയിൽ ടെയ്‌ലറിംഗ് നടത്തുക. കസ്റ്റമറെ സുന്ദരിയാക്കുക എന്നതായിരിക്കണം പ്രധാന ലക്ഷ്യം.

3. അടുത്തത് ഡെലിവറി ആണ്. നോർമൽ ഡെലിവറി, എക്സപ്രസ് ഡെലിവറി എന്നീ ഓപ്ഷൻസ് ഉണ്ടാക്കുക. എക്സ്പ്രസ് ഡെലിവറിക്ക് അധികചാർജ് ഈടാക്കാം. ഡെലിവറി പറയുന്ന സമയത്ത് കൃത്യമായി കൊടുക്കുക. കൃത്യനിഷ്ഠ കർശനമായി പാലിക്കുക. ഫിറ്റിംഗ് ചെക്ക് ചെയ്യാനായി ഡെലിവറിയുടെ രണ്ടു ദിവസം മുൻപ് കസ്റ്റമറെ വിളിക്കുക. വസ്ത്രം തയ്യാറായാൽ കസ്റ്റമറെ അങ്ങോട്ട് വിളിച്ച് വിവരം അറിയിക്കുക.

4. വിശാലമായ ഫിറ്റിംഗ് റൂം നാലുവശവും കണ്ണാടിയോട് കൂടെ സജ്ജീകരിക്കുക. ടെയ്‌ലറിംഗ് ഷോപ്പിലും ഹെയർകട്ടിംഗ് സലൂണിലെപോലെ വലിയ നിലക്കണ്ണാടി സ്ഥാപിക്കുക. സ്വന്തം സൗന്ദര്യം പൂർണ്ണമായും കാണാനുള്ള സൗകര്യം വീടുകളിൽ ഇല്ലാത്തതുകൊണ്ട് സ്ത്രീകളെ ഏറെ ആകർഷിക്കുന്ന ഒന്നാവും ഈ കണ്ണാടി.

5. കണ്ണാടിയിൽ കാണുന്നതിന് പുറമെ, താൽപര്യമുള്ളവർക്ക് വെബ് ക്യാമിലൂടെ ടി.വിയിൽ പുതിയ വസ്ത്രത്തിൽ സ്വയം കാണാനുള്ള അവസരം ഒരുക്കാം. ഏറ്റവും നല്ല ആംഗിളിലുള്ള ഫോട്ടോയും ആവശ്യമുള്ളവർക്ക് എടുത്ത് കൊടുക്കാം.

6. നഗരത്തിലെ കണ്ണായസ്ഥലത്ത് ഷോപ്പ് തുറന്ന് മേൽപറഞ്ഞ സൗകര്യങ്ങൾ ഏർപ്പെടുത്തിയാൽ ഉണ്ടാകുന്ന സ്ഥലപരിമിതി ഒഴിവാക്കാൻ, അളവെടുക്കുന്നതും ഫിറ്റിംഗ് കറക്ട് ചെയ്യുന്നതുമൊഴികെയുള്ള ജോലികൾ മൂന്നുകിലോമീറ്റർ അകലെയുള്ള സ്വന്തം വീട്ടിൽ ചെയ്യുക വഴി വാടക ലാഭിക്കാം.

എന്തായാലും അധികം വൈകാതെ ഷീന നാട്ടിലെത്തി ബിസിനസ്സ്

ആരംഭിച്ചു. അതിനു മുമ്പായി എറണാകുളത്ത് രണ്ടു മാസത്തെ ഫാഷൻ ഡിസൈൻ കോഴ്സും ചെയ്തു.

തീരുമാനിച്ച കാര്യങ്ങൾ കൃത്യമായി ചെയ്തെങ്കിലും ആദ്യത്തെ നാലഞ്ച് മാസം കച്ചവടം കുറവായിരുന്നു. പക്ഷെ പതിയെ പതിയെ വൻ നിലക്കണ്ണാടി ധാരാളം സ്ത്രീകളെ ആകർഷിച്ചു തുടങ്ങി. ഒപ്പം നാലു വശവും കണ്ണാടിയുള്ള വിശാലമായ ഫിറ്റിംഗ് റൂമും. പുരുഷൻമാർക്ക് പ്രവേശനമില്ലാത്ത ഉൾഭാഗത്ത്, റെഡിമെയ്ഡ് വസ്ത്രം വാങ്ങി ധരിച്ചവർ പോലും തയ്ക്കാൻ വരുന്നവരുടെ കൂടെ സ്വന്തം ഭംഗി ആസ്വദിക്കാൻ എത്തിത്തുടങ്ങി. സ്റ്റിച്ചിംഗിന് അല്ലാതെ കൂടെ വരുന്നവർക്ക് പോലും ഫാഷൻ ടിപ്സ് കൂടി കിട്ടാൻ തുടങ്ങിയതോടെ കസ്റ്റമേഴ്സിന്റെ കുത്തൊഴുക്കായി. സ്വകാര്യതയ്ക്ക് പ്രാധാന്യം കൊടുക്കുന്നതുകൊണ്ട് മുസ്ലിം വനിതകളുടെ വിശ്വാസവും നേടി, അതുകൊണ്ട് തന്നെ ബിസിനസ്സും കൂടി. മാച്ചിംഗ് ബ്ലൗസുകൾ, ഷാളുകൾ തുടങ്ങിയവക്ക് ആവശ്യം വന്നതോടെ കസ്റ്റമേഴ്സിന്റെ ആവശ്യാനുസരണം വസ്ത്രങ്ങളും കരുതിത്തുടങ്ങി. ഷോപ്പ് തുടങ്ങി ഒന്നര വർഷത്തിനകം ഭർത്താവ് ഗൾഫിലെ ജോലി ഉപേക്ഷിച്ച് നാട്ടിലെത്തി, ബിസിനസ്സിൽ സഹായിക്കാൻ തുടങ്ങി.

ഷോപ്പിലെത്തുന്ന ആളുകളുടെ തിരക്ക് കണ്ടുകൊണ്ട് കുറച്ചു ദൂരെയുള്ള ബ്യൂട്ടിപാർലറും, ഫാൻസിസ്റ്റോറും ഇവർക്കരികിലേക്ക് വന്നു. അതും ഇവരുടെ ബിസിനസ്സ് കൂട്ടുകയാണുണ്ടായത്. രണ്ടു വർഷത്തിനകം തൊട്ടടുത്ത ഷോപ്പ് കൂടെ വാടകക്കെടുത്ത് സ്ഥാപനം വിപുലീകരിച്ചു. എയർ കണ്ടീഷൻഡ് ഷോപ്പും, റിസപ്ഷിനിസ്റ്റും, കമ്പ്യൂട്ടറും, ടി.വി.യിൽ സദാ മിന്നി മറയുന്ന ഫാഷൻ നിറക്കാഴ്ചകളും, വരുന്നവർക്ക് ചായയും, കുട്ടികൾക്ക് ചോക്കലേറ്റും കൊടുത്ത് സൽക്കരിച്ച് വ്യത്യസ്തമായ രീതിയിൽ ബിസിനസ്സ് മുന്നോട്ട് പോവുന്നു.

മൂന്ന് പുരുഷൻമാരടക്കം 14 ടെയ്ലർമാർ പീസ് റേറ്റ് അടിസ്ഥാനത്തിൽ ഇന്ന് സ്ഥാപനത്തിൽ ജോലി ചെയ്യുന്നുണ്ട്. സ്ത്രീകളിൽ പകുതിയോളം പേർക്ക് വീട്ടിലും തയ്യൽ മെഷീൻ കൊടുത്തത് കൊണ്ട്. അവർ രാത്രിയിലും വീട്ടിലിരുന്ന് തയ്ക്കുന്നു. രാത്രിയിലും ജോലി ചെയ്യേണ്ടി വരുന്ന എക്സ്പ്രസ്സ് ഡലിവറി വർക്ക് പുരുഷൻമാരാണ് ചെയ്യുന്നത്.

സ്ത്രീകൾ ദിവസവും ശരാശരി 900 മുതൽ 1100 രൂപ വരെയും പുരുഷൻ മാർ 1000 മുതൽ 1400 വരെയും സമ്പാദിക്കുന്നുണ്ട്. സീസണിൽ അതിലും വളരെ കൂടുതൽ ഓരോരുത്തരും സമ്പാദിക്കുന്നുമുണ്ട്. ഓ

രോ മാസവും ഏകദേശം നാലു ലക്ഷം രൂപയാണ് ശമ്പളമായി കൊടുക്കുന്നത്. സൂചി, നൂൽ, ബട്ടൺ, കൊളുത്തുകൾ, സിപ്പ് തുടങ്ങിയവയും വാടകയും കറണ്ട് ചാർജ്ജും ഒക്കെയാണ് ചിലവുകൾ. ആ നിലയ്ക്കുള്ള റണ്ണിംഗ് കോസ്റ്റ് കഴിഞ്ഞാലും ലക്ഷങ്ങൾ മാസം തോറും സമ്പാദിക്കുന്ന സംരംഭകയാണിന്നവർ.

ബിസിനസ്സിൽ എന്നും മാറി ചിന്തിക്കാനാഗ്രഹിക്കുന്നവർക്കുള്ളതാണ് വിജയം. സ്വപ്നം കാണുക. കഠിനമായി പ്രയത്നിക്കുക. ഏതൊരു സംരംഭവും വിജയത്തിലെത്തും.

നിങ്ങൾക്കുമാകാം കോടീശ്വരൻ
(ഭാഗം 2)

ശെൽവരാജിന്റെ സ്വപ്നം

നിങ്ങൾക്കൊരു സ്വപ്നമുണ്ടെങ്കിൽ, ഏറ്റവും തീവ്രമായി നിങ്ങളത് ആഗ്രഹിക്കുകയും അതിനായി പ്രവർത്തിക്കുകയും ചെയ്യുന്നുവെങ്കിൽ ഉറപ്പായും നിങ്ങളത് ആയിത്തീരും/ നേടിയിരിക്കും.

ആഗസ്ത് മാസത്തിലെ ഒരു വ്യാഴാഴ്ച രാത്രി 11 മണിക്ക് ശേഷമാണ് ദുബായിൽ നിന്നും ശെൽവരാജ് എന്നെ ഫോണിൽ വിളിച്ചത്. നാട്ടിലേക്ക് തിരിച്ച് പോയി ഒരു ബിസിനസ്സ് തുടങ്ങാൻ പോകുന്നു. അതുമായി ബന്ധപ്പെട്ട് ചില കാര്യങ്ങൾ സംസാരിക്കണം. മാർഗ്ഗ നിർദ്ദേശങ്ങൾ വേണം ഇത്രയുമായിരുന്നു ആവശ്യം.

നേരത്തെ ജോലി ചെയ്തിരുന്ന സ്ഥാപനത്തിലെ എയർ കണ്ടീഷണിംഗ് വിഭാഗത്തിൽ ജോലി ചെയ്യുകയായിരുന്നു തമിഴ്നാട്ടുകാരനായ ശെൽവരാജ് എന്ന മിടുക്കനായ ചെറുപ്പക്കാരൻ. സ്ഥാപനത്തിലെ ഏക തമിഴനായിരുന്നത് കൊണ്ടും ഞാൻ അത്യാവശ്യം തമിഴ് സംസാരിക്കുന്നത് കൊണ്ടും ഞങ്ങൾക്കിടയിൽ ഒരു അന്തർധാര സജീവമായിരുന്നു.

അതിലുപരി, ധാരാളം സംശയങ്ങൾ ചോദിക്കുന്ന, എന്നാൽ മൈക്രോബയോളജി മുതൽ ദൈവകണം വരെ ഏത് വിഷയത്തിലും മുഷി

യാതെ കേട്ടിരിക്കുന്ന, എന്റെ ഒരു നല്ല ശ്രോതാവു കൂടിയായിരുന്നത് കൊണ്ട് പ്രത്യേക പ്രതിപത്തി ഉണ്ടായിരുന്നു എന്നതു സത്യമാണ്.

എന്ത് ബിസിനസ്സാണ് എന്നൊന്നും പറഞ്ഞില്ലെങ്കിലും എ. സി., റ ഫ്രിജറേറ്റർ തുടങ്ങിയവയുമായി ബന്ധപ്പെട്ട എന്തെങ്കിലുമാവും എന്ന് ഞാൻ ഉറപ്പിച്ചു. ആ മേഖലയിൽ അസാധാരണമായി എങ്ങിനെ ബിസി നസ്സ് ചെയ്യാം എന്നതിനെകുറിച്ച് ചിന്തിച്ചു കൊണ്ടാണ് ഉറങ്ങാൻ കിട ന്നത്. പിറ്റേദിവസം കാണാനെത്തിയ ശെൽവരാജ് പറഞ്ഞത് പ്രതീക്ഷി ച്ചതിൽ നിന്നും വ്യത്യസ്തമായ സംരംഭമാണ്.

ആമുഖമായി അദ്ദേഹം തന്നെക്കുറിച്ച് ഒരു ചെറിയ വിവരണം നൽ കി. അച്ഛനുമമ്മയും പിന്നെ വിവാഹം ചെയ്ത് പോയ സഹോദരിയുമട ങ്ങുന്നതാണ് കുടുംബം. അച്ഛൻ ഹോട്ടൽ നടത്തിയാണ് മക്കളെ പഠിപ്പി ച്ചത്. ഹോട്ടൽ എന്നു പറഞ്ഞാൽ നാല് ടേബിളുള്ള ഒരു ചായക്കടയാ ണ്. ചായയിടുന്നതും ഭക്ഷണം വിളമ്പുന്നതും എല്ലാം അച്ഛൻ ഒറ്റക്ക് ത ന്നെ. ഭക്ഷണം പാകം ചെയ്യുന്നത് അമ്മയാണ്. ഇലയെടുക്കാനും പാ ത്രം കഴുകാനും മറ്റുമായി വൃദ്ധനായ ഒരാൾ സഹായത്തിനുമുണ്ട്.

സിറ്റിയിൽ നിന്നും 8 കി. മീ. മാറിയുള്ള പ്രദേശത്ത് ഒരു കവലയിലാ ണ് അവരുടെ വീടും ഹോട്ടലും സ്ഥിതി ചെയ്യുന്നത്. മൂന്ന് സ്കൂളുകൾ, ചില സർക്കാർ ആഫീസുകൾ, ചില വ്യവസായ സ്ഥാപനങ്ങൾ എന്നി വയുണ്ടെങ്കിലും സിറ്റിയിൽ ജോലി ചെയ്യുന്ന ഇടത്തരക്കാരായ ഉദ്യോഗ സ്ഥൻമാർ താമസിക്കുന്ന ഹൗസിംഗ് കോളനികളാണ് സ്ഥലത്തെ പ്ര ധാന സവിശേഷത.

പതിനഞ്ചോളം പേർക്കുള്ള പ്രാതൽ, അത്ര തന്നെ പേർക്കുള്ള ഉച്ച യൂണ്, സർക്കാരാഫീസുകളിലും മറ്റും വരുന്നവർക്കായി ചായയും കടി യും. ഇത്രയുമാണ് ആകെയുള്ള കച്ചവടം. വൈകിട്ട് 7 മണി കഴിഞ്ഞാൽ ഭക്ഷണം കഴിക്കാൻ ആരുമുണ്ടാവില്ല. കാരണം, സന്ധ്യ മയങ്ങുന്നതോ ടെ സാധാരണക്കാർക്കായി തട്ടുകടകൾ തുറക്കും. കോളനികളിൽ താ മസിക്കുന്നവർ സിറ്റിയിൽ പോയി മാത്രമേ ഹോട്ടൽ ഭക്ഷണം കഴിക്കു കയുള്ളു. സ്ഥലത്തുള്ള മറ്റു രണ്ടു ഹോട്ടലുകളുടെയും അവസ്ഥ ഏക ദേശം ഇങ്ങിനെയൊക്കെത്തന്നെയാണ്.

45 കൊല്ലത്തിന് മുൻപ് തുടങ്ങിയതാണ് ഇവരുടെ ഹോട്ടൽ. ഹോട്ട ലും പുറകിലെ സ്ഥലവുമെല്ലാം സ്വന്തമായതിനാൽ വാടക നൽകേണ്ടി വരുന്നില്ലെങ്കിലും ജീവിതം മഹാകഷ്ടമാണ്. ശെൽവരാജ് പ്ലസ്ടുവിന് പഠിക്കുമ്പോൾ ഹോട്ടലിന്റെ ഒരു ജനാല ഗ്ലാസ്സ് പൊട്ടിയത് മാറ്റിയിടുന്ന ത്, പിന്നീട് മൂന്ന് വർഷത്തെ ഡിപ്ലോമയും കഴിഞ്ഞ് അയാൾക്ക് ഗൾ

ഫിൽ ജോലി കിട്ടിയതിന് ശേഷമാണ്.

പറഞ്ഞിടത്തോളം കാര്യങ്ങൾ മനസ്സിലായെങ്കിലും, എന്താണ് പറഞ്ഞ് വരുന്നത് എന്ന് വ്യക്തമായില്ല. പൊടുന്നനെ ശെൽവരാജ് പറഞ്ഞു. 'എനിക്കൊരു സ്വപ്നമുണ്ട് സാർ' ആ വാചകത്തിലെ സ്ഥൈര്യം എന്നെ അത്ഭുതപ്പെടുത്തി. സ്വപ്നം എന്താണെന്നറിയാൻ ഞാൻ കാത് കൂർപ്പിച്ചിരുന്നു.

ചുരുക്കിപ്പറഞ്ഞാൽ അദ്ദേഹത്തിന്റെ സ്വപ്നമിതാണ്. തങ്ങൾക്ക് വേണ്ടി കഷ്ടപ്പെട്ട അച്ഛനെ ഒരു റസ്റ്റോറൻറ് മുതലാളിയാക്കണം. അന്നപൂർണ്ണ, ഗൗരീ ശങ്കർ, ആര്യാസ് തുടങ്ങിയ ഹോട്ടലുകളിൽ കൊഴുത്ത് തടിച്ച്, കഴുത്തിൽ വലിയൊരു സ്വർണ്ണമാലയും അഞ്ചു വിരലിലും മോതിരവുമൊക്കെയായി കൗണ്ടറിൽ ഇരിക്കുന്ന ആൾക്കാരെ പോലെ, സ്വന്തം റസ്റ്റോറന്റിൽ അച്ഛനെയും ഇരുത്തണം. അതിനുള്ള പണമുണ്ടാക്കാനാണ് ശെൽവരാജ് ഗൾഫിൽ വന്നത്.

ഒരു മകന്റെ സ്വപ്നം!. എത്ര ഉദാത്തമാണത്!

ആകെ കോരിത്തരിച്ച പോലെ. ശെൽവരാജിന് ഒന്ന് കൈ കൊടുക്കണമെന്ന് തോന്നി. അറിയാതെ തന്നെ എണീറ്റ് നിന്നാണ് കൈ കൊടുത്തത്.

ഇപ്പോഴത്തെ പ്രശ്നം, അച്ഛന് പ്രായമായി. കാലിന് വേദനയുണ്ട്. കൂടുതൽ നിൽക്കാനോ കച്ചവടം നടത്താനോ കഴിയുന്നില്ല. അച്ഛൻ കിടപ്പിലായിട്ട് റസ്റ്റോറന്റ് തുടങ്ങിയിട്ട് കാര്യമില്ലല്ലോ. അത് കൊണ്ട്, കയ്യിലുള്ള പണം കൊണ്ട് ഉടനെ തന്നെ തുടങ്ങണം. പക്ഷെ സമ്പാദ്യം മുഴുവൻ ഇറക്കിയിട്ട് ബിസിനസ്സ് നന്നായി നടക്കാതെ വന്നാൽ എന്തു ചെയ്യും?

വേറെ എവിടെയെങ്കിലും ചെന്ന് ബിസിനസ്സ് തുടങ്ങാനുള്ള സാമ്പത്തിക ശേഷിയില്ല. ഉള്ള സ്ഥലത്ത് തന്നെ തുടങ്ങണം. പക്ഷെ അവിടെ നല്ലത് പോലെ ബിസിനസ്സ് കിട്ടുന്ന സാഹചര്യം നിലവിലില്ല. അതിന് മാർഗ്ഗ നിർദ്ദേശം നൽകി സഹായിക്കണം എന്നതാണ് ആവശ്യം.

അപ്പോൾ ബിസിനസ്സിൽ വിജയിക്കാനുള്ള വഴിയാണ് അദ്ദേഹത്തിന്റെ ആവശ്യം എന്ന് മനസ്സിലായി. കസ്റ്റമേഴ്സിന്റെ പ്രശ്നങ്ങളും പരിഹാരങ്ങളും, അവർക്ക് വേണ്ടി ചെയ്യാവുന്ന എക്സ്ട്രാ കാര്യങ്ങൾ എന്നിവയെക്കുറിച്ച് ആരാഞ്ഞപ്പോൾ സാഹചര്യം ഒട്ടും അനുകൂലമല്ല എന്ന് മനസ്സിലായി.

ജോലി ചെയ്യുന്ന സാധാരണക്കാർ, ഓരോ ആവശ്യങ്ങൾക്ക് സ്ഥലത്ത് വന്നു പോകുന്നവർ, കോളനികളിലും പുറത്തുമുള്ള താമസക്കാർ

ഇത്രയുമാണ് പ്രതീക്ഷിക്കാവുന്ന മൊത്തം ഉപഭോക്താക്കൾ. ജോലി ചെയ്യുന്ന സാധാരണക്കാരിൽ നിന്നും കാര്യമായ ബിസിനസ്സ് പ്രതീക്ഷിക്കേണ്ടതില്ല. വന്നു പോകുന്നവരായി ഇരുന്നൂറോ മുന്നൂറോ പേരുണ്ടാവാമെങ്കിലും അധികം പേരും ഹോട്ടൽ സംവിധാനം ഭക്ഷണത്തിനായി ഉപയോഗിക്കുന്നില്ല. പരമാവധി ചായയും കടിയും മാത്രമാണ് വാങ്ങുന്നത്. കാരണം സ്വന്തം വീട്ടിൽച്ചെന്ന് ഉച്ചഭക്ഷണം കഴിക്കാൻ സാധിക്കുന്നവരാണധികവും.

പിന്നെ കോളനി നിവാസികളും മറ്റു വീട്ടുകാരും ഒക്കെ വീട്ടിൽ പാചകം ചെയ്യുന്നവരും ഹോട്ടൽ ഭക്ഷണം കഴിക്കണമെന്നുള്ളപ്പോൾ അരമണിക്കൂറിൽ എത്തിച്ചേരാവുന്ന സിറ്റിയിൽ ചെല്ലാൻ ആഗ്രഹിക്കുന്നവരും ആണ്. ചുരുക്കത്തിൽ ഉപഭോക്താവിന് പ്രശ്നങ്ങളില്ല, കൂടുതൽ സൗകര്യം കൊടുത്തിട്ടും കാര്യമൊന്നുമില്ല. ഫർണീച്ചർ മുതൽ ബാർബർ ഷോപ്പ് വരെയും കൃഷി മുതൽ സെക്യൂരിറ്റി സിസ്റ്റം വരെയുമുള്ള പല ബിസിനസ്സിലും ഇടപെടാൻ അവസരമുണ്ടായെങ്കിലും ഇത്രയും കുഴഞ്ഞ പ്രശ്നം നേരിട്ടിട്ടില്ല. എങ്കിലും 'നിങ്ങൾ തീവ്രമായി ആഗ്രഹിക്കുന്നുണ്ടെങ്കിൽ നടക്കുക തന്നെ ചെയ്യും' എന്ന് അദ്ദേഹത്തിന് ധൈര്യം കൊടുത്തു. 'വഴി കാണുന്നില്ലെങ്കിൽ വഴി വെട്ടിത്തെളിച്ച് മുന്നോട്ട് പോകണം. പ്രശ്നങ്ങൾ ഉണ്ടാവും, പക്ഷെ നമുക്ക് പിന്തിരിഞ്ഞ് നടക്കാനാവില്ല. കണ്ണുകൾ മുന്നിലാണുള്ളത്, ജീവിതം മുന്നോട്ടാണ് പോവേണ്ടത്'

'അതുപോലെ നിങ്ങളുടെ ബിസിനസ്സിന് സാദ്ധ്യത ഇല്ലെങ്കിൽ അത് ഉണ്ടാക്കണം. കസ്റ്റമേർസ് ഇല്ലെങ്കിൽ അവരെ സൃഷ്ടിക്കണം, ആകർഷിക്കണം. ജനങ്ങൾ ആവശ്യപ്പെടുന്നതല്ല, അതിനുമപ്പുറമാണ് നൽകേണ്ടത്. അതാണ് യഥാർത്ഥ ബിസിനസ്സ്' ഞാൻ പറഞ്ഞുനിർത്തി. പക്ഷെ ആശയം ഒന്നും തെളിഞ്ഞു വരുന്നില്ല.

ഒരു കപ്പ് ഗ്രീൻടീയുടെ ബലത്തിൽ, ഇതുവരെ കണ്ടിട്ടും കയറിയിട്ടും ഉള്ള എല്ലാ ഹോട്ടലുകളെയും മനസ്സിൽ കൊണ്ടുവന്നു. പഠിക്കുന്ന അവസരത്തിൽ ഹോട്ടൽ മാനേജ്മെന്റ് എവിടെയെങ്കിലും വന്നിട്ടുണ്ടോ എന്നും ഓർത്തു നോക്കി.

MBAക്ക് സപ്ളൈ ചെയിൻ മാനേജ്മെന്റ് പഠിപ്പിച്ച പ്രൊഫസർ, അക്കാലത്ത് ഇന്ത്യ സന്ദർശിച്ച ചാൾസ് രാജകുമാരൻ മുംബൈയിലെ ഡബ്ബാവാലകളെ സന്ദർശിച്ച കാര്യവും ഭക്ഷണം വിതരണം ചെയ്യുന്നതിൽ അവരുടെ വൈദഗ്ദ്യം ഹാർവാർഡ് മുതൽ സ്റ്റാൻഫോർഡ് വരെയുള്ള യൂണിവേർസിറ്റികൾ പഠന വിധേയമാക്കിയ കാര്യവും ക്ലാസ്സിൽ പറ

ഞ്ഞതാണ് ആകെ ഓർക്കുന്നത്.

അതെ. അത് തന്നെ, ഡബ്ബാവാല. അവരിൽ നിന്നും ഒരു പാട് പഠിക്കാനുണ്ടെന്ന് പറഞ്ഞത് ശരിയാണ്.

ഡബ്ബാവാലകളെ കുറിച്ച് കേട്ടിട്ടുണ്ടോ എന്ന ചോദ്യത്തിന്, 'അറിയാം പക്ഷേ ഫുഡ് ഡിസ്ട്രിബ്യൂഷൻ താൽപര്യമില്ല' എന്ന തണുത്ത മറുപടിയാണ് ശെൽവരാജ് തന്നത്. ഞാൻ പറഞ്ഞു. അതൊന്നും വേണ്ട. പക്ഷെ ഒന്നാലോചിച്ചു നോക്കു. രാവിലെ നേരത്തെയുള്ള ഫുഡ് ഉണ്ടാക്കാനുള്ള ബുദ്ധിമുട്ടും, അത് കൊണ്ടുപോവുമ്പോഴുള്ള പ്രശ്നവും, ഉച്ചയാവുമ്പോഴേക്കും തണുത്ത് പോകും എന്നതുമാണ് 2 ലക്ഷത്തോളം ആളുകളെ ഡബ്ബാവാലകളെ ആശ്രയിക്കാൻ പ്രേരിപ്പിക്കുന്നത്.

തിരിച്ച് ചിന്തിച്ചാൽ, വൈകുന്നേരം, ക്ഷീണിച്ച് ജോലി കഴിഞ്ഞെത്തിയ വീട്ടമ്മയ്ക്ക് ന്യായമായ നിരക്കിൽ മുഴുവൻ കുടുംബത്തിന് വേണ്ട ഭക്ഷണം തയ്യാറാക്കി കൊടുത്താലോ? കുട്ടികളെ ആകർഷിക്കാൻ കഴിഞ്ഞാൽ പരിസരത്തുള്ളവർ സിറ്റിയിൽ പോവാതെ അടുത്തുള്ള ഹോട്ടലിൽ വരുന്ന അവസ്ഥയുണ്ടാകും. പ്രത്യേകിച്ചും പ്രവൃത്തി ദിവസങ്ങളിൽ, സിറ്റിയിലേക്കും തിരിച്ചും യാത്രക്ക് മാത്രം ഒരു മണിക്കൂറിലധികം വേണ്ടി വരുമ്പോൾ. പല ആവശ്യങ്ങൾക്കായി വന്നു പോകുന്നവർക്കായി, വീടെത്തുന്നത് വരെ വിശപ്പകറ്റുന്ന ലഘുഭക്ഷണം, വട, ബോണ്ട തുടങ്ങിയ നാടൻ പലഹാരങ്ങൾക്ക് പകരമായി കൊടുക്കാം. ചുരുക്കത്തിൽ, ചില കാര്യങ്ങളുമായി നമുക്ക് ഉപഭോക്താവിനെ ഇങ്ങോട്ട് ആകർഷിക്കാം. മറ്റു ചിലതുമായി അവർക്കരികിലേക്ക് ചെല്ലാം.

ഇത്രയുമായതോടെ ശെൽവരാജ് ആവേശഭരിതനായി. തുടർന്ന് രാത്രി വരെ നടന്ന ചർച്ചയിൽ തീരുമാനിച്ച കാര്യങ്ങൾ ഇവയായിരുന്നു.

1. ഇപ്പോഴത്തെ ഹോട്ടൽ മികച്ച റസ്റ്റോറന്റ് ആക്കി മാറ്റുക. ചുമരുകൾ പൂർണ്ണമായും കുട്ടികളെ ആകർഷിക്കാവുന്ന തരത്തിൽ കാർട്ടൂൺ കഥാപാത്രങ്ങളുടെ വാൾപേപ്പർ കൊണ്ട് അലങ്കരിക്കുക. കുട്ടികളുടെ ചെയറുകൾ, ഉയരംകുറഞ്ഞ വാഷ്ബേസിൻ, ഉയരം കുറഞ്ഞ ടോയ്‌ലറ്റ് തുടങ്ങിയ സൗകര്യങ്ങൾ കുട്ടികൾക്കായി നൽകുക. ഒരു ശിശു/ബാല സൗഹൃദ റെസ്റ്റോറൻറ് ആയി ഹോട്ടലിനെ നവീകരിക്കുക.
2. കുട്ടികൾക്കായി അവർക്കിഷ്ടപ്പെട്ട കാർട്ടൂൺ കഥാപാത്രങ്ങളുടെ രൂപത്തിലുള്ള ദോശയും മറ്റു പലഹാരങ്ങളും തയ്യാറാക്കുക. മെനു കാർട്ടൂണിന്റെ പേരിൽ നൽകുക. ദോശകളിലും മറ്റും പീസായുടെ

രീതിയിൽ വെജിറ്റബിൾ ടോപ്പിംഗ്സ് നൽകി പോഷകസമൃദ്ധവും രുചികരവുമാക്കുക.

3. ദോശ കൊണ്ടുള്ള ഹെൽത്തി സാൻഡ്‌വിച്ചുകൾ പച്ചക്കറികളും മറ്റും നിറച്ചത്, അത് പോലെ മിക്സഡ് ഗ്രെയിൻസ് അഥവാ വിവിധ ധാന്യങ്ങളുടെ പൊടികളാൽ സമ്പുഷ്ടമായ പലഹാരങ്ങൾ ലഭ്യമാക്കുന്നത് എന്നിവയെല്ലാം, മുതിർന്നവർക്കും കുട്ടികളെ റസ്റ്റോറന്റിൽ കൊണ്ടുവരാനുംപ്രസ്തുത ഭക്ഷണം വാങ്ങി നൽകാനും താൽപര്യമുണ്ടാക്കും.
4. മുതിർന്നവർക്കുള്ള സാധാരണ ഭക്ഷണങ്ങളും ഹെൽത്തി ഫുഡുകളും ഒപ്പം തയ്യാറാക്കുക. ഹെൽത്തി എന്ന വാക്ക് നിർലോഭം ഉപയോഗിക്കുക, ഒപ്പം പ്രവൃത്തിയിൽ കൊണ്ടുവരുകയും ചെയ്യുക.
5. മേൽ പറഞ്ഞ ഭക്ഷണമെല്ലാം ഫാമിലി പാക്ക് ആക്കിയോ അല്ലാതെയോ വീടുകളിൽ ഫോണിൽ ഓർഡർ കിട്ടുന്ന മുറക്ക് എത്തിച്ച് കൊടുക്കുന്ന സംവിധാനം തയ്യാറാക്കുക. പുറത്ത് എവിടെയെങ്കിലും പോയി ക്ഷീണിച്ച് വന്നാലും സ്ത്രീകൾക്ക് പിന്നെയും അടുക്കളയിൽ പണി ചെയ്യണം എന്നുള്ള അവസ്ഥ മാറ്റിയെടുക്കണം. അതുപോലെ അസുഖങ്ങളോ, ശാരീരിക അസ്വസ്ഥതകളോ ഉള്ളപ്പോഴും ഒരു ഫോൺ കോളിന്റെ ദൂരത്തിൽ കുടുംബത്തിന് ഭക്ഷണം ഉണ്ട് എന്ന വിശ്വാസം വീട്ടമ്മമാരിൽ ഉണ്ടാക്കണം.
6. ഗൾഫിൽ സാധാരണമായ പൊറോട്ട സാൻഡ് വിച്ച് (പൊറോട്ടയിലും ചപ്പാത്തിയിലും ചിക്കൻ, അല്ലെങ്കിൽ, ഓംലെറ്റ്, അല്ലെങ്കിൽ വെജിറ്റബിൾ കറി, ഇവയിലേതെങ്കിലും വച്ച് വെജ് സലാഡ്, കെച്ചപ്പ് എന്നിവയും ചേർത്ത് സാൻഡ് വിച്ച് പേപ്പറിൽ ചുരുട്ടിയത്) വട ബോണ്ട എന്നിവയ്ക്ക് പകരമായി ലഭ്യമാക്കാം. മിനി ഫുഡ് തന്നെയായതിനാലും വിലക്കുറവ് ഉള്ളതിനാലും നല്ല രീതിയിൽ മാർക്കറ്റ് ചെയ്താൽ അതിരാവിലെ ജോലിക്ക് പോകേണ്ടവർക്ക് ഓഫീസിലും കൊണ്ടുപോയി കഴിക്കാവുന്ന ഹെൽത്ത് ഫുഡ് എന്ന രീതിയിൽ ബിസിനസ്സ് മാറ്റാം.
7. നിശ്ചിത തുകയ്ക്ക് മുകളിൽ ബില്ല് വരുമ്പോൾ കളിപ്പാട്ടങ്ങൾ, മധുരപലഹാരങ്ങൾ എന്നിവ ഗിഫ്റ്റായി നൽകുക. മുതിർന്നവർക്ക്, ചെറിയ തുകയ്ക്ക് മൊബൈൽ റീച്ചാർജ്ജ് ചെയ്ത് നൽകുക.
8. സ്ഥിരം കസ്റ്റമേഴ്സിന് ബില്ലിൽ ഇളവുകൾ നൽകുക. ഒരേ ഐറ്റം അഞ്ച് പ്രാവശ്യം വാങ്ങിയാൽ ആറാമത് ആ ഐറ്റം ഫ്രീ ആയി നൽകാം.

9. ഹെൽത്തി, ക്വാളിറ്റി, സർവ്വീസ് എന്നീ മൂന്നു കാര്യങ്ങളിൽ ശ്രദ്ധ കൊടുക്കുക.
10. സാധാരണ ഗതിയിൽ ജോലി ചെയ്യുന്ന ആളുകൾ ഹോട്ടൽ ഭക്ഷണം ഒഴിവാക്കുന്നതിന് കാരണം, ഭക്ഷണത്തിന്റെ ഉയർന്ന വിലയും ആവശ്യമില്ലാത്ത വിഭവങ്ങളുമാണ്. ഊണിനൊപ്പം അൽപ്പം മീൻ വേണമെന്നുണ്ടെങ്കിൽ ഒരു മുഴുവൻ സെറ്റ് മീൻക റിയും വാങ്ങണം. ഊണാണെങ്കിൽ ആവശ്യമില്ലാത്ത വിഭവ സമൃ ദ്ധമായിരിക്കും. ഇത്തരം ചൂഷണം ഒഴിവാക്കണം. അടുത്തുള്ള സ്ഥാ പനങ്ങളിൽ ജോലി ചെയ്യുന്നവർക്ക് കുറഞ്ഞ നിരക്കിൽ സാധാ രണ ഉച്ചഭക്ഷണം (ശെൽവരാജിന്റെ നിർദ്ദേശം തക്കാളി സാദം, തൈർ സാദം, ലെമൺസാദം, പുളി സാദം തുടങ്ങിയ പൊതിച്ചോ റുകൾ) ചൂടോടെ എത്തിച്ചു കൊടുക്കുക.
11. സർക്കാർ സ്ഥാപനങ്ങളിലും സ്കൂളുകളിലും ജോലി ചെയ്യുന്നവ ർക്ക് വീട്ടിൽ നിന്നും കൊണ്ടുവരുന്ന അതേ രീതിയിലുള്ള ഭക്ഷണം, അഥവാ ഒന്ന് രണ്ട് കറികളും ചോറും മാത്രമായി, കുറഞ്ഞ നിര ക്കിൽ ചൂടോടെ എത്തിച്ചു കൊടുക്കുക.
12. സ്കൂൾ കുട്ടികൾക്കുള്ള ഭക്ഷണപ്പൊതികൾ. രാവിലെ 7-8 മണിക്ക് സ്കൂൾ ബസ്സിൽ കയറുന്ന കുട്ടികൾക്ക് കൊണ്ടുപോവുന്ന ഉച്ചഭ ക്ഷണം തണുക്കുന്നതും അമ്മമാർക്ക് പ്രാതലിനോടൊപ്പം അവയും തയ്യാറാക്കേണ്ടി വരുന്നതും, വീട്ടിലുണ്ടാക്കുന്ന ഭക്ഷണത്തിൽ വ്യത്യസ്തത പുലർത്താൻ കഴിയാത്തതുമായ പ്രശ്നത്തിന് പരി ഹാരമായി, പോഷക സമൃദ്ധമായ ഭക്ഷണം സ്കൂളിൽ ചൂടോടെ ഉച്ചയ്ക്ക് എത്തിക്കുക. പ്രതിമാസം 500 രൂപയ്ക്ക് പ്രൈമറിയിലും 600 രൂപയ്ക്ക് ഹൈസ്കൂൾ വിദ്യാർത്ഥികൾക്കും നൽകുക (തുക പിന്നീട് തീരുമാനിച്ചതാണ്) ഒരു ചപ്പാത്തി, ചോറ്, ഒഴിച്ചു കറി, തോരൻ പോലുള്ള ഒന്ന്, തൈര്, അച്ചാർ, വെജ് സലാഡ്, വേവിച്ച മുട്ടയുടെ കാൽ ഭാഗം/മുളപ്പിച്ച പയറ് എന്നിവയാണ് ഭക്ഷണം.

ഹോട്ടലിനകത്ത് വളർന്ന ശെൽവരാജിന് കൂടുതലൊന്നും ചിന്തിക്കാ നുണ്ടായിരുന്നില്ല. നവീന ആശയങ്ങളുമായി തുടങ്ങിയ ഹോട്ടൽ ഉദ്ദേ ശിച്ചതിലും വേഗത്തിൽ വളർന്നു. ആദ്യം തന്നെ 14 ടേബിളുകളുമായി തുടങ്ങിയ റസ്റ്റോറൻറിൽ വൈകുന്നേരങ്ങളിൽ ആളുകൾക്ക് ഭക്ഷണം കഴിക്കണമെങ്കിൽ ടേബിൾ നേരത്തെ ബുക്ക് ചെയ്യേണ്ട അവസ്ഥ ആ യിത്തീർന്നു. കുട്ടികളുടെ ഡിമാൻഡ് അനുസരിച്ച് കാർട്ടൂൺ രൂപത്തിൽ ദോശ ഉണ്ടാക്കാൻ അച്ചുകൾ പ്രത്യേകമായുണ്ടാക്കി. ഇടനേരത്തെ ഭ

ക്ഷണമായ പൊറോട്ട സാൻഡ് വിച്ചിന് ഡിമാന്റ് കൂടി. ഭക്ഷണം കുടുംബങ്ങൾക്ക് വേണ്ടതായ ജംബോ കിറ്റുകളും കുട്ടികൾക്ക് മാത്രമായ കിഡ്സ് കിറ്റുകളും ആയി വീടുകളിൽ ഡെലിവറി ചെയ്തു തുടങ്ങി. പ്രത്യേകിച്ചും രാത്രി ഭക്ഷണം.

തൊഴിൽ ചെയ്യുന്നവർക്കായി കുറഞ്ഞ വിലയിൽ ഉള്ള പൊതിച്ചോറുകൾ, നഗരത്തിലെ വിവിധ ടീ സ്റ്റാളുകൾ വഴി വിതരണം തുടങ്ങി. സമീത്തുള്ള മൂന്ന് സ്കൂളുകളിലായി എഴുന്നൂറോളം സ്കൂൾ കുട്ടികൾക്കും, ജോലി ചെയ്യുന്ന 400 ഓളം മുതിർന്നവർക്കും ദിവസവും ഉച്ചഭക്ഷണം എത്തിച്ചു നൽകുന്നു. പുറമെ സിറ്റിയിൽ മൂന്ന് ചെറിയ ഷോപ്പുകൾ വാടകക്കെടുത്ത് ചൂടാറാത്ത പെട്ടികളിൽ സൂക്ഷിച്ച് ഉച്ചഭക്ഷണം വിൽപ്പന നടത്തുകയും ചെയ്യുന്നു. 6 ബൈക്കും, 4 പെട്ടി ഓട്ടോയും ഒരു വാനും വിതരണത്തിനായി ഉപയോഗിക്കുന്നു. സാധാരണ ദിവസങ്ങളിൽ രാത്രി 11 മണി വരെ ഫുഡ് ഡോർ ഡലിവറി ചെയ്യുന്നുമുണ്ട്.

വിലക്കുറവും, ഗുണ നിലവാരവുമാണ് പ്രധാന ആകർഷണം. ഓരോ ഐറ്റത്തിനും എല്ലാ ചിലവുകളും കഴിഞ്ഞ് 5 മുതൽ 8 രൂപ വരെ മാത്രം ലാഭമാണ് ഈടാക്കുന്നത്. പക്ഷെ ദിവസവും (അവധി ദിനങ്ങളിൽ ഒഴികെ) 1500ൽ അധികം പേർക്കുള്ള സ്ഥിരം ബിസിനസ്സ് നടക്കുന്നുണ്ട്. ഇതിനു പുറമെ ഹോട്ടലിൽ നടക്കുന്ന വ്യാപാരം വേറെയും.

ഇപ്പോൾ 23 ജോലിക്കാരാണ് കാറ്ററിംഗിലും റസ്റ്റോറൻറിലുമായി രാപ്പകൽ ജോലി ചെയ്യുന്നത്. ടൗണിൽ നിന്നും മാറി വാടക കുറഞ്ഞ സ്ഥലത്ത് ആണ് കാറ്ററിംഗ് സർവ്വീസ് നടത്തുന്നത്.

സ്വപ്നം കാണുന്നവരാണ് ജീവിതത്തിൽ എന്തെങ്കിലുമൊക്കെ ആയിത്തീരുന്നത് എന്നതിന് അടിവരയിടുന്ന ഒന്നാണ് ശെൽവരാജിന്റെ ജീവിതം.

2016 ലെ ദീപാവലിക്ക് സ്വർണ്ണ ചെയിനും വിരൽ നിറയെ മോതിരങ്ങളുമായി കൗണ്ടറിലിരിക്കുന്ന അച്ഛന്റെ ഫോട്ടോ അയച്ചു തന്നിരുന്നു. തടിച്ചു വീർത്ത മുതലാളിക്ക് പകരം, മെലിഞ്ഞ ഒരു പാവം മനുഷ്യൻ ആയിരുന്നു എന്ന് മാത്രം.

ബിസിനസ്സ് എന്നത് സേവനമാണ്. അത് നന്നായി ചെയ്താൽ കൂടുതൽ സേവനത്തിനുള്ള സാദ്ധ്യത കൂടും ഒപ്പം അതിൽനിന്നുള്ള വരുമാനവും.

സ്വപ്നം കാണുക. തീവ്രമായി ആഗ്രഹിക്കുക, കഠിനമായി പ്രയത്നിക്കുക. വിജയം നമ്മെ തേടി വരും.

നമ്മുടെ കുട്ടികൾ എന്തിനാണ് പഠിക്കുന്നത്?

എന്താ സംശയം? നന്നായി പഠിച്ചാൽ നല്ല ജോലി കിട്ടും. നല്ല ജോലിയുണ്ടെങ്കിലേ നല്ല (സാമ്പത്തികമുള്ള) കുടുംബത്തിൽ നിന്നും നല്ല ഒരു കല്യാണം കഴിക്കാൻ പറ്റൂ. പിന്നെ നല്ലൊരു വീട്, കാറ്, ബാങ്ക് ബാലൻസ് ഒക്കെ വേണം. ഇതിനല്ലേ കുട്ടികൾ പഠിക്കുന്നത്? ഇതിനായല്ലേ അവരെ മാതാപിതാക്കൾ കഷ്ടപ്പെട്ട് പഠിപ്പിക്കുന്നത്?

അപ്പോൾ, ചോദ്യം തന്നെ അപ്രസക്തമല്ലേ?

ആണോ?

എങ്കിൽ അതു തന്നെയാണ് നമ്മുടെ പരാജയവും. പണം സമ്പാദിക്കാൻ മാത്രമായി നമ്മൾ അവരെ പഠിപ്പിക്കുമ്പോൾ അവർ അത് മാത്രം പഠിക്കുന്നു, ആ ജീവിതം ശീലിക്കുന്നു. പണത്തിന്റെ കണ്ണിലൂടെ, ലാഭനഷ്ടങ്ങളുടെ കള്ളികളിലൂടെ ജീവിതത്തെ കാണുന്നു.

മനുഷ്യനെ സ്നേഹിക്കാൻ, കുടുംബ ബന്ധങ്ങളുടെ മൂല്യമറിയാൻ, സമൂഹത്തോടുള്ള പ്രതിബദ്ധത നിറവേറ്റാൻ നമ്മളവരെ പഠിപ്പിക്കുന്നുണ്ടോ? ജീവിതത്തെ പണത്തിന്റെ കണക്കിലൂടെ മാത്രം വിലയിരുത്താൻ നമ്മൾ പഠിപ്പിച്ച മക്കൾ, പിന്നീട് മാതാപിതാക്കളെ വൃദ്ധസദനത്തിൽ തള്ളുമ്പോൾ, സംസ്ക്കാര ചടങ്ങിനുള്ള പണത്തിൽ പോലും വില പേശൽ നടത്തുന്നതിൽ അത്ഭുതമുണ്ടാവേണ്ട കാര്യമുണ്ടോ? അവർ എന്താവണമെന്ന് നമ്മൾ അഗ്രഹിച്ചുവോ, അവർ അതായിത്തീർന്നു എന്നതിൽ സന്തോഷിക്കുകയല്ലേ വേണ്ടത്?

പറഞ്ഞു പഴകിയതാണ്. എങ്കിലും പ്രസക്തമായത് കൊണ്ട് വീണ്ടും പറയുന്നു. ഒരു ദിവസം, ഹോസ്പിറ്റലിൽ വച്ച് ഒരാൾ, തന്റെ സുഹൃത്തിനെ കാണാനിടയായി. ആശുപത്രിയിൽ കിടക്കുന്ന, പ്രായമായ സ്വന്തം അമ്മയെ ശുശ്രൂഷിക്കാൻ വന്നതാണ് സുഹൃത്ത്. കൂടെ അദ്ദേഹത്തിന്റെ നാലാം ക്ലാസ്സിൽ പഠിക്കുന്ന മകനുമുണ്ടായിരുന്നു. സ്കൂൾ പ്ര

വൃത്തി ദിവസത്തിൽ ക്ലാസ്സ് നഷ്ടപ്പെടുത്തി, കുട്ടിയെ ആശുപത്രിയിൽ കൊണ്ടുവന്നത് തീരെ ശരിയായില്ല എന്നയാൾ സുഹൃത്തിനോട് പറഞ്ഞു. പഠിക്കുന്ന കുട്ടികൾ പഠിക്കട്ടെ, ഇത്രയും ചെറിയ കുട്ടി ആശുപത്രിയിൽ നിന്നിട്ട്, പ്രത്യേകിച്ചും കുട്ടിയുടെ അച്ഛനും അമ്മയും ലീവെടുത്ത് പരിചരിക്കാൻ നിൽക്കുമ്പോൾ, യാതൊരു കാര്യമില്ലല്ലോ.

പക്ഷേ, അതിനുള്ള സുഹൃത്തിന്റെ മറുപടിയാണ് ശ്രദ്ധേയം.

"തീർച്ചയായും എനിക്കവനെ സ്കൂളിലയക്കാമായിരുന്നു. പക്ഷേ, ഈ ആശുപത്രി കിടക്കയിൽ കിടക്കുന്നത് എന്റെ അമ്മയാണ്, അതായത് മോന്റെ മുത്തശ്ശി. എന്റെ അമ്മയെ ഞാൻ പരിചരിക്കുന്നത് കണ്ടു കൊണ്ടാണ് അവൻ വളരേണ്ടത്. ജോലിയിൽ നിന്നും ലീവെടുത്താണ് ഞാൻ പരിചരിക്കുന്നതെന്നും, ഒരു ദിവസത്തെ വരുമാനത്തെക്കാളും ഒരു ദിവസത്തെ ക്ലാസ്സിനെക്കാളും വലുതാണ് ബന്ധങ്ങൾ എന്നവനറിയണം. എങ്ങിനെയാണ് മാതാപിതാക്കളെ ശുശ്രൂഷിക്കേണ്ടതെന്നും, അവരെ സംരക്ഷിക്കേണ്ടത് മക്കളുടെ കടമയും ഉത്തരവാദിത്തവുമാണെന്നും അവൻ കണ്ടറിയണം. വീട്ടിലെ കാര്യങ്ങൾ ഒന്നുമറിയിക്കാതെ, പണം ഉണ്ടാക്കുന്ന ഒരു യന്ത്രമായി അവനെ വളർത്തിയെടുത്തിട്ട്, വയസ്സുകാലത്ത് മക്കൾ സംരക്ഷിക്കുന്നില്ല, ശുശ്രൂഷിക്കുന്നില്ല എന്നൊക്കെ വിലപിച്ചിട്ടെന്തു കാര്യം? അതു കൊണ്ട് എന്റെ കുട്ടി, കുടുംബത്തിന്റെ മൂല്യങ്ങളും ബന്ധങ്ങളുടെ ആഴങ്ങളും അറിഞ്ഞ് വേണം വളരാൻ. അത് പറഞ്ഞ് കൊടുത്ത് മനസ്സിലാക്കാവുന്നതല്ല. അനുഭവിച്ചു മാത്രമറിയേണ്ടതാണ്. വയസ്സായ മാതാപിതാക്കളെ നോക്കണം എന്ന് മക്കൾക്ക് പ്രായപൂർത്തി ആയതിന് ശേഷം പറഞ്ഞിട്ടെന്തു കാര്യം?. കുറച്ചെങ്കിലും മനുഷ്യത്വമുള്ളവരാണെങ്കിൽ വെറുതെ ഒന്നു നോക്കുകയെങ്കിലും ചെയ്തേക്കാം. പണത്തിന്റെയും സമ്പാദ്യത്തിന്റെയും പാഠങ്ങൾ മാത്രം അറിയാവുന്നവരാണെങ്കിൽ മാതാപിതാക്കളുടെ കയ്യിൽ ഉള്ളതും തട്ടിയെടുത്തെന്നു വരും." പറഞ്ഞയാൾ സ്വന്തം ജീവിതത്തെക്കുറിച്ചോർത്തു പോയി.

മക്കളുള്ളവർ ഇനിയെങ്കിലും ഇക്കാര്യം ഓർത്താൽ നല്ലത്. കുട്ടികൾക്കാവശ്യമുള്ളത് അവരാവശ്യപ്പെടുന്നതിന് മുൻപ് വാങ്ങിക്കൊടുക്കുന്നത് അവരെ ദുഷിപ്പിക്കുന്ന ഒന്നാണെന്ന് എത്ര മാതാപിതാക്കൾക്കറിയാം?

ഒരു കാര്യം ആഗ്രഹിക്കാനും ആഗ്രഹം മനസ്സിലിട്ട് താലോലിക്കാനും സ്വപ്നം കാണാനും, കാത്തിരുന്ന് അത് സഫലമാകുമ്പോൾ ഉള്ള സന്തോഷം അനുഭവിക്കാനും നമ്മുടെ കുട്ടികളെ അനുവദിക്കേണ്ടതല്ലേ?

അതുപോലെ കുട്ടികളെ വീട്ടിലെ പ്രശ്നങ്ങൾ ഒന്നുമറിയിക്കാതെ,

പ്രത്യേകിച്ചും ഇല്ലായ്മയും വല്ലായ്മയും അറിയിക്കാതെ വളർത്തുന്നതും ഉചിതമാണോ എന്ന് നാം ചിന്തിക്കേണ്ടിയിരിക്കുന്നു.

അതുപോലെ തന്നെ, കുടുംബത്തിനോടുള്ള ബാദ്ധ്യത പോലെ പ്രധാനമായ ഒന്നാണ് സമൂഹത്തോടുള്ള പ്രതിബദ്ധതയും എന്നു നാം നമ്മുടെ കുട്ടികളെ പഠിപ്പിക്കേണ്ടതല്ലേ?

മനുഷ്യൻ ഒരു സമൂഹ ജീവിയാണ്. സമൂഹത്തിൽ ഇടപഴകിയും കൊടുത്തും എടുത്തും തന്നെയാണ് നാം ജീവിക്കേണ്ടതും. സമൂഹത്തിൽ നിന്നും ധാരാളം കാര്യങ്ങൾ നമുക്ക് കിട്ടുന്നുമുണ്ട്, നമ്മൾ എടുക്കുന്നുമുണ്ട്. പക്ഷേ നാം ജീവിക്കുന്ന സമൂഹത്തിന് നാം എന്താണ് തിരിച്ചു കൊടുക്കുന്നത്?

രാവിലെ പല്ലു തേയ്ക്കുന്ന ബ്രഷും പേസ്റ്റും മുതൽ ഉറങ്ങുന്നതിന് മുൻപ് ഓഫ് ചെയ്യുന്ന ഗാഡ്ജറ്റ് വരെയുള്ള പലതും നമ്മെപ്പോലെയുള്ള ചില മനുഷ്യരുടെ സംഭാവനയാണ്. നല്ലൊരു വ്യക്തിയാവാൻ, തനിക്കും കുടുംബത്തിനും സമൂഹത്തിനും പ്രയോജനമുള്ള മനുഷ്യനാവാൻ ആണ് നമ്മുടെ കുട്ടികളെ പഠിപ്പിക്കേണ്ടത്. നമ്മുടെ കുഞ്ഞുങ്ങൾ ഭാവിയിൽ ആരാകണമെന്ന് ചിന്തിക്കുമ്പോൾ, ഇക്കാര്യം കൂടി മനസ്സിൽ വയ്ക്കാം.

നമ്മുടെയിടയിലും സാമൂഹ്യ പ്രതിബദ്ധതയുള്ള ധാരാളം കുട്ടികളുണ്ട് എന്നത് ആശ്വാസകരമാണ്. സ്വന്തം മുത്തച്ഛന് ഹൃദയാഘാതമുണ്ടായപ്പോൾ, സമൂഹത്തിലെ സകല രോഗികൾക്കും ഹൃദയാഘാതം മുൻകൂട്ടി പ്രവചിക്കാനുള്ള ഉപകരണം, നിസ്സാര ചിലവിൽ കണ്ടു പിടിച്ച കൊച്ചു മിടുക്കൻ പറയുന്നത് കേട്ടു നോക്കു.

സംസ്ഥാന സ്കൂൾ ശാസ്ത്രോത്സവങ്ങളിൽ പിറവിയെടുക്കുന്ന ആശയങ്ങളും ഉപകരണങ്ങളും പ്രവർത്തന മാതൃകകളും സമൂഹത്തിന്റെ നന്മക്കായി ഉപയോഗപ്പെടുത്താൻ ആരാണ് അവരോട് പറയുക? ആരാണ് അവരെ സഹായിക്കുക.?

മാതാപിതാക്കൾ കണ്ണു തുറക്കേണ്ടിയിരിക്കുന്നു.

പ്രൊഫഷണൽ വിദ്യാഭ്യാസം കൊടുത്ത് മക്കളെ പ്രൊഫഷണൽ ആക്കുന്നതിനോടൊപ്പം അവരെ നല്ല മനുഷ്യർ കൂടിയാക്കേണ്ടത് മാതാപിതാക്കളുടെ കടമയും ഉത്തരവാദിത്തവുമാണ്. ഇക്കാര്യം മാതാപിതാക്കൾ മറന്നാൽ, നിങ്ങൾക്ക് പ്രായമാവുമ്പോൾ മക്കൾ നിങ്ങളെയും മറക്കും. ഓർക്കുക, ഓർത്താൽ നല്ലത്.?

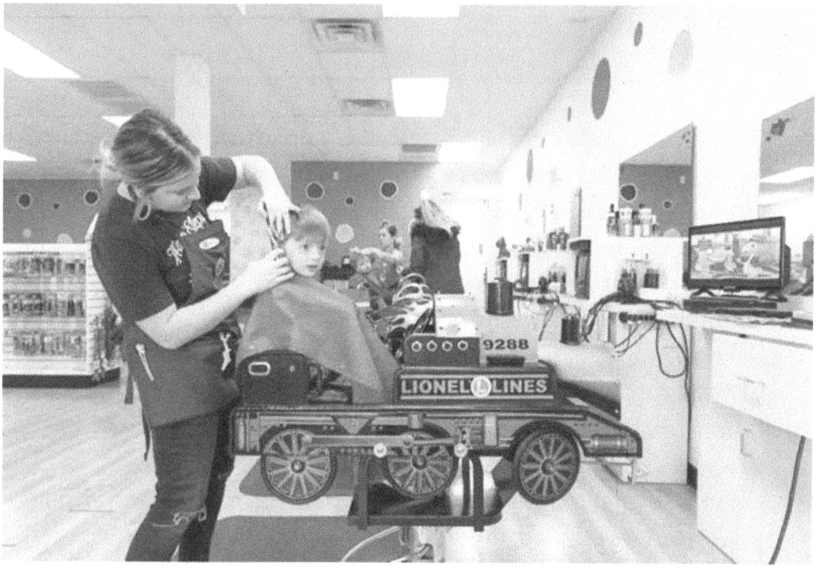

ഒരു നല്ല ബിസിനസ്
പറഞ്ഞു തരാമോ?

ആകാശത്തിന് കീഴിലുള്ള, നിയമവിധേയമായ ഏത് വ്യാപാരവും നല്ലത് തന്നെയാണ്. രത്നങ്ങളും സ്വർണ്ണവും യന്ത്രങ്ങളും, വസ്ത്രങ്ങളും മുതൽ മണ്ണും കല്ലും ചപ്പും ചവറും വരെ വ്യാപാര സാദ്ധ്യതയുള്ളവയാണ്.

90കളിൽ വിദേശ വാഹനങ്ങൾ നാട്ടിൽ സുലഭമല്ലാതിരുന്ന കാലത്ത്, ഇടതു വശത്തായി സ്റ്റീയറിംഗ് ഉള്ള മെർസിഡസ് ബെൻസ് കാർ മദിരാശിയിൽ നിന്നും രണ്ടു മാസത്തിലൊരിക്കൽ നാട്ടിൽ വന്നു പോകുന്നത് ഞങ്ങൾ കുട്ടികൾക്ക് ഒരു കൗതുകമായിരുന്നു.

കുറച്ചു കൂടെ മുതിർന്നപ്പോൾ, കാറിന്റെ ഉടമസ്ഥനെക്കുറിച്ചറിഞ്ഞതോടെ കൗതുകം അത്ഭുതത്തിന് വഴിമാറി. പണ്ടെങ്ങോ, വിദ്യാഭ്യാസം പൂർത്തിയാക്കാതെ, മദ്രാസിലേക്ക് കള്ളവണ്ടി കയറിയ ആളാണ്, ഇന്നത്തെ ഈ ബെൻസ് കാറിന്റെ ഉടമസ്ഥൻ എന്നതല്ല, മറിച്ച് അദ്ദേഹം ചെയ്യുന്ന ബിസിനസ്സ് ആണ് അമ്പരപ്പിച്ചത്.

കാലിക്കുപ്പികളുടെ ബിസിനസ്സാണ് അദ്ദേഹം ചെയ്തു കൊണ്ടിരുന്നത്. പ്ലാസ്റ്റിക് വ്യാപകമാകാതിരുന്ന കാലത്ത് എന്തിനും ഏതിനും സ്ഫടിക കുപ്പികൾ ആവശ്യമായിരുന്നു. ഉപയോഗം കഴിഞ്ഞ് വലിച്ചെറിയുന്ന ഇത്തരം കുപ്പികൾ പെറുക്കി ജീവിക്കുന്നവർ നാട്ടിലെ സാധാരണ കാഴ്ചയായിരുന്നു. ഇങ്ങിനെ പെറുക്കി കിട്ടുന്ന കുപ്പികൾ, തമിഴ്നാ

ട്, കേരളം, കർണാടക സംസ്ഥാനങ്ങളിൽ നിന്നുള്ളവ മുഴുവൻ എത്തിയിരുന്നത് ഇദ്ദേഹത്തിന്റെ മദ്രാസിലെ യാർഡുകളിലായിരുന്നു.

ആക്രികച്ചവടത്തിലെ ഒരു രാജാവ് തന്നെയായിരുന്നു അദ്ദേഹം. നമ്മൾ വലിച്ചെറിഞ്ഞ ഒഴിഞ്ഞ കുപ്പികൾ ആണ് അദ്ദേഹത്തെ 90കളിൽ തന്നെ കോടീശ്വരനാക്കിയത്.

കാലിക്കുപ്പികളിലെ വ്യാപാരസാദ്ധ്യത കണ്ടെത്തിയ അദ്ദേഹം പിന്നീട് Pet ബോട്ടിൽ നിർമ്മാണ രംഗത്തും വാഹനങ്ങളുടെ പ്ലാസ്റ്റിക് നിർമ്മിത സ്പെയർപാർട്ട്സ് രംഗത്തും തന്റെ ബിസിനസ്സ് വ്യാപിപ്പിച്ചു.

കണ്ണും മനസ്സും തുറന്നിരുന്നാൽ ബിസിനസ്സ് തുടങ്ങാനുള്ള ആശയം എവിടെ നിന്നും കിട്ടാം. ഉപഭോക്താവിന് ഒരു പ്രശ്നമുണ്ടെന്ന് മനസ്സിലായാൽ, അല്ലെങ്കിൽ കൂടുതൽ സൗകര്യം കൊടുക്കാനുള്ള സാദ്ധ്യത തെളിഞ്ഞു കണ്ടാൽ, അതിൽ ഒരു ബിസിനസ്സിനുള്ള അവസരം തീർച്ചയായും ഉണ്ടാവും.

ഒരു ബന്ധുവിന്റെ കല്യാണത്തിൽ പങ്കുകൊള്ളാൻ കുടുംബവുമായി രണ്ടാഴ്ചത്തെ അവധിക്ക് നാട്ടിലെത്തിയതായിരുന്നു. ദുബായിൽ നിന്നും വാങ്ങിയ സാമാന്യം വിലയുള്ള സാരി, ഒരു പ്രാവശ്യം ഉപയോഗിച്ചതായിട്ടും, നിർബന്ധത്തിനു വഴങ്ങി ശ്രീമതി നാട്ടിലേക്ക് കൊണ്ടു വന്നിരുന്നു. സാമ്പത്തിക നൈപുണ്യത്തിനുപരി, നാട്ടിൽ ആ സാരി ആരും തന്നെ കാണാത്തതുകൊണ്ടും കൂടിയ വില ഓർത്തുമാണ് ഡ്രൈക്ലീൻ ചെയ്ത് ഉപയോഗിക്കാൻ ശ്രീമതി തയ്യാറായത് തന്നെ.

നാട്ടിൽ ചെന്ന് ഡ്രൈക്ലീനിംഗിന് കൊടുക്കുമ്പോഴാണ് പ്രശ്നം ഉയർന്നു വരുന്നത്. കുറഞ്ഞത് 15 ദിവസം കഴിയാതെ ഡെലിവറി തരാൻ പ്രദേശത്തുള്ള രണ്ടു സെന്ററിനും സാധിക്കില്ല. കല്യാണത്തിന് 5 ദിവസം മാത്രം ബാക്കിയുള്ള സമയത്ത്, നിവൃത്തിയില്ലാതെ പുതിയ സാരി വാങ്ങേണ്ടതായി വന്നു.

കൂടുതൽ അന്വേഷിച്ചപ്പോഴാണ് കാര്യങ്ങൾ വ്യക്തമായത്. ഇപ്പോഴത്തെ പുതിയ വസ്ത്രങ്ങൾ മിക്കതിലും Dry Clean only എന്ന സ്റ്റിക്കർ ഉണ്ടാവുന്ന പ്രവണത തുടങ്ങിയിരിക്കുന്നു. കോട്ടൺ വസ്ത്രങ്ങളിൽ പോലും ഇത്തരം നിർദ്ദേശങ്ങൾ ഉള്ളതുകൊണ്ട്, Dry Clean സെന്ററുകളിൽ എത്തുന്നവരുടെ എണ്ണം കൂടിയതാണ് പ്രശ്നം.

ധനനഷ്ടത്തിനെക്കാൾ ചിന്തിപ്പിച്ചത്, മിക്കവാറും എല്ലാവരും തന്നെ ഈ ദൈർഘ്യമേറിയ ഡെലിവറി പ്രശ്നം നേരിട്ടിട്ടും, അധികമാരും ഒരു ബിസിനസ്സിനുള്ള സാദ്ധ്യത ഇതിൽ കാണുന്നില്ലല്ലോ എന്നതായിരുന്നു.

രണ്ടാമതൊരു പ്രശ്നം കൂടി മനസ്സിലാക്കാനായത്, മോളുടെ മുടി വെട്ടിയ്ക്കാൻ സലൂൺ അന്വേഷിച്ചിറങ്ങിയപ്പോഴാണ്. സാധാരണ എ

വിടെയും കിഡ്സ് സലൂൺ ഇല്ല. കുട്ടികൾക്കും മുതിർന്നവർക്കും നാട്ടിലെ സലൂണിൽ ഒരേ ആളാണ് മുടിവെട്ടുന്നത്. പെൺകുട്ടികളുടെ മുടിയും അവർ തന്നെയാണ് വെട്ടിക്കൊടുക്കുന്നത്. പുരുഷൻമാർ മാത്രമുള്ള ഷോപ്പുകളായതിനാൽ ശ്രീമതിക്ക് അകത്ത് കയറാനോ അഭിപ്രായം പറയാനോ കഴിയുന്നുമില്ല.

അവസാനം ബ്യൂട്ടീപാർലറെ ആശ്രയിക്കാമെന്ന് വച്ചപ്പോൾ അവിടെയാകട്ടെ പുരുഷൻമാർക്ക് പ്രവേശനമില്ല. അതൊരു ബുദ്ധിമുട്ടല്ലെന്ന് കരുതി കയറിയപ്പോൾ പ്രശ്നം അവിടം കൊണ്ടു തീരുന്നില്ല. പുറകിൽ ഇറക്കം കുറഞ്ഞ്, മുൻവശത്ത് രണ്ടു ഭാഗത്തും ഒഴുകി ഇറങ്ങുന്നത് പോലെയുള്ള ബോബ് സ്റ്റൈലായിരുന്നു അന്നു മോൾക്കുണ്ടായിരുന്നത്. ചെന്ന് കയറിയ മൂന്ന് ബ്യൂട്ടീ പാർലറുകളിലും, കുട്ടികളുടെ ഹെയർ സ്റ്റൈലിംഗ് പരിചയിച്ചവരില്ല. മുടി വെട്ടാനായി കുട്ടി അര മണിക്കൂർ ഇരുന്നു തരണമെങ്കിൽ മുന്നിലെ ടി.വി.യിൽ കാർട്ടൂൺ നിർബന്ധവുമാണ്.

നാലു വയസ്സാവാത്ത മോൾക്ക് മുടിയുടെ കാര്യത്തിൽ പരാതിയൊന്നുമില്ലാത്തത് കൊണ്ട് മുടി വെട്ടിക്കാതെ തന്നെ കല്യാണത്തിൽ പങ്കെടുക്കാൻ സാധിച്ചു. പക്ഷെ തിരിച്ചുവന്നതിനു ശേഷം ഒരു പരിപാടിയിൽ ഇക്കാര്യങ്ങൾ അവതരിപ്പിച്ചപ്പോൾ ഒരുപാടുപേർ ഈ രണ്ടു സംരംഭങ്ങളും തുടങ്ങാൻ തയ്യാറായി. കുട്ടികളോടൊപ്പം സ്ത്രീകൾക്കും പോകാൻ കഴിയുന്ന, സ്ത്രീകൾ ജോലി ചെയ്യുന്ന കിഡ്സ് സലൂണാണ് പലരും തുടങ്ങുന്നത്. കളിപ്പാട്ടങ്ങളുടെ ആകൃതിയിലുള്ള കസേരകളും, ഓരോ കസേരക്ക് മുന്നിലും ടിവിയുമായി, വിദഗ്ദ പരിശീലനം നേടിയ ജോലിക്കാരുമായിട്ടാണ് സ്ഥാപനങ്ങൾ പ്രവർത്തിക്കുന്നത്.

വിവിധ സ്ഥലങ്ങളിൽ ഒരേ പേരിൽ ബ്രാഞ്ചുകൾ തുടങ്ങാനും, എത് ബ്രാഞ്ചിൽ ചെന്നാലും ഒരേ പോലെ തോന്നിക്കുന്ന സജ്ജീകരണമാണ് ആരംഭിച്ചത്.

വ്യത്യസ്തമായി ബിസിനസ്സ് ചെയ്യാൻ ചിന്തിക്കുന്നതിന്റെ ഭാഗമായി ഡിസ്കൗണ്ട് കാർഡുകൾ, സ്ഥിരമായി വരുന്നവർക്ക് 5–ാമത്തെ പ്രാവശ്യം ഫ്രീ സർവ്വീസ്, സ്ത്രീകൾക്ക് ഇരിക്കാനുള്ള പ്രത്യേക സൗകര്യം തുടങ്ങിയ പല കാര്യങ്ങളുമുണ്ട്.

ഡ്രൈക്ലീനിംഗ് സെന്ററുകൾ തുടങ്ങിയവർ രണ്ടു വ്യത്യസ്ത ജില്ലകളിൽ നിന്നുള്ളവരായിരുന്നു. രണ്ടുപേരും മാർക്കറ്റ് സ്റ്റഡിയൊക്കെ നടത്തിയതിനു ശേഷം, 5, 10, 20, 30 കിലോവീതം ശേഷിയുള്ള നാല് മെഷീനുകൾ വീതം ഉൾപ്പെടുത്തിയാണ് ഷോപ്പ് തുടങ്ങിയത്. സാരികൾക്ക് വേണ്ടി കലണ്ടറിംഗ് മെഷീനും മറ്റു വസ്ത്രങ്ങൾക്ക് സ്റ്റീം പ്രസ്സിംഗ്

മെഷീനുമൊക്കെയായി ആധുനിക സജ്ജീകരണങ്ങളോടെയാണ് യൂണിറ്റുകൾ പ്രവർത്തിക്കുന്നത്. ജില്ലയുടെ വിവിധ ഭാഗങ്ങളിൽ കളക്ഷൻ/ഡെലിവറി പോയിൻറുകൾ, ഹൗസിംഗ് കോളനികളിലും ഫ്ളാറ്റുകളിലും ഡോർഡെലിവറി സൗകര്യങ്ങൾ എന്നിവ ഉൾപ്പെടുത്തിയിട്ടുണ്ട്.

ബിസിനസ്സ് തുടങ്ങാനാഗ്രഹിക്കുന്നവർ, കണ്ണും കാതും മനസ്സും തുറന്നു വയ്ക്കുക. എവിടെയും ബിസിനസ്സ് സാദ്ധ്യതകൾ ഉണ്ടാവും. അവസരങ്ങളെ ഉപയോഗപ്പെടുത്തുക എന്നതിനപ്പുറം അവസരങ്ങൾ സൃഷ്ടിക്കുക. ഉപഭോക്താവിന് അവരുടെ തന്നെ ആവശ്യങ്ങൾ ബോധ്യപ്പെടുത്തുക എന്നതും പ്രധാനമാണ്.

എല്ലാറ്റിലും ഉപരിയായി ഉപഭോക്താവിന്റെ ഭാഗത്ത് നിന്ന് ചിന്തിക്കുക. അവരുടെ പ്രശ്നങ്ങൾ അറിയാൻ ശ്രമിക്കുക. അവയുടെ പരിഹാരത്തിൽ ബിസിനസ്സ് സാദ്ധ്യത കാണുക. ഉത്സവപ്പറമ്പുകളിൽ മാത്രമല്ല, അഭയാർത്ഥി ക്യാമ്പുകളിലും ബിസിനസ്സ് അവസരങ്ങളുണ്ട് എന്നോർക്കുക.

നിങ്ങൾക്ക് അപ്രതീക്ഷിതമായി, ബോണസ്സായോ മറ്റു വിധത്തിലോ ഒരു ലക്ഷം രൂപ കിട്ടി എന്നു കരുതുക. ആ പണംകൊണ്ട് എന്തായിരിക്കും ചെയ്യുക? കുറച്ചു സ്വർണ്ണം വാങ്ങും? അല്ലെങ്കിൽ ഒരു ടു വീലർ, ചിലപ്പോൾ നല്ലൊരു TV, പിന്നെ ഐഫോൺ? അതോ കുടുംബസമേതം നല്ലൊരു യാത്രയാണോ? എങ്ങിനെ ചിലവഴിക്കും എന്നതിൽ ആശയക്കുഴപ്പമുണ്ടാവാമെങ്കിലും എങ്ങിനെയായാലും ചിലവഴിക്കും എന്ന കാര്യത്തിൽ തർക്കമില്ലല്ലോ?

ഇനി ഈ പണം ഒരു ചെറിയ ഷോപ്പ് നടത്തുന്ന ആൾക്കാണ് കിട്ടുന്നതെങ്കിലോ? അദ്ദേഹം ആദ്യം ചെയ്യുന്നത് ബിസിനസ്സിൽ നിക്ഷേപിച്ച് കൂടുതൽ വരുമാനം ഉണ്ടാക്കാനുള്ള സാദ്ധ്യത തേടുകയായിരിക്കും. പണം നിക്ഷേപിച്ച് വരുമാനം ഉണ്ടാക്കുന്നവർ ബിസിനസ്സുകാരാവും. പണം ചിലവഴിക്കാൻ മാത്രമറിയുന്നവർക്ക് ബിസിനസ്സിൽ ശോഭിക്കാൻ കഴിയണമെന്നില്ല. പക്ഷേ നിക്ഷേപശീലം ആർക്കും വളർത്തിയെടുക്കാവുന്നതേയുള്ളു.

നിങ്ങൾ ഒരു ബിസിനസ്സുകാരനാവണമെന്നോ, സമ്പന്നനാവണമെന്നോ നിങ്ങൾ തീരുമാനിച്ചുവെങ്കിൽ തീർച്ചയായും, ഇന്നല്ലെങ്കിൽ നാളെ നിങ്ങളതാവും. നാളെയുടെ പ്രതീക്ഷകളും സ്വപ്നങ്ങളും നിങ്ങളുടേതാവട്ടെ.

സ്വപ്നങ്ങളുടെ പുറകെ സഞ്ചരിക്കുക. നിശ്ചയമായും വിജയം നിങ്ങളോടൊപ്പമുണ്ടാവും.

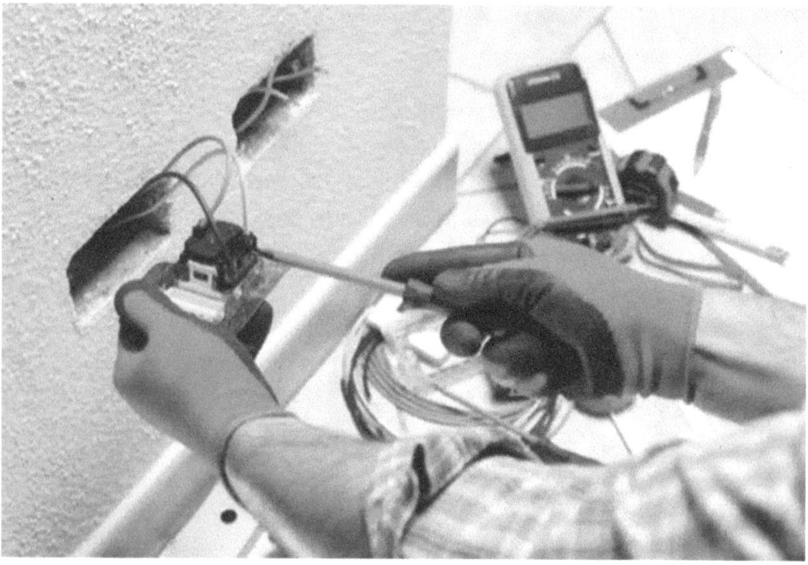

കേരളത്തിലെ മാറിക്കൊണ്ടിരിക്കുന്ന ബിസിനസ് സാദ്ധ്യതകൾ

അവധിക്ക് നാട്ടിൽ വന്നപ്പോൾ വീട്ടിലെ നിസ്സാരമായ അറ്റകുറ്റപണികൾക്കായി കാർപെന്റർ, ഇലക്ട്രീഷ്യൻ, പ്ലംബർ, പെയിന്റർ എന്നിവരെ ആശ്രയിക്കേണ്ടതായി വന്നു. വീട്ടിൽ പണിയായുധങ്ങൾ വച്ചിട്ട് അഡ്വാൻസ് വാങ്ങി പോയ കാർപെന്ററെ 12 ദിവസത്തെ പരിശ്രമത്തിന് ശേഷം രാവിലെ 5.45ന് വീട്ടിൽ നിന്നും പിടിച്ചിറക്കി കൊണ്ടുവന്ന്, ബ്രേക്ക്ഫാസ്റ്റ് വാങ്ങിക്കൊടുത്ത് പണി ചെയ്യിക്കേണ്ടതായി വന്നു. വെറും രണ്ടരമണിക്കൂർ നേരത്തെ പണിയേ ഉണ്ടായിരുന്നുള്ളു.

ഇലക്ട്രീഷ്യന് ചെറിയ ജോലിക്ക് വരാൻ ഒട്ടും താൽപര്യമില്ല. ഏഴ് ദിവസം കഴിഞ്ഞപ്പോൾ പുതുതായി ഫീൽഡിൽ ഇറങ്ങിയ ഒരു പയ്യനെ കൊണ്ട് റിപ്പയർ വർക്ക് ചെയ്യിക്കുകയാണുണ്ടായത്.

പ്ലംബർക്ക് നിന്നു തിരിയാൻ സമയമില്ല. പക്ഷേ ഓവർഹെഡ് ടാങ്ക് മുതൽ പുറകിലെ സകല പൈപ്പും മാറ്റാമെങ്കിൽ നാളെ മുതൽ പണി തുടങ്ങാൻ തയ്യാറുമാണ്. അതിനായി 11,500 രൂപയുടെ എസ്റ്റിമേറ്റും തരികയുണ്ടായി. ആകെ വേണ്ടതായ ജോലി ഒരു വാൾവ് മാറ്റുക. രണ്ടു സ്ഥലത്തെ ലീക്ക് അടക്കുക എന്നത് മാത്രമാണ്. അവസാനം രണ്ടു മണിക്കൂർ ജോലിക്ക് 1200 രൂപ കൊടുത്ത് കാര്യങ്ങൾ ശരിയാക്കി. പ

ക്ഷേ ചുമർ ഷെല്ലാക്കും (ഒരുതരം പശ) മറ്റും തേച്ച് വൃത്തികേടാക്കി.

അത്രയും ഭാഗം പെയിന്റ് ചെയ്യാൻ വരാൻ ഒരു പെയിന്ററും തയ്യാറല്ല. അവസാനം തൊടി വൃത്തിയാക്കാൻ വന്ന ആൾ അറിയാവുന്ന രീതിയിൽ പെയിന്റ് ചെയ്തു തന്നു. പുറകുവശമായതിനാൽ കുഴപ്പമില്ല. നാട്ടിലുള്ള മിക്കവർക്കും ഇത്തരം അനുഭവങ്ങൾ ഉണ്ടാവുന്നത് സാധാരണമാണ്.

കാലം മാറുന്നു, സമൂഹത്തിന്റെ ആവശ്യങ്ങളും പ്രശ്നങ്ങളും അതിനോടൊപ്പം തന്നെ മാറിക്കൊണ്ടിരിക്കുന്നു. സമൂഹത്തിന്റെ ആവശ്യങ്ങളും പ്രശ്നങ്ങളും അവയ്ക്കുള്ള പരിഹാരങ്ങളുമാണ് ഏതൊരു ബിസിനസ്സിന്റെയും അടിസ്ഥാനം. താരതമ്യേന ചെറിയ കാലയളവായ പത്തു വർഷത്തിനകം തന്നെ, പലവിധമായ പുതിയ തൊഴിൽ/വ്യാപാര മേഖലകളും സമൂഹത്തിന് ആവശ്യമായി വരികയും അതേ സമയം തന്നെ ചില തൊഴിൽ/വ്യവസായ മേഖലകളുടെ പ്രസക്തി പാടേ നഷ്ടപ്പെടുകയും ചെയ്തിട്ടുണ്ട്. ഇതിനോടൊപ്പം തന്നെ ചില പരമ്പരാഗത തൊഴിൽ മേഖലകൾ വ്യാപാരവൽക്കരിക്കപ്പെടുകയോ പരിഷ്ക്കരിക്കപ്പെടുയോ ചെയ്തതും ഇതിനോട് ചേർത്ത് വായിക്കേണ്ടതാണ്.

ഇത്തരത്തിൽ ബിസിനസ്സായി പരിഷ്ക്കരിക്കപ്പെടേണ്ട, തൊഴിൽ മേഖലകളെക്കുറിച്ചും, അതിന്റെ ബിസിനസ്സ് സാദ്ധ്യതകളെക്കുറിച്ചുമാണ് പ്രതിപാദ്യ വിഷയം.

ഇന്ത്യയിലെ 25ഓളം സംസ്ഥാനങ്ങളിൽ നിന്നായി ഏകദേശം 40 ലക്ഷത്തോളം ഇതര സംസ്ഥാന തൊഴിലാളികൾ കേരളത്തിൽ ജോലി ചെയ്യുന്നുണ്ടെങ്കിലും വിദഗ്ധ തൊഴിലാളികളുടെ അഭാവം കാരണം ജനങ്ങൾക്കുണ്ടാവുന്ന ബുദ്ധിമുട്ടുകൾ കേരളത്തിൽ എമ്പാടുമുണ്ട്. ഇതിനു കാരണം, ഇതര സംസ്ഥാന തൊഴിലാളികൾ മിക്കവാറും എല്ലാവരും തന്നെ അവിദഗ്ധ/അർദ്ധ വിദഗ്ധ തൊഴിലാളികളാണ് എന്നതാണ്. പരമ്പരാഗത, അല്ലെങ്കിൽ വിദഗ്ധ തൊഴിലാളികളുടെ ക്ഷാമം, കേരളത്തിലെ വീടുകളുടെ മെയിന്റനൻസ് മേഖലയെ ശരിക്കും വലയ്ക്കുന്നുണ്ട്.

2011ലെ സെൻസസ് പ്രകാരം, കേരളത്തിലുള്ള ഒരു കോടിയിൽ പരം (1,12,17,853) വീടുകളിൽ 51 ലക്ഷത്തിലധികം (51,17,699) വീടുകൾ മെച്ചപ്പെട്ട സൗകര്യങ്ങൾ ഉള്ളവയാണ് എന്നാണ് കണ്ടെത്തിയിട്ടുള്ളത്. അതിനർത്ഥം, ഇത്രയധികം വീടുകളിൽ ഇലക്ട്രിക്കൽ, പ്ലംബിംഗ്, കാർപെന്ററി, പെയിന്റിംഗ്, മേസണറി തുടങ്ങിയ ജോലികളിൽ വൈദഗ്ദ്യം നേടിയ ആളുകളുടെ സേവനം, മെയിൻറനൻസ് ജോലിക്കായി ഇടയ്

ക്കിടെ ആവശ്യമായി വരുന്നുണ്ട് എന്നതാണ്.

പക്ഷേ, താരതമ്യേന ചെറുതും, കുറഞ്ഞ സമയം കൊണ്ട് തീരാവുന്നതുമായ ജോലികൾക്കായി വീടുകളിൽ ചെല്ലാൻ വിദഗ്ദ്ധ തൊഴിലാളികൾ മടി കാണിക്കുന്ന പ്രവണത പരക്കെയുണ്ട്. അതിനവരെ പൂർണ്ണമായും കുറ്റപ്പെടുത്താനും സാധിക്കുകയില്ല. കാരണം, രണ്ടു മണിക്കൂർ ആവശ്യമായി വരുന്ന ജോലിക്ക് ഒരു മണിക്കൂർ യാത്രാ സമയം കൂടെ കൂട്ടി മൂന്നു മണിക്കൂർ ചിലവഴിച്ചാൽ തന്നെയും ഒരു ദിവസത്തെ മുഴുവൻ കൂലി വാങ്ങാൻ കഴിയുകയില്ല. അതേ സമയം തന്നെ, ഒരു സ്ഥലത്തെ ജോലി കഴിഞ്ഞ്, 12 മണിക്ക് ശേഷം വേറൊരു സ്ഥലത്ത് ഇതേ പോലൊരു വർക്ക് കിട്ടണമെന്നുമില്ല.

ഫലത്തിൽ മുഴുവൻ സമയ ജോലിയാണ് തൊഴിലാളിക്ക് താൽപര്യം എന്നതിനാൽ ചെറിയ വർക്കുകൾക്ക് ആളെ കിട്ടാതെ വീട്ടുടമസ്ഥൻമാർ വലയുകയും ചെയ്യുന്നു.

ഇതിനു പുറമെയാണ് ഒരു പ്ലംബർ വന്ന് പൈപ്പുകളിലെ ജോലി ചെയ്താൽ സിമന്റ്/മേസണറി വർക്കും, ഇലക്ട്രീഷ്യന്റെ പണിക്ക് ശേഷം കാർപെന്ററും ആവശ്യമായി വന്നാലത്തെ അവസ്ഥ. ചെറിയ ജോലികൾക്കായി എല്ലാവരെയും ഒരുമിച്ച് വിളിക്കുക എന്നത് ഒട്ടും തന്നെ പ്രായോഗികമല്ല.

ഇവിടെ, മാറിയ സാഹചര്യത്തിലെ പ്രതിസന്ധിയിൽ, ഒരു വലിയ ബിസിനസ്സ് സാദ്ധ്യത കേരളത്തിലെ മിക്കവാറും എല്ലാ അർബൻ ഏരിയയിലും ഒളിഞ്ഞു കിടപ്പുണ്ട്.

അതായത്, മേൽപ്പറഞ്ഞ മേഖലകളും, എയർ കണ്ടീഷനിംഗും ഉൾപ്പെടുന്ന, ബിൽഡിംഗ് മെയിന്റനൻസ് ബിസിനസ്സിന് വൻ സാദ്ധ്യതയാണ് വരും കാലത്ത് കേരളം തുറന്നിടുന്നത്. ഓരോ മേഖലയിലും വൈദഗ്ദ്യം ഉള്ള തൊഴിലാളികളെ മൾട്ടിസ്കിൽ ഉള്ളവരാക്കിയും വ്യത്യസ്ത സ്കിൽ ഉള്ളവരുടെ ഗ്രൂപ്പുകളാക്കിയും ഒരേ സമയം തന്നെ ഒരു വീട്ടുടമസ്ഥന്റെ ജോലികൾ കുറഞ്ഞ സമയംകൊണ്ട് തീർത്തു കൊടുക്കാൻ ഇത്തരം സ്ഥാപനങ്ങൾക്ക് നിഷ്പ്രയാസം കഴിയും.

പഠിക്കേണ്ടതെങ്ങിനെ?
പഠിപ്പിക്കേണ്ടതെങ്ങിനെ?

പഠിക്കേണ്ടതെങ്ങിനെ എന്നതിനെക്കുറിച്ച് ധാരാളം കാര്യങ്ങൾ നമ്മൾ കേട്ടിട്ടുണ്ടാവും. പക്ഷെ പഠിപ്പിക്കേണ്ടതെങ്ങിനെ, എന്നതിനെക്കുറിച്ച് അധികമാരും പറയാറില്ല, അധ്യാപകരിൽ ഭൂരിപക്ഷത്തിനും അതറിയുകയുമില്ല. അധ്യാപകർ ദയവായി ഇതൊരു ആക്ഷേപമായി കാണരുതെന്നഭ്യർത്ഥനയുണ്ട്.

ഇംഗ്ലീഷ് എന്ന ഭാഷയെ പോലും, കണക്കും സയൻസും പഠിപ്പിക്കുന്ന അതേ രീതിയിൽ തന്നെ, പഠിപ്പിക്കുന്ന അധ്യാപകരാണ് കേരളത്തിലെ മിക്ക സ്കൂളുകളിലും കോളേജുകളിലും ഉള്ളത്, എന്നതൊരു യാഥാർത്ഥ്യമാണ്. അതിനവരെ പൂർണ്ണമായും കുറ്റപ്പെടുത്താനും പാടുള്ളതല്ല. മറ്റു മേഖലകളിൽ നന്നായി ശോഭിക്കാനുള്ള കഴിവ് ഉള്ളവരാണവർ. എന്നാൽ അധ്യാപകവൃത്തിക്ക് വേണ്ടതായ കഴിവോ, അഭിരുചിയോ, താൽപ്പര്യമോ ഇല്ലാതെ, എളുപ്പം ജോലി കിട്ടാൻ, അല്ലെങ്കിൽ പണം കൊടുത്ത് വാങ്ങാൻ കഴിയും എന്ന നമ്മുടെ സാമൂഹ്യവ്യവസ്ഥ ഒന്നുകൊണ്ടു മാത്രം, അധ്യാപകരായവരാണ് മിക്കവരും. പക്ഷേ, ഇതിനിടയിലും ചില നല്ല അധ്യാപകരും ഉണ്ടാവുന്നുണ്ട് എന്നത് ആശ്വാസകരമാണ്. ഏതൊരു സ്കൂൾ എടുത്താലും വിരലിലെണ്ണാവുന്ന നല്ല അധ്യാപകരും അവിടെ ഉണ്ടാവും.

പത്താം ക്ലാസ്സും പ്ലസ്ടുവും ഒക്കെ കഴിയുമ്പോൾ, ഭാവി കോഴ്സു

കൾക്കായി കുട്ടികളുടെ അഭിരുചിയും താൽപ്പര്യവും ഒക്കെ പരിശോധിക്കുന്ന സമയത്ത് മേൽപ്പറഞ്ഞ നല്ല അധ്യാപകരുടെ സ്വാധീനം, കുട്ടികളുടെ താൽപര്യങ്ങളിൽ വളരെ പ്രകടമായി കാണാം.

ഒരു പ്രത്യേക വിഷയത്തിൽ, കുട്ടിക്ക് താൽപര്യവും ഇഷ്ടവും തോന്നുന്നതിന് പ്രധാന കാരണം, ആ വിഷയം പഠിപ്പിക്കുന്ന അധ്യാപകരായിരിക്കും. തുടർന്നുള്ള ക്ലാസ്സുകളിൽ അതുപോലുള്ള, നല്ല അധ്യാപകരെ കിട്ടാതെ വരുമ്പോൾ മികച്ച സ്കോർ നേടിയിരുന്ന വിഷയങ്ങളിൽ, അതേ കുട്ടികൾ പുറകോട്ട് പോകുന്നതും കാണാറുണ്ട്.

അധ്യാപകർക്ക് പരിശീലനം നൽകുമ്പോഴുള്ള പ്രശ്നങ്ങളിൽ പ്രധാനം, അവർ പരിശീലനം നേടാൻ ആഗ്രഹിക്കുന്നില്ല എന്നതാണ്. ആരാണ് നല്ലൊരു അധ്യാപകൻ/അധ്യാപിക എന്ന ചോദ്യത്തിന് പലർക്കും പല ഉത്തരങ്ങളാണ് ഉണ്ടാവുക. കുട്ടികളിൽ ജിജ്ഞാസ ഉണർത്തുന്ന, അറിവിനുള്ള ദാഹം ജനിപ്പിക്കുന്ന, കാര്യങ്ങൾ എങ്ങിനെ മനസ്സിലാക്കണം എന്നു പറഞ്ഞു കൊടുക്കുന്ന, പഠിക്കാൻ പഠിപ്പിക്കുന്ന ഏതൊരു വ്യക്തിയും നല്ലൊരു അധ്യാപകനാണ് എന്ന് പൊതുവെ പറയാം.

എങ്ങിനെ പഠിപ്പിക്കണം എന്നതിനെക്കുറിച്ച് പരിപാടികളിൽ പലപ്പോഴും ടീച്ചർമാർ ചോദിക്കാറുണ്ട്. ഇന്ന് പഠിപ്പിക്കുന്ന കാര്യം പത്ത് വർഷം കഴിഞ്ഞാലും ഓർത്തിരിക്കുന്ന രീതിയിൽ വേണം പഠിപ്പിക്കാൻ എന്നതാണ് അതിന് മറുപടിയായി പറയാറുള്ളത്. അതെങ്ങിനെയാണ് സാധിക്കുക എന്നത് അവർക്ക് പറഞ്ഞ് കൊടുക്കാറുമുണ്ട്. അതിൽ ഒരു കാര്യമാണ്, ഇനി നമ്മൾ അറിയാൻ പോകുന്നത്.

പത്താം ക്ലാസ്സ് വരെ പഠിച്ചിട്ടുള്ള ഏതൊരാളും അൾട്രാവയലറ്റ് രശ്മികൾ, ഇൻഫ്രാറെഡ് രശ്മികൾ എന്നൊക്കെ പഠിച്ചിട്ടുണ്ടാവും. UV പ്രൊട്ടക്ഷനെക്കുറിച്ചൊക്കെ സംസാരിക്കുകയും ചെയ്യുന്നുമുണ്ടാവും. എന്നാൽ എന്താണീ അൾട്രാവയലറ്റ് അല്ലെങ്കിൽ ഇൻഫ്രാറെഡ് എന്ന്, കുട്ടികളോ മറ്റാരെങ്കിലുമോ ചോദിച്ചാൽ കുഴയും. പഠിച്ചതാണ്, പരീക്ഷ എഴുതിയതാണ്, മാർക്ക് കിട്ടിയതാണ് പക്ഷേ...

ഇനി നമുക്കിതൊന്നു കൂടി പഠിക്കാം. പത്തു വർഷം കഴിഞ്ഞാലും മറക്കുമോ എന്ന് പരിശോധിക്കാം. സൂര്യപ്രകാശത്തിൽ അൾട്രാവയലറ്റും ഇൻഫ്രാറെഡും രശ്മികൾ ഉണ്ടെന്നും അവ കണ്ണിനും ത്വക്കിനും ഹാനികരമാണെന്നും നമുക്കറിയാം.

സൂര്യപ്രകാശം എന്നത് ഏഴ് നിറങ്ങൾ കൂടിച്ചേർന്ന വർണ്ണരാജിയാണ്. വയലറ്റ്, ഇൻഡിഗോ, ബ്ലൂ, ഗ്രീൻ, യെല്ലോ, ഓറഞ്ച്, റെഡ് എന്നിവ

യാണ് (VIBGYOR) ആ ഏഴ് നിറങ്ങൾ എന്നറിയാമല്ലോ. ഇവയെല്ലാം ഈ ഓർഡറിൽ തന്നെ വരുന്നതിനു കാരണം ഈ നിറങ്ങൾ ഓരോന്നിന്റെയും ഫ്രീക്വൻസി (ആവൃത്തി) വ്യത്യാസപ്പെട്ടതുകൊണ്ടാണ്. അതായത് വയലറ്റിനെക്കാൾ കുറഞ്ഞ ആവൃത്തിയാണ് ഇൻഡിഗോയ്ക്ക്. അതിലും കുറവാണ് ബ്ലൂവിന്. അങ്ങിനെ ഏറ്റവും കുറവുള്ളത് റെഡിനാണ്.

സൂര്യപ്രകാശത്തിൽ നിറങ്ങൾ മാത്രമല്ല, മറ്റു പല രശ്മികളുമുണ്ടെന്നറിയാമല്ലോ.? അങ്ങിനെ വരുമ്പോൾ സൂര്യപ്രകാശത്തിന്റെ സ്പെക്ട്രത്തിൽ, വയലറ്റിനെക്കാൾ ആവൃത്തി കൂടിയവയും റെഡിനെക്കാളും ആവൃത്തി കുറഞ്ഞവയും ഉണ്ടാവുമല്ലോ.

അവയ്ക്ക് എന്തു പേരു കൊടുക്കാം. വയലറ്റിനെക്കാളും ആവൃത്തി കൂടിയ രശ്മിക്ക്, വയലറ്റിനെക്കാൾ വലുത്, അഥവാ അൾട്രാ വയലറ്റ് എന്നു വിളിക്കാം. റെഡിനെക്കാളും ചെറിയ ആവൃത്തിയുള്ള രശ്മിക്ക്, റെഡിനെക്കാളും ചെറുത് അഥവാ ഇൻഫ്രാറെഡ് എന്ന് വിളിക്കാം. പരീക്ഷക്ക് പഠിക്കുകയാണെങ്കിൽ രണ്ടിന്റെയും ഫ്രീക്വൻസി കൂടെ ഓർക്കാം.

അൾട്രാ, ഇൻഫ്രാ തുടങ്ങിയവ ലാറ്റിൻ വാക്കുകളാണ്. ഇത്രേയുള്ളൂ കാര്യം. ഇനി ഇക്കാര്യം എത്ര കാലം കഴിഞ്ഞാൽ മറക്കും എന്നു ചിന്തിച്ചു നോക്കൂ. കാര്യങ്ങൾ മനസ്സിലാക്കി പഠിക്കാനുള്ള ഒരു രീതി മാത്രമാണിത്. പഠിക്കുന്ന കുട്ടികൾക്ക് പറഞ്ഞു കൊടുക്കാം, ഒപ്പം അധ്യാപകർക്കും.

പരീക്ഷയ്ക്ക് മുൻപായി മൂല്യനിർണ്ണയം നടത്തുന്നവരെ സ്മരിക്കാം

അത്ഭുതപ്പെടേണ്ടതില്ല. നന്നായി പഠിച്ച് പരീക്ഷ എഴുതിയിട്ടും പലർക്കും പ്രതീക്ഷിച്ച മാർക്ക് കിട്ടിയില്ല എന്ന വിഷമം ഉണ്ടാവുന്നത്, പരീക്ഷയ്ക്ക് മുൻപ്, അഥവാ പരീക്ഷ എഴുതുമ്പോൾ മൂല്യനിർണ്ണയം നടത്തുന്ന അധ്യാപകരെ സ്മരിക്കാത്തത് കൊണ്ടാവാം.

പരീക്ഷക്ക് തയ്യാറെടുക്കുന്നതും, പരീക്ഷ എഴുതുന്നതും ഒരു കലയാണെന്ന് പറയാം. പരീക്ഷകൾ പ്രത്യേകിച്ചും വിവരാണാത്മക പരീക്ഷകൾ, ഒരാൾക്ക് എന്തറിയാം എന്നതിനപ്പുറം ആർജ്ജിച്ച അറിവ് എങ്ങിനെ എഴുതി പ്രകടിപ്പിക്കാനറിയാം എന്നതാണ് പരിശോധിക്കുന്നത്.

ഉദാഹരണമായി, എല്ലാവർക്കും ഓണത്തെക്കുറിച്ച് നന്നായി അറിയാം. പക്ഷേ, ഓണത്തെക്കുറിച്ച് രണ്ടു പേജ് വിവരിക്കാനാവശ്യപ്പെട്ടാൽ കൃത്യമായി എഴുതാൻ കഴിയുന്നവർ ചുരുക്കമായിരിക്കും. ഇത് തന്നെയാണ് പരീക്ഷയിലെ പ്രധാന കടമ്പയും. നമ്മൾ വിഷയം കൃത്യമായി മനസ്സിലാക്കിയത് കൊണ്ടു മാത്രം ഉയർന്ന മാർക്ക് ലഭിക്കണമെന്നില്ല.

മൂല്യനിർണ്ണയം നടത്തുന്ന അധ്യാപകരുടെ കയ്യിലിരിക്കുന്ന, ഉത്തര സൂചികയുമായി നമ്മുടെ ഉത്തരങ്ങൾ ഒത്തു പോകണമെന്നർത്ഥം. മൂല്യനിർണ്ണയം നടത്തുന്ന അധ്യാപകരെക്കുറിച്ച് ചെറിയൊരു ധാരണ നമുക്കുണ്ടാവേണ്ടതുണ്ട്. വളരെ മികച്ച അധ്യാപകർ ധാരാളമുണ്ടെങ്കിലും, നമ്മുടെ ഉത്തരക്കടലാസ് അവർക്ക് തന്നെ പരിശോധനക്കായി കിട്ടിക്കൊള്ളണമെന്നില്ല. ഒട്ടും താൽപ്പര്യമില്ലാതെ പങ്കെടുക്കുന്നവർ, ഉയർന്ന രക്തസമ്മർദ്ദം ഉള്ളവർ, സ്ഥിരമായി മരുന്നു കഴിക്കുന്നവർ, കാഴ്ചക്കുറവുള്ളവർ, അബദ്ധത്തിൽ അധ്യാപക ജോലിയിൽ വന്നു പെട്ടവർ, പുതുതലമുറയോട് വൈരാഗ്യം വച്ചു പുലർത്തുന്നവർ തുടങ്ങി, കുടുംബ, സാമ്പത്തിക പ്രശ്നങ്ങളിൽ നട്ടം തിരിയുന്ന അധ്യാപകർ വരെ മൂല്യനിർണ്ണയം നടത്തുന്നവരിലുണ്ട്.

മൂല്യനിർണ്ണയം അത്ര എളുപ്പമുള്ള സംഗതിയല്ല എന്നതാണ് വാസ്തവം. പൊതുവെ ആളുകൾക്ക് വായിക്കുവാൻ മടിയാണ്. അങ്ങിനെ വായിക്കാൻ താൽപ്പര്യമില്ലാത്തവർക്ക് മുന്നിലേക്ക്, മോശമായ കയ്യക്ഷരത്തിൽ, അടുക്കും ചിട്ടയുമില്ലാതെ എഴുതിയ, കെട്ടുകണക്കിന് ഉത്തരക്കടലാസ് കിട്ടുമ്പോൾ അവരുടെ മാനസീകാവസ്ഥ എന്തായിരിക്കും എന്നു കൂടി നാം ചിന്തിക്കണം.

ഒരേ ഉത്തരക്കടലാസ് തന്നെ വ്യത്യസ്ത കുട്ടികളെക്കൊണ്ട് പകർത്തി എഴുതിച്ച്, ഒരേ അധ്യാപകന് കൊടുത്താലും, വ്യത്യസ്ത അധ്യാപകർക്ക് കൊടുത്താലും, എല്ലാ ഉത്തരക്കടലാസിനും ഒരേ മാർക്ക് കിട്ടുകയില്ല എന്നറിയണം. ഇത്രയും മനസ്സിലാക്കിയ സ്ഥിതിക്ക് എന്തു ചെയ്യണമെന്നാലോചിക്കാം.

1. ഉത്തരക്കടലാസ് പരമാവധി വൃത്തിയും വെടിപ്പുമുള്ളതാക്കുക. കാണുമ്പോൾ തന്നെ ദേഷ്യം വരുന്ന രീതി പാടെ ഒഴിവാക്കുക.
2. ഒരു പേജിൽ 20 മുതൽ 25 വരി മാത്രം എഴുതുക. ഈ കണക്ക് നിർബന്ധമായി പാലിക്കുക.
3. വൃത്തിയായ (ഭംഗി എന്നർത്ഥമില്ല) കയ്യക്ഷരത്തിൽ, ആർക്കും വായിക്കാവുന്ന രീതിയിൽ എഴുതുക. പലരും പരീക്ഷ എഴുതുന്നത് അവർക്ക് തന്നെ വായിക്കാൻ കഴിയാത്ത രീതിയിലാണ്. അധ്യാപകനായിരുന്ന കാലത്ത് ഉത്തരക്കടലാസ് വായിച്ച് മനസ്സിലാക്കാൻ, മെഡിക്കൽ സ്റ്റോറുകാരുടെ സഹായം തേടിയാലോ എന്നാലോചിച്ചിട്ടുണ്ട്.
4. ഉത്തരക്കടലാസ് വരയിട്ടതല്ലെങ്കിൽ, എഴുതുമ്പോൾ വരികൾ വളഞ്ഞു പോയി വൃത്തിയില്ലാതാവാനിടയുണ്ട്. പരിഹാരമായി, ചോദ്യക്കടലാസ് ഉത്തരക്കടലാസിന്റ മുകളിൽ, ഇടതുവശം അല്ലെങ്കിൽ മാർജിൻ ശരിയായി വരുന്ന വിധത്തിൽ വിലങ്ങനെ വെച്ചാൽ, ഒരു വരയുടെ ഫലം തരും. ഓരോ വരിയും എഴുതി കഴിയുന്നതിന് അനുസരിച്ച് ചോദ്യക്കടലാസ് താഴേക്ക് കൊണ്ടു വരാം. കൃത്യമായി വരയിട്ട് എഴുതിയ പ്രതീതി തോന്നിക്കും.
5. നല്ല തെളിച്ചമുള്ള പേനകൾ, പെൻസിലുകൾ എന്നിവ മാത്രം ഉപയോഗിക്കുക. എഴുത്തിന് തെളിച്ചമില്ലാതെ, വായിക്കാൻ അവർക്കു ബുദ്ധിമുട്ടായാൽ, നമ്മുടെ മാർക്കും ബുദ്ധിമുട്ടിലാവും എന്നോർക്കുക.
6. കഴിയാവുന്നിടത്തോളം, ചോദ്യപേപ്പറിലെ അതേ ഓർഡറിൽ തന്നെ ഉത്തരമെഴുതാൻ ശ്രമിക്കുക. പൊതുവെ അങ്ങിനെ നിർബന്ധമില്ലെങ്കിലും, അധ്യാപകരുടെ കയ്യിലെ ഉത്തരസൂചികയും, നമ്മുടെ

ഉത്തരക്കടലാസും ഒരേ രീതിയിൽ പോകുന്നത്, അവരുടെ ജോലി എളുപ്പമാക്കുകയും, അവരറിയാതെ തന്നെ നമ്മുടെ ഉത്തരത്തിലെ ചെറിയ പിഴവുകൾക്ക് മാർക്ക് കുറയ്ക്കാതിരിക്കുകയും ചെയ്യും.

അതുപോലെ, ഇടയിൽ നിന്നും ഏറ്റവും നന്നായി അറിയാവുന്ന ഒരു ഉത്തരം ആദ്യം എഴുതിയിട്ട്, അതിന് മുഴുവൻ മാർക്കും കിട്ടിയില്ലെങ്കിൽ, പിന്നീടുള്ളവ എത്ര നന്നായി എഴുതിയാലും, മുഴുവൻ മാർക്ക് ലഭിക്കാൻ ബുദ്ധിമുട്ടാണ്. അവർ സമ്മതിച്ച് തരില്ലെങ്കിലും, നമ്മളെല്ലാവരിലുമുള്ള ചില ബയാസുകൾ കാരണമാണിങ്ങനെ സംഭവിക്കുന്നത്.

7. ഒരു ഉത്തരത്തിന്റെ വിവിധ ഘടകങ്ങൾ പരാമർശിക്കേണ്ടി വരുമ്പോൾ, പാരഗ്രാഫ് തിരിച്ചെഴുതാൻ ശീലിക്കുക. നെടുനീളൻ എഴുത്തുകൾ, അവരുടെ വായിക്കാനുള്ള താൽപ്പര്യം കുറയ്ക്കാറുണ്ട്.
8. ക്രമ നമ്പറുകൾ, ബുള്ളറ്റ്കൾ, സബ് ഹെഡിംഗുകൾ, അടിവരകൾ എന്നിവ സമർത്ഥമായി ഉപയോഗിക്കുക. മുഴുവൻ വായിക്കാനുള്ള മടികൊണ്ട്, ഇവ നോക്കി മാത്രം ഫുൾമാർക്കും നൽകുന്നവരുണ്ട്.
9. ചുരുക്കത്തിൽ നമ്മുടെ ഉത്തരക്കടലാസിനോട് മൂല്യനിർണ്ണയം നടത്തുന്ന അധ്യാപകർക്ക്, ഒരു ഇഷ്ടം തോന്നുന്ന രീതിയിൽ ഉത്തരക്കടലാസ് പൂർത്തിയാക്കുക.

പരീക്ഷയെപ്പറ്റിയുള്ള ഒട്ടനവധി കാര്യങ്ങൾ അധ്യാപകരും ഗൂഗിളും ഒക്കെ പറയുന്നുണ്ടെങ്കിലും, ഇക്കാര്യങ്ങൾ അധികമാരും പറഞ്ഞ് തരാറില്ല. കാലങ്ങളായി മൂല്യനിർണ്ണയം നടത്തുന്ന അധ്യാപകർ പോലും ഇക്കാര്യങ്ങൾ പറയാറില്ല.

നന്നായി പഠിക്കുന്നതല്ല, നന്നായി പരീക്ഷ എഴുതാനറിയുന്നതാണ് പരീക്ഷയിൽ കൂടുതൽ മാർക്ക് നേടിത്തരുന്നത്. അതുകൊണ്ട് ഇനി മുതൽ പരീക്ഷ എഴുതുന്നതിന് മുൻപായി, ഉത്തരക്കടലാസ് പരിശോധിക്കുന്നവരെ ഒരു നിമിഷം സ്മരിക്കാം!

മത്സരപ്പരീക്ഷകളിലും, ശരിയായ രീതിയിൽ പരീക്ഷ എഴുതുന്നവരാണ് വിജയിക്കുന്നത് എന്ന് PSC പരീക്ഷ എഴുതിയിട്ടുള്ളവർക്കറിയാം. 84726513, പോലെയുള്ള 8 അക്ക സംഖ്യകൾ നാലെണ്ണം നൽകിയിട്ട് 9 കൊണ്ട് നിശ്ശേഷം ഹരിക്കാവുന്ന സംഖ്യ കണ്ടു പിടിക്കാനാവശ്യപ്പെട്ടാൽ, ആരും ഹരിച്ച് നോക്കി സമയം കളയാറില്ലല്ലോ? അഥവാ അങ്ങിനെ ചെയ്യുന്നവർ പരീക്ഷയിൽ മുന്നിലെത്തുകയുമില്ല.

എത്ര പഠിച്ചു എന്നതല്ല, എത്ര നന്നായി പരീക്ഷ എഴുതി എന്നതാണ് വിജയത്തിനാധാരം!

പ്രമോഷൻ നേടാനുള്ള വഴി

ജോലിയിൽ ഉയർച്ചയും വളർച്ചയും ആഗ്രഹിക്കുകയോ സ്വപ്നം കാണുകയോ ചെയ്യാത്തവരുണ്ടാവില്ല. എന്നാൽ നമ്മുടെ പ്രൈമറി വിദ്യാഭ്യാസം പോലെ ഓൾ പാസ്സ് സിസ്റ്റം ഉള്ള സർക്കാർ സർവ്വീസിലൊഴികെ മറ്റെവിടെയും ജോലിക്കയറ്റം അത്ര എളുപ്പമല്ല.

സീനിയോറിറ്റിക്ക് പകരം, കഴിവിന് പ്രാധാന്യം നൽകുന്ന സ്വകാര്യ മേഖലയിൽ പ്രത്യേകിച്ചും, പ്രൊമോഷൻ ലഭിക്കുക എന്നത് അൽപം ബുദ്ധിമുട്ടുള്ള കാര്യമാണ്. മേലധികാരികളെ മണിയടിച്ചും സോപ്പിട്ടും ഉദ്യോഗകയറ്റം നേടിയെടുക്കുന്നവർ ഇതിനപവാദമായിരിക്കും.

വർഷങ്ങളായി യാതൊരു പ്രൊമോഷനും ലഭിക്കാത്തവരും അർഹതയുണ്ടായിട്ടും പ്രൊമോഷൻ ലഭിക്കാത്തവരും നമുക്ക്ചുറ്റും ധാരാളമുണ്ടാവും. പക്ഷേ മിക്കവർക്കും, നേരായ മാർഗ്ഗത്തിൽ തന്നെ പ്രൊമോഷന് തങ്ങളെ അർഹരാക്കുന്ന കാര്യങ്ങളെക്കുറിച്ച് വ്യക്തമായ ധാരണയില്ല എന്നത് യാഥാർത്ഥ്യമാണ്.

തൊഴിലിൽ പ്രോമോഷൻ നേടാൻ സഹായിക്കുന്ന ചില ഘടകങ്ങളെക്കുറിച്ചും അത് മനസ്സിലാക്കി തൊഴിലിൽ പുരോഗതി നേടാനുള്ള രീതികളെക്കുറിച്ചുമാണ് ഇനി പറയുന്നത്.

പ്രൊമോഷന് സഹായിക്കുന്ന ഘടകങ്ങൾ

ഒരു വ്യക്തി ഒരു പ്രത്യേക തൊഴിൽ ചെയ്തു കൊണ്ടിരിക്കുകയാണെന്ന് കരുതുക. ആ വ്യക്തിക്ക് കുറച്ചു കൂടെ ഉയർന്ന ഉത്തരവാദിത്തങ്ങൾ ഏൽപ്പിച്ച് കൊടുക്കണമെന്ന് മാനേജ്മെന്റ് തീരുമാനിക്കണമെങ്കിൽ, ആ ഉത്തരവാദിത്തങ്ങൾ ഭംഗിയായും കൃത്യമായും നിറവേറ്റാനാവശ്യമായ അറിവും കഴിവും പ്രാപ്തിയും അയാൾക്കുണ്ടെന്ന് അവർക്ക് ബോധ്യം വരണം.

അതായത് എത്ര കാലം ജോലി ചെയ്തു എന്നതോ ഇപ്പോൾ ചെയ്യുന്ന ജോലി നന്നായി ചെയ്യുന്നു എന്നതോ ജോലിക്കയറ്റത്തിന് പരിഗ

ണിക്കണമെന്നില്ല. അതു കൊണ്ട് പ്രൊമോഷൻ ആഗ്രഹിക്കുന്നവർ ആ ഉയർന്ന തസ്തിക ആവശ്യപ്പെടുന്ന നിലവാരത്തിൽ എത്താൻ ശ്രമിക്കുക എന്നതാണ് പ്രധാനം.

പലപ്പോഴും ഉയർന്ന തസ്തികകൾ ഇതുവരെ നമ്മൾ ചെയ്തിരുന്ന കാര്യങ്ങൾക്കപ്പുറം, ഇപ്പോൾ സഹപ്രവർത്തകർ ചെയ്തു കൊണ്ടിരിക്കുന്ന മറ്റു ജോലിക്കാര്യങ്ങളുടെയും ഉത്തരവാദിത്തം ഏൽക്കേണ്ടി വരും എന്നതിനാൽ നിർബന്ധമായും ആ കാര്യങ്ങളും കഴിയുന്നത്ര പഠിച്ചെടുക്കാൻ ശ്രമിക്കണം.

ഉയർന്ന തസ്തികകൾ പലതിനും നിശ്ചിത വിദ്യാഭ്യസ യോഗ്യതകൾ നിഷ്ക്കർഷിച്ചിട്ടുണ്ടാവും (നിർബന്ധമല്ലെങ്കിൽപോലും). അധികമായി നേടുന്ന, വിദ്യാഭ്യാസ യോഗ്യതകൾ തീർച്ചയായും പ്രൊമോഷൻ സാദ്ധ്യതകൾ വർദ്ധിപ്പിക്കും എന്നതിൽ തർക്കമില്ലല്ലോ?. അതിനാൽ നിർബന്ധമായും പഠനം തുടരുക, ഉയർന്ന ബിരുദങ്ങളും സർട്ടിഫിക്കറ്റുകളും യോഗ്യതകളും നേടുക.

ഇംഗ്ലീഷോ മറ്റു പ്രാദേശിക ഭാഷകളോ പഠിക്കുന്നതും, ഭംഗിയായി കൈകാര്യം ചെയ്യുന്നതും, മിക്കപ്പോഴും പ്രമോഷൻ സാദ്ധ്യത വർദ്ധിപ്പിക്കുന്നതായി കാണാറുണ്ട്.

കാലത്തിനനുസരിച്ചുള്ള പുതിയ അറിവും കഴിവും സ്വായത്തമാക്കിയാലേ പല മേഖലകളിലും പ്രൊമോഷന് പരിഗണിക്കപ്പെടുകയുള്ളു. ഏറ്റവും പുതിയ സാങ്കേതിക വിദ്യകളും പുതിയ കോഴ്സുകളുടെ സർട്ടിഫിക്കറ്റുകളും നേടുന്നത് പ്രമോഷനുള്ള സാദ്ധ്യത വർദ്ധിപ്പിക്കും. സ്വായത്തമാക്കിയ അറിവുകളും കഴിവുകളും യഥാസമയം മാനേജ്മെൻറിന്റെ ശ്രദ്ധയിൽ പെടുത്തുകയും വേണം.

പ്രൊമോഷൻ തസ്തികയിൽ ജോലി ചെയ്യുന്നവരുടെ പ്രവർത്തന രീതികൾ, ശരീരഭാഷ, സംസാരശൈലി, വസ്ത്രധാരണം എന്നിവ നിരീക്ഷിച്ചു മനസ്സിലാക്കുക, അവ സ്വന്തം ശൈലിയിൽ പകർത്താൻ ശ്രമിക്കുക എന്നിവ ഗുണപരമായ മാറ്റങ്ങൾ സൃഷ്ടിക്കും. ഉദാഹരണമായി മാനേജർ തസ്തിക ആഗ്രഹിക്കുന്ന ഒരാൾക്ക്, മാനേജരെപ്പോലെയുള്ള ശരീരഭാഷയും വസ്ത്രധാരണവും പെരുമാറ്റവും ഉണ്ടാവുമ്പോൾ ആ തസ്തിക ലഭിക്കുന്നതിനുള്ള സാദ്ധ്യത ഏറുന്നു. പുതിയൊരു സ്ഥാപനത്തിൽ പ്രാമോഷൻ തസ്തികയ്ക്കായി ആഗ്രഹിക്കുന്നവർ നിർബന്ധമായും പാലിക്കേണ്ട കാര്യമാണിത്.

സ്വയം മാർക്കറ്റ് ചെയ്യുക എന്നതും പ്രധാനമാണ്. നമ്മെക്കുറിച്ച് നല്ലത് പറയാൻ, നമ്മുടെ കഴിവുകളെക്കുറിച്ച് സംസാരിക്കാൻ അധികമാ

രും ഉണ്ടാവില്ല. അത് കൊണ്ട് നമ്മുടെ അറിവ്, കഴിവ്, കാര്യപ്രാപ്തി, കർമ്മ കുശലത, നിരീക്ഷണ പാടവം, യുക്തിപരമായി തീരുമാനങ്ങൾ എടുക്കാനുള്ള കഴിവ് എന്നിവയെല്ലാം വെളിപ്പെടുത്താൻ കഴിയുന്ന എല്ലാ അവസരങ്ങളും പൂർണ്ണമായും ഉപയോഗപ്പെടുത്തുക.

സാധിക്കുമെങ്കിൽ അവസരങ്ങൾ സൃഷ്ടിക്കാൻ ശ്രമിക്കുക. പ്രൊമോഷന് സാദ്ധ്യത കൂടുതലുള്ള ആളാണെന്ന് സഹപ്രവർത്തകരെക്കൊണ്ടും പ്രൊമോഷന് യോഗ്യതയുള്ള ആളാണെന്ന് മാനേജ്മെന്റിനെക്കൊണ്ടും പറയിപ്പിക്കുക എന്നതാണ് പ്രൊമോഷൻ ലഭിക്കാനുള്ള അടിസ്ഥാനപരമായ കാര്യം. അഥവാ, സ്ഥാപനത്തിലെ പ്രത്യേക സാഹചര്യം കൊണ്ട് അവിടെ പ്രൊമോഷൻ കിട്ടിയില്ലെങ്കിലും മറ്റൊരു സ്ഥാപനത്തിൽ ഉയർന്ന ജോലി കിട്ടും എന്നതുറപ്പാണ്.

ജീവിതത്തിൽ ഉയരണമെങ്കിൽ കരിയറിലും സാമ്പത്തികമായും ഉയരണം. അത് നമ്മുടെ അവകാശമാണ്. അതിനായി പ്രയത്നിക്കേണ്ടത് നമ്മുടെ കടമയും ഉത്തരവാദിത്തവുമാണ്.

ഒന്നിനും സമയം തികയാത്തത് എന്തുകൊണ്ടാണ്?

നിസ്സാരമായ രണ്ടു കാര്യങ്ങൾ ശ്രദ്ധിക്കാത്തതാണ്, സമയമില്ല എന്നു പറയുന്നവരിൽ മിക്കവരുടെയും പ്രശ്നം എന്നു ആലോചിച്ചാൽ മനസ്സിലാവും. ഈ രണ്ടു കാര്യങ്ങളാവട്ടെ, സിംപിളാണ്. ഒപ്പം പവർഫുള്ളുമാണ്. ജീവിതത്തിൽ സക്സസ്ഫുൾ ആയ വ്യക്തികളിൽ കാണുന്ന പൊതുവായ കാര്യം, അവരെല്ലാം തങ്ങളുടെ സമയം ഫലപ്രദമായി വിനിയോഗിക്കുന്നവരാണ് എന്നതാണ്.

ലോകത്തിൽ എല്ലാവർക്കും, ഒരു ദിവസത്തിൽ 24 മണിക്കൂർ മാത്രമേ കിട്ടുന്നുള്ളു. പക്ഷേ ചിലർ ഒരുപാട് കാര്യങ്ങൾ ഈ 24 മണിക്കുറിനുള്ളിൽ ചെയ്ത് തീർക്കുമ്പോൾ, മറ്റു ചിലർക്ക് ഒന്നിനും സമയം തികയുന്നില്ല. അതായത് ഈ രണ്ടു കൂട്ടരും, തങ്ങളുടെ സമയം വിനിയോഗിക്കുന്ന രീതിയിലുള്ള വ്യത്യാസമാണ്, സമയക്കുറവിന്റെ യഥാർത്ഥ പ്രശ്നമെന്ന് ചുരുക്കം!.

നൂറു രൂപയുമായി, രണ്ടു പേർ ഒരു സൂപ്പർ മാർക്കറ്റിൽ ചെല്ലുന്നു എന്ന് കരുതുക. ആവശ്യമുള്ള സാധനങ്ങൾ മുഴുവൻ വാങ്ങിയിട്ടും, ഒരാൾക്ക് പൈസ ബാക്കിയാകുന്നു. എന്നാൽ മറ്റേയാൾക്കാകട്ടെ, ആവ

ശ്യമുള്ള സാധനങ്ങൾ വാങ്ങാൻ പൈസ തികയുന്നുമില്ല. ഈ സാഹചര്യത്തിന് സമാനമായ കാര്യമാണ്, പലരും സമയം തികയാതെ വരുന്നു എന്ന പരാതി പറയുന്നതും.

ഇവിടെ, കയ്യിലുള്ള തുക അല്ലെങ്കിൽ സമയം എങ്ങിനെ ഫലപ്രദമായി വിനിയോഗിക്കാം എന്ന് ചിന്തിക്കാം.

1. ആവശ്യമുള്ള കാര്യങ്ങൾക്ക് പ്രാധാന്യം കൊടുക്കുക

നമുക്ക് ആവശ്യമുള്ള സാധനങ്ങൾ വാങ്ങുക എന്നതാണല്ലോ പ്രധാന ലക്ഷ്യം. അതിനാദ്യമായി വേണ്ടത്, വാങ്ങാനുള്ള സാധനങ്ങളുടെ ലിസ്റ്റാണ്. നിർബന്ധമായും വേണ്ടതായ സാധനങ്ങളിൽ തുടങ്ങി, പ്രാധാന്യം കുറഞ്ഞവയിൽ അവസാനിക്കുന്ന ലിസ്റ്റ്, സാധാരണ എല്ലാവരും തയ്യാറാക്കുന്നത്, വാങ്ങാനുള്ളവ മറക്കാതിരിക്കാനാണ്. പക്ഷേ, അവ അതിനപ്പുറം വളരെ പ്രയോജനപ്രദമാണ് എന്നതാണ് യാഥാർത്ഥ്യം.

വാങ്ങാനുള്ളവയുടെ ലിസ്റ്റ് ഇല്ലെങ്കിൽ, നമ്മൾ ആദ്യം കാണുന്നവ. വിലക്കുറവുള്ളവ, നമുക്കിഷ്ടപ്പെട്ടവ, എടുക്കാൻ സൗകര്യപ്രദമായവ എന്നിവയൊക്കെ വാങ്ങിയെന്നിരിക്കും. പക്ഷേ കയ്യിലുള്ള തുക നിശ്ചിതമായതിനാൽ, അവസാനം അത്യാവശ്യമുള്ളത് വാങ്ങാൻ പണം തികയുകയുമില്ല. അതായത്, അത്യാവശ്യമില്ലാത്ത പാത്രങ്ങൾ, അലങ്കാര വസ്തുക്കൾ തുടങ്ങിയവക്ക്, പൈസ ചിലവാക്കിക്കഴിഞ്ഞ് ചായപ്പൊടി, കുളിക്കാനുള്ള സോപ്പ് തുടങ്ങിയവ വാങ്ങാനാവാതെ വരുന്ന സാഹചര്യം ഒന്നാലോചിച്ചു നോക്കുക.

ഇതുപോലെയാണ്, നമ്മുടെ വിലയേറിയ സമയവും. പ്രാധാന്യമില്ലാത്ത കാര്യങ്ങൾക്കായി, സമയം ചിലവഴിക്കുമ്പോൾ, ജീവിതത്തിലെ, പ്രധാനപ്പെട്ട കാര്യങ്ങൾക്ക് സമയമില്ലാതാവുന്നു. പ്രധാനമായും വേണ്ടത്, സമയത്തിന്റെ ഫലപ്രദമായ വിനിയോഗമാണ്, ചിലവഴിക്കലല്ല എന്നർത്ഥം. ഓരോ കാര്യത്തിന്റെയും പ്രാധാന്യം അനുസരിച്ച് മാത്രം സമയം വിനിയോഗിക്കുക എന്നതാണ് പ്രധാനം.

സാധനങ്ങൾ വാങ്ങാൻ കയ്യിൽ കരുതുന്ന ലിസ്റ്റ് പോലെ, ദിവസവും ചെയ്ത് തീർക്കേണ്ട കാര്യങ്ങളെക്കുറിച്ചുള്ള ലിസ്റ്റ്, നമ്മുടെ കയ്യിലുണ്ടാവണം. ഒന്നോ രണ്ടോ മണിക്കൂർ ഇടവേളയിൽ ഈ ലിസ്റ്റ് പരിശോധിച്ച് പുതുക്കുകയും വേണം. മുൻഗണനാ ക്രമത്തിലോ സമയക്രമമനുസരിച്ചോ അവ ചെയ്ത് തീർക്കുക എന്നതാണ് പ്രധാനം.

മികച്ച ഉദ്യോഗസ്ഥർ, പൊതുപ്രവർത്തകർ, ബിസിനസ്സ് പ്രമുഖർ, സെലിബ്രിറ്റീസ് തുടങ്ങിയവരിൽ ഇത്തരം ലിസ്റ്റുകൾ ഇല്ലാത്തവർ അ

പൂർവ്വമായിരിക്കും. അവരുടെ വിജയത്തിന്റെ പ്രധാന കാരണങ്ങളിലൊന്ന് ഇത്തരം To Do ലിസ്റ്റുകളാണ്. മൊബൈൽ ആപ്ലിക്കേഷൻ മുതൽ കുഞ്ഞു നോട്ടുപുസ്തകം വരെ ഇതിനായി ഉപയോഗിക്കാം. നമ്മൾ ദിവസവും ചെയ്യുന്ന കാര്യങ്ങളിൽ പ്രധാനമല്ലാത്തവയും തീരെ അനാവശ്യവുമായ, എത്ര കാര്യങ്ങൾ ഉണ്ടെന്ന് വെറുതെ ഒന്ന് നോട്ട് ചെയ്ത് വയ്ക്കാം. ദിവസവും നമ്മൾ പാഴാക്കിക്കളയുന്ന സമയം എത്രയെന്ന് അറിഞ്ഞാൽ ചിലപ്പോൾ ഞെട്ടിപ്പോയെന്ന് വരാം.

2 ഓരോന്നിന്റെയും വില അഥവാ സമയം മനസ്സിലാക്കി വിനിയോഗിക്കുക

കയ്യിൽ നൂറ് രൂപയേ ഉള്ളൂ എന്ന് നമുക്കറിയാം. പക്ഷേ അതുകൊണ്ട് ആവശ്യമുള്ള സാധനങ്ങൾ എല്ലാം കിട്ടുമെന്ന് ഉറപ്പാക്കണമെങ്കിൽ, ഓരോ സാധനത്തിന്റെയും വില നമുക്കറിയണം. എങ്കിൽ മാത്രമേ ഓരോന്നും എത്ര വാങ്ങണമെന്ന് തീരുമാനിക്കാനാവൂ. അല്ലാത്തപക്ഷം, പ്രാധാന്യമേറിയ അരിയും പച്ചക്കറിയും ആവശ്യത്തിലധികം വാങ്ങുകയും എണ്ണ, പഞ്ചസാര, മുളക്പൊടി എന്നിവയ്ക്ക് പണം തികയാതാവുകയും ചെയ്യും. അത്കൊണ്ട് ഓരോ സാധനത്തിന്റെ കൃത്യമായ/ഏകദേശ വില മുൻകൂട്ടി അറിയണമല്ലോ?.

സമയം വിനിയോഗിക്കേണ്ടതും ഇതുപോലെ തന്നെയാണ്. വ്യായാമത്തിന്, പ്രഭാതകൃത്യങ്ങൾക്ക്, വീട് വൃത്തിയാക്കുന്നതിന്, അലക്കുന്നതിന്, കുക്കിംഗിന്, പ്രാതലിന്, ഒരുങ്ങിയിറങ്ങാൻ, യാത്രക്ക് തുടങ്ങി, പത്രവായനക്കും, പുസ്തക വായനക്കും, സോഷ്യൽ മീഡിയക്കും പർച്ചേസിനും, ഫോൺ ചെയ്യാനും, ഇസ്തിരിയിടാനും, ഒക്കെ എത്ര സമയമാവാം എന്നും മുൻകൂട്ടി ധാരണ വേണം. എങ്കിൽ മാത്രമേ ഏതെങ്കിലും ഒരു കാര്യത്തിൽ സമയം കൂടുതലെടുത്താൽ അടുത്ത കാര്യങ്ങളിൽ ആ കുറവ് പരിഹരിക്കാനാവുകയുള്ളു.

അതുപോലെ ആവശ്യമുള്ളതിൽ കൂടുതൽ സമയം ഓരോ കാര്യങ്ങൾക്കുമെടുക്കുന്നുണ്ടോ എന്നും ശ്രദ്ധിക്കണം. 20 മിനുട്ടിൽ പ്രഭാതകൃത്യങ്ങൾ നടത്തുന്നവരും, ഇതിനായി ഒരു മണിക്കൂറിൽ കൂടുതൽ സമയം ചിലവഴിക്കുന്നവരുമുണ്ട്. ഇത്തരക്കാർ ബാത്ത്റൂമിലും ഒരു ക്ലോക്ക് സ്ഥാപിക്കുന്നത് ഉചിതമാവും. ഓരോ കാര്യത്തിനും ആവശ്യത്തിലധികം സമയം ചിലവാക്കുന്നത്, പാഴാക്കുന്നതിന് തുല്യമാണ്. വാസ്തവത്തിൽ ഇങ്ങനെ പാഴാവുന്ന സമയമാണ് പലരുടെയും സമയക്കുറവിന് കാരണമാവുന്നത്.

അതുപോലെ തന്നെ, നമ്മുടെ നിഷ്ക്രിയ സമയം അധിക ആവശ്യ

ങ്ങൾക്കായി ഉപയോഗപ്പെടുത്താം. മിക്കവാറും ദിവസങ്ങളിൽ നമുക്ക് ധാരാളം ഇടവേളകൾ, പ്രത്യേകിച്ച് ഒന്നും ചെയ്യാനാവാത്തവയായി വീണുകിട്ടാറുണ്ടല്ലോ. വായനാശീലമുള്ളവർക്ക് ശരാശരി നാലോ അഞ്ചോ മണിക്കൂർ എങ്കിലും വേണ്ടി വരാം ഒരു പുസ്തകം വായിച്ചു തീർക്കാൻ. പക്ഷേ ഇന്നത്തെ സാഹചര്യത്തിൽ അത്രയും സമയം ഒരുമിച്ചു കിട്ടുക എളുപ്പമല്ലല്ലോ. അങ്ങിനെയുള്ള അവസരത്തിൽ, ഇങ്ങിനെ ലഭിക്കുന്ന നിഷ്ക്രിയ സമയം, അതിനായി ഉപയോഗപ്പെടുത്താം.

ബസ്, ട്രെയിൻ, മെട്രോ അല്ലെങ്കിൽ അതു പോലെ നമ്മൾ വാഹനം ഓടിക്കാത്ത യാത്രകളിൽ, ആശുപത്രി മുതൽ സർക്കാർ ഓഫീസിൽ വരെയുള്ള കാത്തിരിപ്പു സമയങ്ങളിൽ ഒക്കെ നമുക്ക് പുസ്തകങ്ങൾ വായിക്കാം. എപ്പോഴും, കയ്യിൽ ഒന്നോ രണ്ടോ പുസ്തകങ്ങൾ കരുതുന്നത് ഏറെ പ്രയോജനപ്പെടും. അല്ലെങ്കിൽ ഓഡിയോ ബുക്കുകൾ പ്രഭാഷണങ്ങൾ എന്നിവ കേൾക്കാം. ഓഡിയോ ബുക്കുകളാവട്ടെ യാത്ര ചെയ്യുമ്പോഴും കേൾക്കാവുന്നതുമാണ്.

കുറച്ചു കൂടെ സമയം ഉണ്ടാക്കാൻ വഴിയുണ്ടോ? ഒരിക്കലും, സമയം സൃഷ്ടിക്കാൻ കഴിയില്ല എന്ന് നമുക്കറിയാം. പക്ഷേ ഫലപ്രദമായി സമയം വിനിയോഗിക്കുന്നവർ, സമയം ഉണ്ടാക്കുന്നുമുണ്ട്. അഥവാ കണ്ടെത്തുന്നുമുണ്ട് എന്നതാണ് വാസ്തവം. വിവിധ കാര്യങ്ങൾ ഒരുമിച്ച് ചെയ്ത് കൊണ്ടാണ്, അവർ മറ്റ് പ്രധാന ആവശ്യങ്ങൾക്കുള്ള സമയം കണ്ടെത്തുന്നത്.

കുക്കിംഗും, വാഷിംഗ് മെഷീനിൽ തുണി കഴുകുന്നതും, ഫോൺ ചെയ്യുന്നതും ഒരുമിച്ച് ചെയ്യുന്ന ധാരാളം കുടുംബിനികളുണ്ട്. പച്ചക്കറി മുറിക്കുന്നതും, കുട്ടിയെ പഠിപ്പിക്കുന്നതും ഒരേ സമയത്ത് ചെയ്യുന്നവരുണ്ടല്ലോ. അതുപോലെ കുക്കിംഗ് ചെയ്യുന്നതിൽ, ചിലരുടെ വേഗത അത്ഭുതപ്പെടുത്തുന്നതായി കാണാം. ശ്രദ്ധിച്ചാൽ മനസ്സിലാവും, അവർ ഒരേ സമയം പല കാര്യങ്ങൾ ചെയ്യുന്നവരാണെന്ന്. ഇത്തരത്തിൽ, ദൈനംദിന ജീവിതത്തിലെ പല കാര്യങ്ങളും നമുക്ക് ഒരുമിച്ച് ചെയ്ത് സമയം ലാഭിക്കാൻ സാധിക്കും.

അതുപോലെ തന്നെ, ചെയ്യേണ്ട കാര്യങ്ങൾക്ക് മുൻകൂട്ടി ലിസ്റ്റ് തയ്യാറാക്കിയാൽ, പുറത്ത് പോയി ചെയ്യേണ്ട പല കാര്യങ്ങളും ഒരുമിച്ച് ചെയ്ത് യാത്രാസമയം ലാഭിക്കാൻ സഹായിക്കും. ഈ കാര്യങ്ങളൊക്കെ ജോലിയിലും ബിസിനസ്സിലും ബാധകമാണെന്ന് പ്രത്യേകിച്ച് പറയേണ്ടതില്ലല്ലോ? അപ്പോൾ ഒന്ന് ശ്രമിച്ചാൽ തൊഴിൽ ബിസിനസ്സ് മേഖലയിലും മികവ് പുലർത്താൻ അധികമായി ലഭിക്കുന്ന സമയം ഉപകരി

ക്കും.

ഏറ്റവും പ്രധാനപ്പെട്ട കാര്യം ഇതൊക്കെ എളുപ്പത്തിൽ ചെയ്യാവുന്നതാണ് എന്നതാണ്. ഒന്നോ രണ്ടോ ആഴ്ച കൊണ്ടുതന്നെ, മികച്ച ഫലം കാണാമെന്ന് മാത്രമല്ല, ഇവ നമ്മുടെ നല്ല ശീലങ്ങളിൽ ഒന്നായി മാറുകയും ചെയ്യും.

ഓർക്കുക, നഷ്ടപ്പെട്ട സമയം തിരിച്ചു പിടിക്കുവാനോ, ആവശ്യത്തിനുള്ള സമയം സൃഷ്ടിക്കുവാനോ നമ്മുക്ക് സാധിക്കുകയില്ല. അതുകൊണ്ട്, അമൂല്യമായ നമ്മുടെ സമയം, നമുക്കും, നമ്മുടെ കുടുംബത്തിനും, ഒപ്പം സമൂഹത്തിനും പ്രയോജനമുണ്ടാവുന്ന തരത്തിൽ നല്ല കാര്യങ്ങൾക്കായി വിനിയോഗിക്കുക മാത്രമാണ്, ജീവിതത്തിൽ വിജയം നേടാനാഗ്രഹിക്കുന്നവർ ചെയ്യേണ്ടത്.

പ്രാക്ടിക്കലായി നടക്കുന്ന കാര്യമാണോ?

ജീവിതത്തിൽ പലപ്പോഴും നാം കേൾക്കാറുള്ളതാണ് ഈ ചോദ്യം. പ്രശ്നങ്ങൾ ഉണ്ടാകുമ്പോൾ ബുദ്ധിമുട്ടേറിയതെന്ന് തോന്നുന്ന പരിഹാരങ്ങൾ പറഞ്ഞാലുടൻ, മിക്കവരും ചോദിക്കുന്നത് ഇത് തന്നെയാവും. പരിഹാരം പലതുണ്ടാവാം. പക്ഷേ പ്രശ്നങ്ങൾക്ക് നമ്മൾ ഉദ്ദേശിക്കുന്ന പരിഹാരം തന്നെ വേണമെന്ന നിർബന്ധമാണ് ഇത്തരം ചോദ്യങ്ങളെ സൃഷ്ടിക്കുന്നത്.

കാര്യങ്ങൾ നടത്തണമെന്ന് നമ്മൾ ആഗ്രഹിച്ചാൽ, തീർച്ചയായും നടക്കും. വെറും ആഗ്രഹം മാത്രം പോര, മറിച്ച് തീവ്രമായ ആഗ്രഹവും പ്രയത്നവും വേണമെന്ന് മാത്രം. എങ്കിൽ പ്രശ്നങ്ങൾ നമുക്ക് മുന്നിൽ വഴി മാറുന്നത് കാണാൻ കഴിയും. പ്രതിബന്ധമായി നിൽക്കുന്ന മലയെ തുരന്നും, തടസ്സമായ നദികളെ വരുതിയിലാക്കിയും കരകാണാത്ത സമുദ്രത്തിന്റെ വിരിമാറിലൂടെ ജൈത്രയാത്ര നടത്തിയും, ആകാശത്തെ തന്നെ കാൽക്കീഴിലാക്കിയുമാണ് നമ്മൾ മനുഷ്യർ ഇവിടം വരെയെത്തിയത്..

നമ്മുടെ മുന്നിലുള്ള ഓരോ തടസ്സങ്ങളും നമ്മുക്ക് കഴിവ് തെളിയിക്കുവാനുള്ള ഓരോരോ അവസരങ്ങളായിരുന്നു എന്നതാണ് യാഥാർത്ഥ്യം. നിത്യജീവിതത്തിലെ മിക്ക കാര്യങ്ങളിലും നമ്മൾ ചെയ്യേണ്ടതും അതുതന്നെ. ആഗ്രഹിച്ചാൽ, നമ്മൾ അത് നടത്തുക തന്നെ ചെയ്യും.

ഫാൽ കിർക്ക് വീൽ

യു. കെ. യിലെമ്പാടുമായി 3500 കി. മീ. നീളത്തിൽ ജലസേചനത്തിനും ഒപ്പം ജലഗതാഗതത്തിനും ഉപയോഗിക്കാവുന്ന ധാരാളം കനാലുകളുണ്ട്. പക്ഷേ കനാലുകൾ പലതും ഭൂപ്രകൃതിയനുസരിച്ച് പല നിരപ്പിലാണ് സ്ഥിതി ചെയ്യുന്നത്. അതിലെ പ്രധാന കനാലായ യൂണിയൻ

കനാലും 4th ക്ലൈഡ് കനാലും തമ്മിൽ 79 അടിയുടെ ഉയര വ്യത്യാസ മുണ്ട്.

അപ്പോൾ ഒരു കനാലിലൂടെ വരുന്ന ബോട്ടിന് മറ്റൊരു കനാലിലേക്ക് കടക്കാൻ കഴിയില്ലല്ലോ? അപ്പോൾ എന്തു ചെയ്യാൻ പറ്റും? പെട്ടെന്ന് തോന്നുന്ന പരിഹാരം, ബോട്ടും ഒപ്പം അതിലുള്ള ആളുകളും/ചരക്കും തൂക്കിയെടുത്ത് 79 അടി മുകളിലുള്ള കനാലിലേക്ക് വയ്ക്കുക എന്ന താവുമല്ലോ?

ഈ ആശയത്തെ, പ്രാക്ടിക്കലി നടക്കാത്തത് എന്ന് പറഞ്ഞ് അവർ വിട്ടു കളഞ്ഞില്ല. മറിച്ച് എൻജിനീയർമാർ കറങ്ങുന്ന ഒരു ബോട്ട് ലിഫ് റ്റ് ഉണ്ടാക്കി, താഴെയുള്ള ബോട്ടുകളെ എടുത്ത് മുകളിലും മുകളിലൂടെ വരുന്നവയെ താഴത്തും എടുത്ത് വയ്ക്കാൻ തുടങ്ങി. ഫാൽകിർക്ക് വീൽ എന്നറിയപ്പെടുന്ന ഈ ബോട്ട് ലിഫ്റ്റ് ആണ് ആദ്യ ചിത്രം. 2002ലാണ് ഇത്തരം ബോട്ട് ലിഫ്റ്റ് നിർമ്മിച്ചത്. അത് വരെ വളരെ ശ്രമകരമായ ലോക്ക് ലിഫ്റ്റ് സംവിധാനമാണ് (പാനമ കനാലിലെ രീതി) ഉപയോഗി ച്ചിരുന്നത്. ഇപ്പോഴാകട്ടെ, വെറും നാല് മിനുട്ട് കൊണ്ട് ബോട്ട് മുകളി ലെത്തും.

വെർട്ടിക്കൽ ഷിപ്പ് ലിഫ്റ്റ്

കനാലിലെ ബോട്ടുകൾക്ക് മാത്രമല്ല, നദിയിലൂടെയുള്ള കപ്പൽ ഗ താഗതത്തിലും ചിലപ്പോൾ ഇത്തരം നിരപ്പ് വ്യത്യാസങ്ങൾ പ്രശ്നമാ

വാറുണ്ട്.

2015ൽ കമ്മീഷൻ ചെയ്ത, ലോകത്തിലെ ഏറ്റവും വലിയ ഹൈഡ്രോ ഇലക്ട്രിക് പവർ സ്റ്റേഷൻ നിർമ്മിച്ചിരിക്കുന്നത് ചൈനയിലെ യാങ്സേ നദിക്ക് കുറുകെ അണ കെട്ടിയാണ്. 594 അടി ഉയരത്തിൽ അണ കെട്ടിയപ്പോൾ, പുഴയുടെ അണക്കെട്ടിന് മുകളിലുള്ള ജലനിരപ്പും, താഴെ പുഴയിലെ ജലനിരപ്പും തമ്മിലുള്ള വ്യത്യാസം ശരാശരി 371 അടിയായി മാറി. അപ്പോൾ നദിയിലൂടെ വരുന്ന കപ്പലുകൾ എങ്ങിനെ മുകളിലേക്കു പോകും? അതും 38 നില കെട്ടിടത്തിന്റെ ഉയരത്തിലേക്ക്.

പ്രാക്ടിക്കലായി നടക്കുന്ന കാര്യം എന്താണ്? ലിഫ്റ്റ് ഉണ്ടാക്കുക തന്നെ. ചൈനീസ് എൻജിനീയർമാർ കുത്തനെ ഉയരുന്ന ലിഫ്റ്റ് നിർമ്മിച്ച് അതും നടപ്പിലാക്കി. (രണ്ടാമത്തെ ചിത്രം.) നമ്മൾ ഉപയോഗിക്കുന്ന ലിഫ്റ്റിന്റെ മാതൃകയിൽ 3000000 kg ഭാരമുള്ള കപ്പലുകളെ വരെ നിഷ്പ്രയാസം ഉയർത്തുകയും താഴ്ത്തുകയും ചെയ്യാൻ വേണ്ടതാവട്ടെ വെറും 30 മിനുട്ട് സമയം മാത്രം.

റാക്ക് റെയിൽ ഷിപ്പ് ലിഫ്റ്റ്

ഇത് പോലെ തന്നെ, റഷ്യക്ക് ബോട്ടുകളെയും കപ്പലുകളെയും 341 അടിയോളം ഉയർത്തേണ്ട ആവശ്യം വന്നപ്പോൾ അവർ ചെയ്തത്, കുന്നു കയറുന്ന ട്രെയിനുകൾ ഉപയോഗിക്കുന്ന തരത്തിലുള്ള പൽചക്രമുള്ള റെയിലുകളിലൂടെ കപ്പലും വെള്ളവുമടക്കം, ചരിവിലൂടെ വലിച്ച് കയറ്റുകയായിരുന്നു.

ഇതിനൊക്കെ പുറമേ പരമ്പരാഗത ലോക്ക് ലിഫ്റ്റുകളും പല സ്ഥ

ലങ്ങളിലും ഇന്നും ഉപയോഗിച്ച് വരുന്നുണ്ട്. അതായത്, മനസ്സു വച്ചാൽ മിക്ക കാര്യങ്ങളും പ്രാക്ടിക്കലായി നടത്താം. പക്ഷേ, ഒഴിവ് കഴിവുകൾ പറയാതെ, മനസ്സു വയ്ക്കണമെന്ന് മാത്രം. മനുഷ്യന്റെ ആത്മവിശ്വാസത്തിന് മുന്നിൽ കീഴടങ്ങാത്തവ ചുരുക്കമാണ്.

എപ്പോഴും
സന്തോഷമായിരിക്കാനുള്ള വഴി

ആരാണ് സന്തോഷം ആഗ്രഹിക്കാത്തത്? ആരും തന്നെയുണ്ടാവില്ല. നമ്മുടെ ജീവിത ലക്ഷ്യം തന്നെ, ഒരു തരത്തിൽ സന്തോഷത്തിന് വേണ്ടിയുള്ളതാണെന്ന് പറയാം. മത്സരത്തിലും പരീക്ഷയിലും ഒക്കെ ജയിക്കുന്നതും, കാറു വാങ്ങുന്നതും വീടുവയ്ക്കുന്നതും, നല്ല ജോലി നേടുന്നതും എന്തിനേറെ കല്യാണം കഴിക്കുന്നതു പോലും (ഹാപ്പി മാരീഡ് ലൈഫ്) നമ്മുടെ സന്തോഷത്തിന് വേണ്ടിയാണല്ലോ. ഒന്നാലോചിച്ച് നോക്കിയാൽ നമ്മൾ ചെയ്യുന്ന മിക്ക കാര്യങ്ങളും നമ്മുടെ സന്തോഷത്തിന് വേണ്ടിയാണെന്ന് കാണാം.

പക്ഷേ, എത്രയൊക്കെ പരിശ്രമിച്ചാലും, നമുക്ക് എല്ലായ്പോഴും സന്തോഷത്തോടെയിരിക്കാൻ കഴിയില്ല എന്നത് യാഥാർത്ഥ്യമാണ്. അതിന്റെ കാരണം, നമ്മൾ ചെയ്യുന്ന കാര്യങ്ങൾ കൊണ്ട് ലഭിക്കുന്ന സന്തോഷങ്ങൾ പലതും, പരീക്ഷയിലെ വിജയം മുതൽ കല്യാണം വരെയുള്ളവ, ഏതാനും നിമിഷം മുതൽ ദിവസങ്ങൾ വരെ മാത്രം നീണ്ടു നിൽക്കുന്നവയായിരിക്കും. എന്നാൽ, നമുക്ക് എന്നും സന്തോഷത്തോടെയിരിക്കാൻ കഴിഞ്ഞാൽ അതൊരു ഭാഗ്യമാണ്.

സന്തോഷം വ്യക്തി നിഷ്ഠമായതിനാൽ ഒരേ കാര്യം, എല്ലാവരെയും തന്നെ, സന്തോഷിപ്പിക്കുകയില്ല എന്നതാണ് വസ്തുത. അതു കൊണ്ട് തന്നെ സന്തോഷം കണ്ടെത്താനും നിലനിർത്താനും വ്യത്യസ്ത വഴികൾ തേടേണ്ടി വരുന്നു. എങ്കിലും ഏറെക്കുറെ ഏവർക്കും സന്തോഷത്തോടെയിരിക്കാനുള്ള വഴി എന്താണെന്ന് ആലോചിച്ച് നോക്കാം.

ചില ഫീൽ ഗുഡ് മൂവികൾ കണ്ട് കഴിഞ്ഞാൽ, അതിന്റെ നല്ല ഫീൽ ആ ദിവസം മുഴുവൻ ഉള്ളതായി നമ്മുക്ക് തോന്നാറുണ്ടല്ലോ? മോശപ്പെട്ട, സിനിമയോ, സംഭവമോ, വാർത്തയോ ഒക്കെ നമ്മെ ദിവസം മുഴുവൻ അസ്വസ്ഥമാക്കാറുമുണ്ടല്ലോ.

അതായത് നമ്മൾ ഇടപെടുന്ന സാഹചര്യം, നമ്മുടെ സന്തോഷത്തെ വളരെ സ്വാധീനിക്കുമെന്നർത്ഥം. അതുകൊണ്ട് സന്തോഷത്തോടെയിരിക്കാനുള്ള ഒരു പ്രധാനപ്പെട്ട മാർഗ്ഗം സന്തോഷമുള്ള ആളുകളോടൊപ്പം സഹവസിക്കുക എന്നതാണ്. സന്തോഷമുള്ളവരുടെ കൂടെ കുറച്ച് സമയം ചിലവഴിച്ചാൽ നമുക്കും സന്തോഷമുണ്ടാവുന്നതും, മനസ്സിന് ലാഘവമുണ്ടാവുന്നതും അനുഭവിച്ചറിയാം.

പക്ഷേ, സന്തോഷമുള്ളവരെ തിരഞ്ഞ് പിടിച്ച് അവരോടൊപ്പം ജീവിക്കുക എന്നത്പ്രായോഗികമല്ലല്ലോ? അപ്പോൾ നമുക്ക് ചുറ്റുമുള്ളവരെ സന്തോഷമുള്ളവരാക്കുക എന്നതാണ് ഏക പോംവഴി. നടക്കുന്ന കാര്യമാണോ എന്ന് ചിന്തിക്കാൻ വരട്ടെ.

രാവിലെ നമ്മൾ ഒരുങ്ങി പുറത്തിറങ്ങുന്ന സമയത്ത്, ഈ ഡ്രസ്സ് നന്നായി ചേരുന്നുണ്ടല്ലോ? സുന്ദരി/സുന്ദരനായിരിക്കുന്നു കാണാൻ എന്ന് സുഹൃത്തോ സഹപ്രവർത്തകരോ പറഞ്ഞാൽ തീർച്ചയായും നമുക്ക് സന്തോഷമാവും. സ്മാർട്ടാണ്, നല്ല ലോകവിവരമുണ്ട്, സാങ്കേതിക വിഷയങ്ങളിൽ അഗ്രഗണ്യയാ/നാണ്, നല്ല ആശയ വിനിമയ ശേഷിയുണ്ട്, നല്ല ഭാഷയാണ് തുടങ്ങി ഏത് തരത്തിൽ നമ്മെ അഭിനന്ദിച്ചാലും പ്രശംസിച്ചാലും നമുക്ക് സന്തോഷമാവും.

അത് പോലെ തന്നെയാണ് ഇത്തരം അഭിനന്ദനവും പ്രശംസയും കിട്ടുമ്പോൾ മറ്റുള്ളവർക്കും സന്തോഷമുണ്ടാവുന്നത്. നല്ല സന്തോഷമുള്ള സമയത്ത്, സാധാരണ പ്രശ്നങ്ങൾ ഒന്നും, വളരെ വലുതായി നമുക്ക് തോന്നുകയില്ല എന്നു മാത്രമല്ല, ചെറിയ തെറ്റുകൾ ഒക്കെ നമ്മൾ ക്ഷമിക്കുകയും ചെയ്യും. കൂടാതെ, സന്തോഷമുള്ള സമയത്ത് നാം, നമ്മുടെ കൂടെയുള്ളവരോട് താരതമ്യേന, സ്നേഹത്തോടെ പെരുമാറുകയും ചെയ്യാറുണ്ട്.

യാതൊരു ചിലവുമില്ലാതെ മറ്റുള്ളവരെ സന്തോഷിപ്പിക്കാനുള്ള വഴിയാണ്, ആത്മാർത്ഥമായി അഭിനന്ദിക്കുക, പ്രശംസിക്കുക എന്നത്. അഭിനന്ദനമോ പ്രശംസയോ ഇഷ്ടമില്ലാത്ത ആരും തന്നെയുണ്ടാവില്ല.

നമ്മുടെ കുടുംബാംഗങ്ങൾ, സുഹൃത്തുക്കൾ, സഹപാഠികൾ, സഹപ്രവർത്തകർ, അയൽവാസികൾ ഒക്കെ, നമ്മുടെ അഭിനന്ദനങ്ങൾ ഏറ്റ് വാങ്ങി, സന്തോഷമായിരുന്നാൽ തന്നെ ആ സന്തോഷം നമ്മളിലേക്ക് പകരുമല്ലോ? നമ്മളെ എപ്പോഴും അഭിനന്ദിക്കുന്ന, നല്ലത് പറയുന്ന, പ്രശംസിക്കുന്ന ഒരാളെ കാണുമ്പോൾ തന്നെ നമുക്ക് ഒരു സന്തോഷം ഉണ്ടാവുമല്ലോ?. അങ്ങിനെയുള്ളവരോട്, എപ്പോഴും നല്ല ബന്ധം സൂക്ഷിക്കാനും, നല്ലത് പറയാനും, സർവ്വോപരി പിണക്കാതിരിക്കാനും, തീർച്ച

യായും നാം ശ്രദ്ധിക്കാറുണ്ടല്ലോ? നമ്മുടെ സന്തോഷത്തിന് കാരണഭൂതമായ, ഒന്നിനെയും എതിർക്കാൻ നമ്മുടെ മനസ്സ്, നമ്മെ അനുവദിക്കുകയില്ല.

അതുപോലെ, നമ്മൾ കൂടെയുള്ളവരെ അഭിനന്ദിക്കുകയും പ്രശംസിക്കുകയും അവരെപ്പറ്റി നല്ലത് പറയുകയും ചെയ്താൽ, പതിയെ അവർ നമ്മളോടും, അങ്ങിനെ തന്നെ വളരെ നല്ല രീതിയിൽ പെരുമാറുന്നത് കാണാം. അഭിനന്ദനം കിട്ടിയ മിക്കവരും, നമ്മെ തിരിച്ചും അഭിനന്ദിക്കുന്നതും സാധാരണമാണ്. അപ്പോൾ നമുക്കും സന്തോഷം! കൂടെയുള്ളവർക്കും സന്തോഷം.

ഒരാളെ അഭിനന്ദിക്കാൻ, ഒന്നു ശ്രദ്ധിച്ചാൽ ദിവസവും കുറഞ്ഞത് 5 കാരണങ്ങളെങ്കിലും നമുക്ക് കണ്ടെത്താനാവും. ശ്രദ്ധിക്കേണ്ടതായ കാര്യം, ഒരിക്കലും പുകഴ്ത്തൽ അഥവാ പൊള്ളയായ പ്രശംസ പാടില്ല എന്നതാണ്. വെറുതെ, സൂപ്പർ, കിടു, സംഭവം, എന്നൊക്കെ വിശേഷിപ്പിക്കുന്നത് ഗുണം ചെയ്യില്ല എന്നു സാരം.

ചുറ്റുമുള്ളവരെ അഭിനന്ദിക്കൂ... പ്രശംസിക്കൂ... നമ്മുടെ ചുറ്റുമുള്ള ലോകം മാറുന്നത് നമുക്ക് കാണാം. ബന്ധങ്ങൾ ഊഷ്മളമാവുന്നതും ആളുകൾ നമ്മളിലേക്ക് ആകർഷിക്കപ്പെടുന്നതും നമ്മുക്ക് അനുഭവിച്ചറിയാം. മറ്റുള്ളവർക്ക് സന്തോഷം നൽകുക വഴി നമ്മുടെ ജീവിതത്തിൽ സന്തോഷം കൊണ്ടുവരികയും പ്രകാശം പരത്തുകയുമാണ്, യഥാർത്ഥത്തിൽ നാം ചെയ്യുന്നത്.

കുടുംബത്തിൽ, ഭാര്യയെ/ഭർത്താവിനെ, കുട്ടികളെ മാതാപിതാക്കളെ ഒക്കെ സ്ഥിരമായി അഭിനന്ദിച്ചു നോക്കൂ... കുടുംബത്തിലെ യഥാർത്ഥ സന്തോഷം എന്താണെന്ന് നാം മനസ്സിലാക്കും. കുട്ടികളെ ശിക്ഷിക്കുന്നതിന് പകരം അഭിനന്ദിക്കുന്ന രീതിയാണ് അവർ മെച്ചപ്പെടുന്നതിന് സഹായകമായി കണ്ടുവരുന്നത്. മുതിർന്നവരുടെ കാര്യവും വ്യത്യസ്തമല്ല.

മനഃശാസ്ത്രജ്ഞർ പറയുന്നത്, അഭിനന്ദനത്തിനും, അംഗീകാരത്തിനും, പ്രശംസയ്ക്കുമായി കേഴുന്ന, യാചിക്കുന്ന മനസ്സാണ് നമുക്കോരോരുത്തർക്കമുള്ളത്. എന്നാണ്. അത് കൊണ്ട്, ഐശ്വര്യാ റായിയും താങ്കൾ സുന്ദരിയാണ്, ബുദ്ധിമതിയാണ് എന്നൊക്കെ കേൾക്കാൻ ദിവസവും കൊതിക്കുന്നുണ്ടാവും. അപ്പോൾ സാധാരണക്കാരായ നമ്മുടെ കാര്യം പറയേണ്ടതില്ലല്ലോ?

സാധാരണ മലയാളിക്ക്, ആരെയും അഭിനന്ദിച്ച് ശീലമില്ലാത്തത് കൊണ്ട് തുടക്കത്തിൽ പ്രശംസിക്കാനുള്ള കാരണങ്ങൾ കണ്ടുപിടിക്കാൻ

ബുദ്ധിമുട്ടിയാലും ഏതാണ്ട് ഒരു മാസത്തിനകം, അഭിനന്ദിക്കാനുള്ള നല്ല കാര്യങ്ങൾ പെട്ടെന്ന് തന്നെ നമ്മുടെശ്രദ്ധയിൽ വരും.

ഇങ്ങിനെയൊരു ശീലം വളർത്തിയെടുക്കുന്നത്, പൂവുകൾ ശലഭങ്ങളെ ആകർഷിക്കുന്നത് പോലെ, മറ്റുള്ളവരെ നമ്മളിലേക്ക് ആകർഷിക്കുന്നതിന് കാരണമാവും. സൽപ്പേര്, വളരെയധികം സൗഹൃദങ്ങൾ, ഊഷ്മളമായ ബന്ധങ്ങൾ, കൂടാതെ സന്തോഷവും.

ബന്ധപ്പെട്ട അനുഭവകഥകൾ, മൂന്നോ നാലോ പുസ്തകമാക്കാനുള്ളത്രയുമുണ്ട്. മറ്റുള്ളവരെ അഭിനന്ദിക്കുന്നത് ശീലമാക്കാം..

സന്തോഷത്തോടെ ജീവിക്കാം.

എവറസ്റ്റ് കൊടുമുടിയും അറിവിന്റെ അതിരുകളും

പലപ്പോഴും അറിഞ്ഞോ അറിയാതെയോ നമ്മുടെ അറിവിന്റെ അതിരുകൾ നമ്മൾ തന്നെ ചുരുക്കാറുണ്ട്. ഉദാഹരണമായി എവറസ്റ്റ് കൊടുമുടിയുടെ കാര്യമെടുക്കാം. എവറസ്റ്റ് കൊടുമുടിയെക്കുറിച്ച് നമുക്ക് പല കാര്യങ്ങളുമറിയാം. എന്നാൽ, ആരാണീ എവറസ്റ്റ്? എവറസ്റ്റ് കൊടുമുടി കണ്ടു പിടിച്ച ആളാണോ?

ഉ: അല്ല.

കൊടുമുടി ആദ്യമായി കീഴടക്കിയ ആളാണോ?..

ഉ: അല്ല.

അത് ശരിയാണല്ലോ... ആദ്യമായി മുകളിലെത്തിയത് എഡ്മണ്ട് ഹിലാരിയും ടെൻസിംഗ് നോർഗേയുമല്ലേ...

അപ്പോൾ ആദ്യമായി കൊടുമുടിയിൽ കയറാൻ ശ്രമിച്ച ആളായിരിക്കും, അല്ലേ? കാൽ വഴുതി താഴെ വീണ് സ്വർഗ്ഗം പൂകിയതിന്റെ സ്മരണക്കായി ഇട്ടതായിരിക്കും ഈ പേര്...

ഉ: അല്ലല്ലോ...

പിടി കിട്ടി. കൊടുമുടിയുടെ ഉയരം കണക്കാക്കിയ ആളോണോ എവറസ്റ്റ്?

ഉ: അല്ലേയല്ല....

എങ്കിൽ ഈ എവറസ്റ്റ്, ഹിമാലയത്തിൽ വല്ല ചായക്കടയും നടത്തിയ ആളായിരിക്കും.

സുല്ല്.

ഇതുവരെ ഇങ്ങിനെയൊരു കാര്യം ആലോചിച്ചിട്ടു പോലുമില്ല. എവറസ്റ്റിന്റെ ഉയരം അറിയാം. ആദ്യം കീഴടക്കിയവരെ അറിയാം. ആദ്യം കീഴടക്കിയ ഇന്ത്യൻ വനിത ബചേന്ദ്രിപാൽ ആണെന്നറിയാം. ട്രെയിനപകടത്തിൽ ഒരു കാൽ മുറിച്ചുമാറ്റിയിട്ടും ഒറ്റക്കാലുമായി എവറസ്റ്റ് കീഴടക്കിയ ഇന്ത്യൻ വനിത അരുണിമ സിൻഹ ആത്മവിശ്വാസത്തിന്റെയും പെൺകരുത്തിന്റെയും പ്രതീകമായതും അറിയാം.

പക്ഷേ, ചെറുപ്പം മുതൽ ഒരുപാട് പ്രാവശ്യം വായിച്ചിട്ടുള്ള, അറിഞ്ഞിട്ടുള്ള എവറസ്റ്റിന് എങ്ങിനെ ആ പേര് വന്നു? എവറസ്റ്റും എവറസ്റ്റ് കൊടുമുടിയുമായുള്ള ബന്ധമെന്താണ്?

എവറസ്റ്റ് കൊടുമുടിയും ആ പേര് വരാൻ കാരണമായ ജോർജ്ജ് എവറസ്റ്റ് എന്ന വ്യക്തിയും തമ്മിൽ നേരിട്ട് ഒരു ബന്ധവുമില്ല എന്നതാണ് വാസ്തവം. ഇങ്ങിനെ ബന്ധമില്ലാത്ത ഒരാളുടെ പേര് ലോകത്തിലെ ഏറ്റവും ഉയരം കൂടിയ കൊടുമുടിക്ക് വന്നതിനു പിന്നിൽ രസകരമായ ഒരു കാരണമുണ്ട്.

ഇന്ത്യയുടെ പല ഭാഗങ്ങളും ഈസ്റ്റിൻഡ്യാ കമ്പനിയുടെ അധീനതയിലായിരുന്ന കാലത്ത്, 1802-ൽ ഇന്ത്യാ ഉപഭൂഖണ്ഡം മുഴുവൻ അഞ്ചു കൊല്ലം കൊണ്ട് അളന്ന് തിട്ടപ്പെടുത്തണം എന്നും നിർദ്ദേശിച്ച് ബ്രിട്ടീഷ് പട്ടാളത്തിലെ മേജറും സർവ്വേയറുമായിരുന്ന വില്യം ലാംബട്ടനെ കമ്പനി ഉത്തരവാദിത്തം ഏൽപ്പിച്ചു. പക്ഷെ ചരിത്രത്തിൽ ഗ്രേറ്റ് ട്രിഗണോമെട്രിക്കൽ സർവ്വേ ഓഫ് ഇൻഡ്യ എന്നു രേഖപ്പെടുത്തിയ അതിബൃഹത്തായ ഈ ഉദ്യമം തീരാൻ നീണ്ട 69 വർഷങ്ങൾ വേണ്ടിവന്നു.

മദിരാശിയിൽ നിന്നും അളക്കാൻ തുടങ്ങിയ ലാംബട്ടൻ 21 കൊല്ലം കൊണ്ട് മഹാരാഷ്ട്ര വരെ അളന്ന് 70 വയസ്സിൽ അവിടെ വച്ച് ഇഹലോകവാസം വെടിഞ്ഞതിനെത്തുടർന്ന് സർവ്വേയുടെ ചുമതല ഏറ്റെടുത്തത് അസിസ്റ്റൻറായിരുന്ന ജോർജ്ജ് എവറസ്റ്റ് ആണ്. പിന്നീട് സർ പദവിയും സർവ്വേയർ ജനറൽ ഓഫ് ഇൻഡ്യ എന്ന പദവിയും ഇദ്ദേഹത്തിന് ബ്രിട്ടീഷ് ഗവൺമെൻറ് നൽകുകയുണ്ടായി.

മഹാരാഷ്ട്ര മുതലുള്ള ഭൂപ്രദേശത്തിൽ കിഴക്ക് ബംഗ്ലാദേശ് മുതൽ പടിഞ്ഞാറ് പാക്കിസ്ഥാൻ വരെ അളന്ന ജോർജ്ജ് എവറസ്റ്റ്, 20 കൊല്ലം കഴിഞ്ഞ് ഇന്നത്തെ ഉത്തരാഖണ്ഡിലുള്ള മസൂറിയിൽ എത്തിയപ്പോൾ വളണ്ടറി റിട്ടയർമെന്റ് എടുത്തു അവിടെത്തന്നെ താമസവുമാക്കി.

പക്ഷെ റിട്ടയർ ചെയ്യുന്നതിന് മുൻപ്, 33 വയസ്സുള്ള താരതമ്യേന ജൂനിയറും എന്നാൽ മിടുക്കനുമായിരുന്ന ആൻഡ്രൂ സ്കോട്ട് വോഗിനെ സർവ്വേയർ ജനറലായി നിയമിക്കുകയും ചെയ്തു. ഈ കടപ്പാട് വോഗിന് എന്നും എവറസ്റ്റിനോടുണ്ടായിരുന്നു.

സമതലങ്ങൾ കഴിഞ്ഞതോടെ ഹിമാലയവും കൊടുമുടികളും അളക്കുക എന്നതായി വോഗിന്റെ ബാക്കിയുള്ള സർവ്വേ ജോലികൾ. ജോർജ്ജ് എവറസ്റ്റ് തന്നെ 'കമ്പ്യൂട്ടർ' എന്ന തസ്തികയിൽ നിയമിച്ച മിടുക്കനായ രാധാനാഥ് സിക്ക്ദർ എന്ന ഗണിത ശാസ്ത്ര അധ്യാപകനായിരുന്നു 1831 മുതൽ സർവ്വേയുടെ കണക്കുകൾ വിശകലനം ചെയ്യുകയും തിട്ടപ്പെടുത്തുകയും ചെയ്തിരുന്നത്.

രാധാനാഥിന്റെ സഹായത്തോടെ വോഗ് ഹിമാലയത്തിലെ പല കൊടുമുടികളും Peek XV എന്നു വിളിക്കപ്പെട്ടിരുന്ന (ഇന്നത്തെ എവറസ്റ്റ്) കൊടുമുടിയും അളക്കാൻ ശ്രമം തുടങ്ങി. ഇതിനായി നേപ്പാൾ സർക്കാരിന്റെ അനുമതിക്കായി പലതവണ ശ്രമിച്ചെങ്കിലും ഈസ്റ്റിൻഡ്യാ കമ്പനിയുടെ സ്വഭാവം ശരിക്കറിയാമായിരുന്ന നേപ്പാൾ രാജാവ് അനുവാദം കൊടുത്തില്ല. ചൈനയുടെ അനുവാദമില്ലാതെ ടിബറ്റൻ പ്രദേശത്തും എത്താൻ കഴിഞ്ഞില്ല.

ഏറെ ദുഷ്ക്കരമായിരുന്നെങ്കിലും വർഷങ്ങളുടെ പ്രയത്നഫലമായി ഇന്ത്യൻ ഭാഗത്ത് നിന്നു കൊണ്ട് തന്നെ, കൊടുമുടിയുടെ ഉയരം അളക്കുന്നതിൽ വോഗും കൂട്ടരും വിജയിച്ചു. അന്നത്തെ കണക്ക് പ്രകാരം 29,000 അടി കൃത്യമായി കിട്ടിയപ്പോൾ വിശ്വാസ്യതക്ക് വേണ്ടി രണ്ട് അടി കൂടെ കൂട്ടി 29,002 അടി എന്നാണ് പ്രഖ്യാപിച്ചത്. ഇതിനു ശേഷമാണ് സർവ്വേ ടീം കൊടുമുടിക്ക് പേര് നിർദ്ദേശിക്കേണ്ടത്.

സാധാരണ ഗതിയിൽ പ്രദേശത്ത് പ്രചാരത്തിലിരിക്കുന്ന പേരുകൾ തന്നെയാണ് നിർദ്ദേശിക്കുക. ഇന്ത്യക്കാർ ഗൗരീ ശങ്കർ എന്നും ടിബറ്റിൽ ദോമോലാംഗ്മ എന്നും അറിയപ്പെട്ടിരുന്ന കൊടുമുടി, നേപ്പാളി ഭാഷയിലെ സാഗർ മാത എന്ന പേരിലാണ് പ്രസിദ്ധമായിരുന്നത്.

പക്ഷെ നേപ്പാളിന്റെ നിസ്സഹകരണത്തിൽ മനം മടുത്തിരുന്ന വോഗ് ഇംഗ്ലീഷ് പേര് തന്നെ വേണം എന്നു ശഠിക്കുകയും, തന്റെ ബോസായിരുന്ന ജോർജ്ജ് എവറസ്റ്റിന്റെ പേര് നിർദ്ദേശിക്കുകയും ചെയ്തു. പക്ഷെ അഭിമാനിയും തറവാടിയുമായിരുന്ന എവറസ്റ്റ്, തന്റെ സംഭാവനകൾ ഒന്നുമില്ലാത്ത കാര്യത്തിൽ സ്വന്തം പേരു വരുന്നതിൽ എതിർപ്പ് പ്രകടിപ്പിച്ച് റോയൽ ജിയോഗ്രഫിക്കൽ സൊസൈറ്റിക്ക് എഴുതുകയും ചെയ്തിരുന്നു.

പക്ഷെ, പേരുകളുടെ കാര്യത്തിൽ വിവിധ കോണുകളിൽ നിന്നും സമ്മർദ്ദം ഉണ്ടായ സാഹചര്യത്തിൽ, സൊസൈറ്റി തിടുക്കത്തിൽ എവറസ്റ്റിന്റെ പേര് 1865 ൽ അംഗീകരിക്കുകയായിരുന്നു. 1857 ലെ സ്വാതന്ത്ര്യ സമരത്തെ തുടർന്ന് ഈസ്റ്റിൻഡ്യാ കമ്പനിയിൽ നിന്നും ബ്രിട്ടീഷ് ഗവൺമെന്റ് ഭരണം ഏറ്റെടുത്ത് അധികകാലം കഴിഞ്ഞിട്ടില്ലായിരുന്നു ആ കാലത്ത്. ഇങ്ങിനെയാണ് എവറസ്റ്റിന് എവറസ്റ്റ് എന്ന പേര് കിട്ടിയത്.

ഇതുപോലെ നിരവധി കാര്യങ്ങൾ നമ്മുക്ക് ഭാഗികമായി മാത്രം അറിയുന്നവയായി ഉണ്ടാവാം. ഇന്നത്തെക്കാലത്ത് അറിവിന്റെ അതിരുകൾ വിപുലപ്പെടുത്തുന്നത് സാങ്കേതിക വിദ്യയുടെ വളർച്ചയോടെ വളരെ എളുപ്പമാണ്.

നമ്മുടെ അറിവിന്റെ അതിരുകൾ വികസിക്കട്ടെ.

ആമാശയം ബലൂൺ പോലെയാണ്

ശ്വാസകോശം സ്പോഞ്ച് പോലെയാണെന്ന് ഇന്ന്, പരസ്യം കണ്ടിട്ടുള്ള ഏതൊരു കൊച്ചു കുട്ടിക്കും അറിയാം. അത്തരത്തിൽ 'ആമാശയം ബലൂൺ പോലെയാണ്. അത് ഭക്ഷണം കൂടുതൽ കഴിച്ച് വീർപ്പിക്കുന്നവർ വലിയ വില കൊടുക്കേണ്ടി വരും'എന്നൊരു പരസ്യം കൂടി വന്നിരുന്നെങ്കിൽ തടിയും കുടവയറും മൂലം കഷ്ടപ്പെടുന്നവർക്ക് തീർച്ചയായും സഹായകരമാവും. കുടവയർ ഉള്ള മിക്കവരുടെയും ആഗ്രഹം നല്ലൊരു സിക്സ്പാക്ക് ഉണ്ടാവാനാണ്. പക്ഷേ, സിക്സ്പാക്ക് എന്നത്, കാമുകിയെപ്പോലെയാണ്. കഷ്ടപ്പെട്ട് കൃത്യമായി പരിപാലിച്ചില്ലെങ്കിൽ അതിന്റെ പാട്ടിന് പോകും.

കുടവയറാകട്ടെ, ഭാര്യയെപ്പോലെയാണ്. ഒരിക്കൽ വന്നാൽ, എന്നും കൂടെ തന്നെയുണ്ടാകും. (ജിമ്മിലെ തമാശകൾ) ജിമ്മിൽ പോവാതെ, സ്ലിമ്മിംഗ് ഉപകരണങ്ങൾ ഉപയോഗിക്കാതെ, പട്ടിണി കിടക്കാതെ, കുടവയറും തടിയും കുറയ്ക്കാൻ സാധിക്കുമോ? എന്നതാണ് ചോദ്യമെങ്കിൽ, തീർച്ചയായും സാധിക്കും എന്നതാണുത്തരം.

നമുക്ക് രണ്ട് തരത്തിൽ തടി കുറയ്ക്കാൻ സാധിക്കും. ഒന്ന്, വളരെ ബുദ്ധിമുട്ടുള്ള രീതി, മറ്റുള്ളവർ നമ്മുക്ക് വേണ്ടി ചെയ്തു തരുന്നത്. മറ്റൊന്ന് തികച്ചും ലളിതമായ കാര്യം, നമ്മൾ തനിയെ ചെയ്താൽ മതിയാവുന്നത്.

ആദ്യം മറ്റുള്ളവർ നമ്മുടെ തടിയും കുടവയറും കുറയ്ക്കാൻ എങ്ങിനെ സഹായം ചെയ്യുമെന്ന് നോക്കാം.

ഡോക്ടർമാരുടെ സഹായം

1. ലിപ്പോ അഥവാ ലിപ്പോ സക്ഷൻ സർജറി. നമ്മുടെ വയറിലെയും മറ്റും അടിഞ്ഞു കൂടിയ കൊഴുപ്പ്, ശസ്ത്രക്രിയയിലൂടെ നീക്കം ചെയ്യാം. പക്ഷേ, ജീവന് വരെ അപകടമുണ്ടാവാം.
2. ഗാസ്ട്രിക്ക് &ബേരിയാട്രിക്ക് സർജറി.

A. ഗാസ്ട്രിക്ക് ബൈപാസ് സർജറി.

ഒരാൾ ആവശ്യത്തിലധികം ഭക്ഷണം കഴിക്കുന്നതാണല്ലോ അമിത വണ്ണത്തിന് കാരണം. കൂടുതൽ കൂടുതൽ ഭക്ഷണം കഴിച്ച് ആമാശയം വല്ലാതെ വലുതായിപ്പോയത് കൊണ്ട്, കൂടുതൽ ഭക്ഷണം കഴിച്ചാലേ വിശപ്പു മാറുകയുള്ളു. ഇത് പരിഹരിക്കാനുള്ള എളുപ്പവഴി ആമാശയത്തെ അങ്ങ് ഒഴിവാക്കുക എന്നതാണ്. ഒരു ബൈപ്പാസ് സർജറി നടത്തി ഭക്ഷണം നേരെ കുടലിലെത്തിക്കാം. അതല്ലേ ഹീറോയിസം?

B. സ്ലീവ് ഗാസ്ട്രെക്ടമി.

ആമാശയത്തിന്റെ കപ്പാസിറ്റി മുക്കാൽ ഭാഗവും മടക്കിച്ചുരുക്കുക എന്നതാണ് ഈ പരിപാടിയുടെ കാതൽ. ആമാശയം പിന്നെ പേരിന് മാത്രമേ കാണുകയുള്ളു. ഇനി അഥവാ കണ്ടാലും കുടലല്ലേ എന്ന് തോന്നിപ്പോവും. എന്തായാലും നമ്മുടെ വിശപ്പ് കുറയും. ഭക്ഷണം കുറച്ചേ കഴിക്കുകയുള്ളു എന്നതിനാൽ തടിയും കുറയും.

C. ഗാസ്ട്രിക്ക് ബാൻഡിംഗ്.

അമിത ഭക്ഷണം കുറയ്ക്കാൻ താരതമ്യേന റിസ്ക്ക് കുറഞ്ഞതായ മറ്റൊരു വഴിയുള്ളത് ആമാശയത്തിന്റെ മുകൾ ഭാഗത്ത് ഒരു ബാൻഡ് കൊണ്ട് മുറുക്കി കെട്ടുന്നതാണ്. അപ്പോൾ കെട്ടിന് മുകളിലെ ചെറിയ ഭാഗത്ത് ഭക്ഷണം നിറയുമ്പോഴേക്കും വയർ നിറഞ്ഞതായി തോന്നും. അങ്ങിനെ കഴിക്കുന്ന ഭക്ഷണത്തിന്റെ അളവ് കുറയ്ക്കാം.

D. ഗാസ്ട്രിക്ക് ബലൂൺ

ആമാശയത്തിനകത്ത് ഒരു ബലൂൺ വീർപ്പിച്ച് വയ്ക്കുക. പിന്നെ ബാക്കി സ്ഥലത്ത് മാത്രമല്ലേ, നമ്മുക്ക് ഭക്ഷണം നിറയ്ക്കാൻ പറ്റുകയുള്ളു. ഇങ്ങിനെയും അതിഭക്ഷണം കുറയ്ക്കാം.

ഇനിയും ഇങ്ങിനെയുള്ള വഴികൾ ധാരാളമുണ്ട്. വലിയ പണച്ചിലവും, അതിലും വലിയ റിസ്ക്കും അപകടവും ഉള്ള വഴികൾ. എന്നാൽ ഇതിന്റെയൊന്നും ആവശ്യമില്ല. ഒന്ന് മനസ്സു വച്ചാൽ ശരിയാവുന്ന കാര്യമേ ഉള്ളൂ തടി കുറയ്ക്കുക എന്നത്.

എങ്ങിനെ തടി കുറയ്ക്കാം എന്ന് ഗൂഗിളിനോട് ചോദിച്ചാൽ അഞ്ചര ക്കോടിയിലധികം ഉത്തരങ്ങൾ തരും. എന്നിട്ടും തടിയും കുടവയറും ഉള്ളതിന്റെ പേരിൽ ആത്മവിശ്വാസം നഷ്ടപ്പെട്ടവരും, സമ്മർദ്ദം അനുഭവിക്കുന്നവരുമാണ് നമുക്ക്ച്ചുറ്റും.

ജിമ്മിൽ പണമടച്ച് പിന്നീട് ആ വഴിക്ക് പോകാത്തവരും, യോഗയും നടത്തവുമൊക്കെ നിർത്തിയവരും, കുറച്ച് ദിവസം ഡയറ്റ് നോക്കിയവരും ഒക്കെയാണവർ. നമ്മൾ തന്നെയോ, കുടുംബാംഗങ്ങളോ സുഹൃ

ത്തുക്കളോ, ഒക്കെ ആവും ഇത്തരത്തിൽ മനോവിഷമമുള്ളവർ.

തടി കുറയ്ക്കാൻ തികച്ചും ലളിതമായൊരു വഴിയുണ്ട്. നമുക്ക് ആവശ്യമുള്ളതിലും അധികം ആഹാരം കഴിക്കുമ്പോൾ ബാക്കിയാവുന്ന ഊർജ്ജം, ഭാവിയിലെ ആവശ്യത്തിനായി കൊഴുപ്പിന്റെ രൂപത്തിൽ, നമ്മുടെ ശരീരം തന്നെ ശേഖരിച്ച് വയ്ക്കുന്നതാണല്ലോ തടിക്കും കുടവയറിനും കാരണമാവുന്നത്. അപ്പോൾ നേരത്തെ സർജറിയിലും മറ്റും ചെയ്തപോലെ നമുക്കാവശ്യമുള്ള ഭക്ഷണം മാത്രം കഴിക്കാൻ പ്രാപ്തരാവുക എന്നതാണ് മികച്ച പോംവഴി. പക്ഷേ ഭക്ഷണം കുറയ്ക്കുക എന്നത്, പലർക്കും ചിന്തിക്കാൻ പോലുമാവാത്ത കാര്യമാണ്.

ഉദാഹരണമായി നിങ്ങൾ വെറും 4 ഇഡ്ഡലി (എളുപ്പത്തിന് ഇഡ്ഡലി എന്നു പറഞ്ഞതാണ്. ഏത് ഭക്ഷണവും ആവാം) മാത്രമാണ് കഴിക്കുന്നതെന്ന് കരുതുക. എന്നിട്ടും തടി കൂടുന്നുവെങ്കിൽ അത്ര പോലും ഭക്ഷണം നിങ്ങൾക്ക് വേണ്ട എന്നാണർത്ഥം. ശരാശരി 7 ഇഡ്ഡലിയോ തത്തുല്യമായ മറ്റ് ആഹാരമോ കഴിക്കുന്ന ഒരാളോട് നാളെ മുതൽ 3 ഇഡ്ഡലി കഴിച്ചാൽ മതി എന്നു പറഞ്ഞാൽ, ഏതാനും ദിവസത്തേക്ക് ശ്രമിച്ചു എന്നു വരാം. പക്ഷേ, അധികം വൈകാതെ ഡയറ്റ് മതിയാക്കി വീണ്ടും പഴയ അളവിലേക്ക് മിക്കവാറും പേർ തിരിച്ചു പോകാറാണ് പതിവ്. എന്നാലോ വ്യായാമം ചെയ്താൽ വിശപ്പ് കൂടുകയും ചെയ്യും. വ്യായാമം നിർത്തിയാൽ തടി പെട്ടെന്ന് കൂടുന്നത് പലർക്കും അനുഭവമുള്ളതാണല്ലോ?.

മാത്രവുമല്ല ശരീരത്തിന് കിട്ടിക്കൊണ്ടിരുന്ന ഭക്ഷണം, പെട്ടന്ന് കുറയുമ്പോൾ കാൽ വണ്ണയിലും മറ്റും പേശിയിൽ വലിച്ചിൽ ഉണ്ടാവുന്നത് മൂലം, പലർക്കും ശരിക്ക് ഉറങ്ങാനും കഴിയില്ല.

നമ്മുടെ രീതിയിൽ, 7 ഇഡ്ഡലി കഴിക്കുന്ന ഒരാൾ 3 ഇഡ്ഡലി മാത്രമായി തന്റെ ഭക്ഷണം ചുരുക്കണമെങ്കിൽ, കുറഞ്ഞത് നാലു മാസത്തോളം സമയം വേണ്ടി വരും എന്നു കണക്കാക്കാം. അതായത് ആദ്യത്തെ ആഴ്ചയിൽ ഒരു ഇഡ്ഡലിയുടെ കാൽ

ഭാഗം കുറച്ച്, ആറേമുക്കാൽ ഇഡ്ഡലി കഴിക്കുക. അതിനടുത്ത ആഴ്ചയിൽ ആറരയും പിന്നെ ആറേ കാലും ആയി കുറയ്ക്കുക.

ഒരു മാസം കൊണ്ട് ഒരു ഇഡ്ഡലി, പ്രത്യേകിച്ച് മനഃപ്രയാസം ഒന്നും കൂടാതെ കുറയ്ക്കാൻ സാധിക്കും എന്നു മാത്രമല്ല, 6 ഇഡ്ഡലി കഴിക്കുമ്പോഴേക്കും വയർ നിറയുകയും ചെയ്യും. പ്രത്യേകിച്ച് രാത്രിയിലെ ഭക്ഷണം ഏറ്റവുമധികം കുറച്ചാൽ അത്രയും വേഗം പ്രയോജനമുണ്ടാവും.

ഇങ്ങനെ മാസം ഒന്നു വീതം 4 മാസം കൊണ്ട് 4 ഇഡ്ഡലി കുറയ്ക്കാൻ സാധിക്കും. അഥവാ നമ്മുടെ ഭക്ഷണം ഏതാണോ അത് യാതൊരു വിഷമവുമില്ലാതെ നമ്മൾ ഉദ്ദേശിക്കുന്ന തരത്തിൽ കുറയ്ക്കാൻ കഴിയും. പേശിവലിവ് പോലുള്ള അസ്വസ്ഥതകൾ ഉണ്ടാവുകയുമില്ല. തടിയും കുടവയറും കുറയുന്നതും, മൊത്തത്തിൽ ഒരു ശരീരസുഖം ഉണ്ടാവുന്നതും, അനുഭവിച്ചറിയാനുമാവും.

ഇതുമായി ബന്ധപ്പെട്ട ഒരു വർക്ക്ഷോപ്പിൽ പങ്കെടുത്ത 19 പേരിൽ 11 പേർ സ്ത്രീകളായിരുന്നു. തടി കുറഞ്ഞപ്പോൾ കവിൾ ഒട്ടിയതായും മുഖത്തിന്റെ തിളക്കം നഷ്ടപ്പെട്ടതായും, അവർ വിഷമം പറഞ്ഞിരുന്നു. ആവശ്യത്തിന് ഭാരം കുറഞ്ഞാൽ മുഖകാന്തിയും ചർമ്മ കാന്തിയും നില നിർത്താൻ ഒരു ചെറിയ ഡയറ്റ്, പ്രത്യേകിച്ച് സ്ത്രീകൾക്ക് നല്ലത് പോലെ പ്രയോജനപ്പെട്ടതായി കണ്ടിരുന്നു.

ഭക്ഷണത്തിന് മുൻപായി, പച്ചക്കറി സലാഡുകൾ തേൻ തളിച്ച് കഴിക്കുക എന്നതാണത്. ഒരു ഗ്ലാസ്സ് വെള്ളം കുടിക്കുന്നത് ഉത്തമം. തടി കുറഞ്ഞിരിക്കുമ്പോഴും ദിവസവും രാവിലെ അര ഗ്ലാസ്സ് റാഗി കുറുക്കിയത് കഴിച്ചാൽ ബ്യൂട്ടീഷ്യനെ കാണേണ്ട ആവശ്യം വരില്ലെന്ന് അനുഭവസ്ഥർ പറയുന്നു.

ആർക്കും യാതൊരു പണച്ചിലവോ അദ്ധ്വാനമോ ഇല്ലാതെ പരീക്ഷിക്കാവുന്ന ഒരു മാർഗ്ഗമാണ് മേൽപ്പറഞ്ഞത്.

പാരസെറ്റമോളും ഉപദേശവും

നല്ല പനി, തലവേദന, ശരീരവേദന എന്നിവയുള്ളപ്പോൾ പാരസെറ്റമോൾ ഗുളിക കഴിച്ചാൽ അത്ഭുതകരമായ ആശ്വാസം കിട്ടുന്നത് മിക്കവരും അനുഭവിച്ചറിഞ്ഞിട്ടുണ്ടാവും. എന്നാൽ യാതൊരു അസുഖവുമില്ലാത്ത സമയത്ത്, പാരസെറ്റമോൾ കഴിച്ചാൽ നമ്മുടെ ശാരീരിക സ്ഥിതിയിൽ ഒരു പ്രയോജനവും ഉണ്ടാവുകയില്ല, എന്നു മാത്രമല്ല കഴിക്കാൻ ആരും താൽപ്പര്യപ്പെടുകയുമില്ല. വേദനയുള്ള സമയത്ത് ആശ്വാസമായി കാണുന്ന മരുന്നിനെ, ആവശ്യമില്ലാത്ത സമയത്ത് എടുത്ത് കളയുകയും ചെയ്യാറുണ്ട് പലരും.

ഉപദേശങ്ങളുടെ കാര്യവും ഇങ്ങിനെ തന്നെയാണ്. ഉപദേശം നൽകിയവരെ, ആവശ്യമുള്ള സമയത്ത് രക്ഷകനായി കാണുകയും, പ്രശ്നങ്ങൾ പരിഹരിച്ചു കഴിഞ്ഞാൽ പുച്ഛത്തോടെ ഉപദേശിയായി കാണുകയും ചെയ്യുന്ന പ്രവണത എമ്പാടുമുണ്ട്.

പൊതുവെ എല്ലാവർക്കും തന്നെ ഉപദേശങ്ങൾ കേൾക്കുന്നത് അരോചകമാണ്. അതുകൊണ്ടാണ് 'വേദനിപ്പിച്ചോളൂ പക്ഷേ ഉപദേശിക്കരുത്' എന്ന ഫോർവേർഡ് ആളുകൾ പരക്കെ ഷെയർ ചെയ്യുന്നത്. ഈ മനഃസ്ഥിതിയുടെ കാരണമാകട്ടെ, നമ്മുടെ മസ്തിഷ്ക്കത്തിന്റെ പ്രവർത്തന രീതിയുമാണ്.

ഉപദേശങ്ങൾ മിക്കപ്പോഴും പ്രയത്നം ആവശ്യപ്പെടുന്നതായിരിക്കും. ഊർജ്ജ ലാഭത്തിന് വേണ്ടി ശ്രമിക്കുന്ന മസ്തിഷ്ക്കമാവട്ടെ, അത്തരം കാര്യങ്ങൾ നിരുത്സാഹപ്പെടുത്തുന്നതോ നിരാകരിക്കരുന്നതോ ആയ നിർദ്ദേശങ്ങൾ ആവും നൽകുന്നത്.

പക്ഷേ പ്രധാന കാരണം മറ്റൊന്നാണ്. കാര്യങ്ങൾ നമ്മൾ ആഗ്രഹിക്കുന്ന രീതിയിൽ തന്നെ, നടക്കണമെന്ന നമ്മുടെ ഉപബോധമനസ്സിന്റെ ആഗ്രഹമാണ് പ്രധാനമായും ഉപദേശങ്ങളെ നിരാകരിക്കാൻ നമ്മളെ പ്രേരിപ്പിക്കുന്ന ഘടകം.

ഉദാഹരണമായി, ഒരു സാഹചര്യം എടുക്കാം. നമുക്ക് കുടുംബ സമേതം സിനിമയ്ക്ക് പോവാനുള്ള നേരമാവുന്നു. പക്ഷേ ഇറങ്ങാൻ നേരം, വണ്ടിയുടെ താക്കോൽ നോക്കിയിട്ട് കാണുന്നില്ല. ധൃതിയിൽ തിരഞ്ഞിട്ട് കിട്ടുന്നുമില്ല. സിനിമയ്ക്കായി ഇറങ്ങാനുള്ള സമയം വൈകിക്കൊണ്ടിരിക്കുന്നു, ഒപ്പം ദേഷ്യം കൂടിക്കൊണ്ടുമിരിക്കുന്നു. മുറി വൃത്തിയാക്കിയ ആളെയും കുട്ടികളെയും, വഴക്ക് പറയാൻ വെമ്പുന്ന നമ്മൾ, അവിടെ നോക്കിയോ, ഇത് തുറന്ന് നോക്കിയോ എന്ന ചോദ്യങ്ങൾക്ക് പരുഷമായിത്തന്നെ മറുപടി പറയുന്നു. എത്രയും പെട്ടന്ന് കീ കിട്ടണം എന്നത് മാത്രമാണ് നമ്മുടെ ആഗ്രഹം. മറ്റുപദേശങ്ങൾ ഒന്നും തന്നെ നമ്മുടെ തലയിൽ കയറുകയില്ല. പ്രശ്നങ്ങളിലകപ്പെട്ടവരെ ഉപദേശിക്കാൻ തുനിയുമ്പോൾ, അവരത് കേൾക്കാനുള്ള മാനസികാവസ്ഥയിൽ ആയിരിക്കില്ല എന്നതാണ് യാഥാർത്ഥ്യം.

അപ്പോഴാണ് വീട്ടിലെ മുതിർന്ന ഒരംഗം സ്പെയർ കീ എടുത്ത് സിനിമയ്ക്ക് പോകാനും, തിരിച്ചു വന്ന് സമാധാനമായി പ്രധാന കീ തിരയാനും ഉപദേശിക്കുന്നത്. പ്രശ്നത്തിന് താൽക്കാലികമായെങ്കിലും പരിഹാരമായി. പക്ഷേ 90% പേരും ഇത്തരം ഉപദേശങ്ങൾക്ക് ചെവി കൊടുക്കുകയില്ല എന്നു മാത്രമല്ല ഉപദേശിച്ചാലോ എന്നു പേടിച്ച് മുതിർന്നവരോട് പ്രശ്നങ്ങൾ പറയുക പോലും ചെയ്യാറില്ല.

പലപ്പോഴും പ്രശ്നത്തിൽ അകപ്പെടുമ്പോഴുള്ള സമ്മർദ്ദം മറ്റു മാർഗ്ഗങ്ങളെക്കുറിച്ച് ചിന്തിക്കാനുള്ള നമ്മുടെ കഴിവ് നഷ്ടപ്പെടുത്തുകയോ കുറയ്ക്കുകയോ ചെയ്യുന്നു. ഇത്തരം സാഹചര്യങ്ങളിൽ, തെളിഞ്ഞ മനസ്സുള്ള മറ്റുള്ളവർ പറയുന്ന കാര്യങ്ങൾ, ശ്രദ്ധിക്കുന്നത് മിക്കവാറും ഗുണപ്രദമാകാറുണ്ട്.

ഉപദേശങ്ങളെ, ഉപദേശങ്ങളായി തന്നെ കാണാതെ, മറ്റൊരാൾ ഇത്തരമൊരു പ്രശ്നത്തെ എങ്ങിനെ സമീപിക്കുന്നു, അഥവാ പരിഹരിക്കുന്നു, എന്നറിയാൻ മാത്രമുള്ള അവസരമായി കണ്ടാൽ, ഉപദേശത്തോടുള്ള മനോഭാവവും അസഹിഷ്ണുതയും മാറിക്കിട്ടും. മാത്രവുമല്ല, പലരിൽ നിന്നായി പല രീതികൾ അറിയുമ്പോൾ അവയിൽ ഏറ്റവും മികച്ച രീതി തിരഞ്ഞെടുക്കാനും നമുക്കവസരമുണ്ടാവും.

ഉപദേശങ്ങൾ ഒരു പ്രശ്നത്തിന്റെ പരിഹാരത്തിനുള്ള മറ്റൊരാളുടെ കാഴ്ചപ്പാട് മാത്രമാണ്. അതു കൊണ്ട് തന്നെ അവ അനുസരിക്കാൻ, അഥവാ പാലിക്കാൻ യാതൊരു ഉത്തരവാദിത്തവും നമുക്കാർക്കും ഇല്ല തന്നെ. അതുപോലെ നിർബന്ധബുദ്ധിയോടെയുള്ള ഉപദേശം എന്നൊന്നില്ല, കാരണം അതിന്റെ പേരാണ് നിർദ്ദേശം. ഉപദേശവും നിർദ്ദേശ

വും വ്യത്യസ്തമായ കാര്യങ്ങളാണ് എന്ന് തിരിച്ചറിഞ്ഞാൽ കാര്യങ്ങൾ എളുപ്പമാകും.

സ്പെയർ കീയുടെ കാര്യത്തിലെ പോലെ, ഉപദേശങ്ങൾ മിക്കവാറും നമുക്കറിയാവുന്ന കാര്യങ്ങൾ തന്നെ ആയിരിക്കും. പക്ഷേ അവ യഥാസമയം ഉപയോഗിക്കാൻ നമുക്ക് കിട്ടുന്ന ഇൻപുട്ടുകൾ ആയി ഉപദേശങ്ങളെ കാണാം.

ഉപദേശങ്ങൾക്ക് വലിപ്പച്ചെറുപ്പങ്ങളില്ല. പലപ്പോഴും കുട്ടികളുടെ ഉപദേശംപോലും വളരെയേറെ ഗുണപ്രദമാകാറുണ്ട്.

ചുരുക്കത്തിൽ, ഉപദേശങ്ങളെ മറ്റൊരാളുടെ കാഴ്ചപ്പാട് അല്ലെങ്കിൽ ചിന്താപദ്ധതി ആയി നമുക്ക് കാണാം. അവയിൽ പലതും ഭാവിയിലെ പ്രതിസന്ധി ഘട്ടങ്ങളിൽ നമുക്കോ മറ്റുള്ളവർക്കോ പ്രയോജനകരമായിത്തീരാം. ഇന്നല്ലെങ്കിൽ നാളെ അവ തീർച്ചയായും പ്രയോജനകരമായിരിക്കും. ഒന്നുകിൽ കാര്യങ്ങൾ എങ്ങിനെ ശരിയായി ചെയ്യാമെന്ന് മനസ്സിലാക്കാം, അല്ലെങ്കിൽ എങ്ങിനെ ചെയ്യരുതെന്നും.

സ്വന്തം അനുഭവങ്ങളിൽ നിന്നും തെറ്റുകളിൽ നിന്നും കാര്യങ്ങൾ പഠിക്കുന്നതിനെക്കാൾ മറ്റുള്ളവരുടെ തെറ്റുകളിൽ നിന്നും പഠിക്കുന്നതാണ് ജീവിതത്തിന് ഗുണകരം.

* 9 7 8 9 3 9 4 4 7 2 1 3 6 *
FCW - #0193 - 061026 - C0 - 216/140/8 - PB - 9789394472136 - Matt Lamination